കഥാനവകം

മലയാളത്തിന്റെ ഇഷ്ട കഥകൾ

ഇ. സന്തോഷ് കുമാർ

കഥാനവകം

മലയാളത്തിന്റെ ഇഷ്ട കഥകൾ

ഇ. സന്തോഷ് കുമാർ

ഗ്രീൻ ബുക്സ്

green books private limited
gb building, civil lane road, ayyanthole,
thrissur- 680 003, kerala, ph: +91 487-2381066, 2381039
website: www. greenbooksindia. com
e-mail: info@greenbooksindia. com

malayalam
kathanavakam
malayalathinte ishtakathakal
story
by
e. santhosh kumar

first published september 2017
copyright reserved

cover design : rajesh chalode

branches:
thrissur 0487-2422515
palakkad 0491-2546162
kannur 0497-2763038
thiruvananthapuram 8589095301

isbn : 978-93-86440-90-7

---

no part of this publication may be reproduced,
or transmitted in any form or by any means,
without prior written permission of the publisher.

GBPL/955/2017

മുഖക്കുറി

ഗ്രീൻബുക്സ് പ്രസിദ്ധീകരിച്ച മലയാളത്തിന്റെ സുവർണകഥകൾക്ക് വായനക്കാരിൽ വലിയ സ്വാധീന മുണർത്താൻ കഴിഞ്ഞു. കേരളത്തിലെ നവോത്ഥാന കാലഘട്ടത്തിലേയും ആധുനിക കാലഘട്ടത്തിലേയും എഴുത്തുകാരെയാണ് സുവർണകഥകൾ പ്രതിനിധീ കരിക്കുന്നതെങ്കിൽ 'ഇഷ്ടകഥ'കളിൽ അണിനിരക്കു ന്നത് നവോത്ഥാനാന്തര കാലഘട്ടത്തിലെ കഥയെഴുത്തു കാരാണ്. കഥയ്ക്ക് ഒരു സാർവദേശീയ ഭാഷയുണ്ട്. എവിടെയുമുള്ള മനുഷ്യരോടും അത് ദേശാതിരുകൾക്ക പ്പുറത്ത് സംസാരിക്കുന്നു. തന്റെ ചിന്തകളെ കഥാപര മായി രൂപപ്പെടുത്തുക എന്ന അറിവാണ് കഥയെഴു ത്തിന്റെ രസതന്ത്രം. നല്ല കഥയെ കണ്ടെത്താൻ സാമാന്യബുദ്ധി മതിയാകും. അതിൽ സ്പഷ്ടമായ വിധം തെളിഞ്ഞ ചിന്തയുമുണ്ടാകും. സുവർണകഥകളും ഇഷ്ടകഥകളും കഥയെഴുത്തിന്റെ ഈടുറ്റ വഴികളെ പ്രഖ്യാപിക്കുകയും ഭാഷയിൽ കഥയുടെ വഴി വെട്ടി ത്തെളിയിക്കുകയും ചെയ്യുന്നു.

കൃഷ്ണദാസ്
മാനേജിങ് എഡിറ്റർ

കഥകൾ

സങ്കടമോചനത്തിന്
ഒരു കൈപ്പുസ്തകം 09

മൂന്ന് അന്ധന്മാർ
ആനയെ വിവരിക്കുന്നു 19

ചാവുകളി 30

അളവുകൾ 39

തടാകം 44

പാശുപതം 55

നീലനിറമുള്ള കുട്ടി 70

മൂന്നു വിരലുകൾ 82

നീചവേദം 110

സങ്കടമോചനത്തിന്
ഒരു കൈപ്പുസ്തകം

നാല്പതുകളുടെ തുടക്കത്തിലെപ്പോഴോ, കുന്ദംകുളത്തെ പുരാതന പ്രസാധകരായിരുന്ന ഇയ്യുണ്ണി അച്ചുകൂടം തങ്ങളുടെ പഴയ മരപ്രസ്സിൽ അച്ചടിച്ച്, കവലകളിലും ആളുകൾ കൂടുന്ന പൂരം, പെരുന്നാൾ, ജാഥ തുടങ്ങിയ ഉത്സവങ്ങളിലുമെല്ലാം കൊണ്ടുവെച്ചു വിറ്റിരുന്ന 'സങ്കട മോചനത്തിന് ഒരു കൈപ്പുസ്തകം' എന്ന ഗ്രന്ഥത്തെക്കുറിച്ചുള്ള പഴ യൊരു പരസ്യം എന്റെ സുഹൃത്തും 'ദൈവവചനം' ദ്വൈമാസികയിലെ സഹപത്രാധിപരുമായിരുന്ന ഫിലിപ്പ് അക്കരയാണ് ആദ്യം കണ്ടത്. അപ്പോൾത്തന്നെ, ഞാൻ കേൾക്കുവാനായി അയാൾ അതുറക്കെ വായിച്ചു. കേൾക്കുമ്പോൾ, സാധാരണമെന്നു കരുതാവുന്ന രണ്ടു വാക്കു കൾ യോജിച്ച് വൈദ്യുതി പ്രസരിക്കുന്നതുപോലെയായിരുന്നു. സങ്കട മോചനമോ കൈപ്പുസ്തകമോ വേറിട്ടുള്ള നിലനില്പിൽ എന്നെ ആകർഷിക്കുമായിരുന്നില്ല. എന്നാൽ ആ വാക്കുകൾ കൂട്ടിച്ചേർക്കപ്പെട്ട പ്പോൾ, കാലം കഥകളിലെ പഴയ 'കുളമ്പടിയൊച്ച'യുമായി ഏറെ പിന്നി ലേക്കു സഞ്ചരിക്കുകയാണെന്നു തോന്നിച്ചു. പഴക്കമായിരുന്നു ഞാൻ തേടിയിരുന്നതും. പുതിയ നൂറ്റാണ്ടിലെ സാഹിത്യത്തെ നേരിടാൻ ശേഷിയില്ലാത്തതുകൊണ്ടാവാം, എന്നിലെ വായനക്കാരൻ മരിച്ചിരുന്നു. ക്രമേണ പുതിയതു മാത്രമല്ല, പഴയ സാഹിത്യവും ഞാൻ മറന്നു. എങ്കിലും ആദ്യകാലം മുതൽ ബൈന്റു ചെയ്തുവെച്ചിരുന്ന പുസ്തക ങ്ങളുടെയും ആഴ്ചപ്പതിപ്പുകളുടെയും ശേഖരം എനിക്കുണ്ടായിരുന്നു. അവയെല്ലാം ഒരന്ധനെപ്പോലെ ഞാൻ തൊട്ടുനോക്കും. ഗന്ധം പിടിക്കും. പഴയ ഗ്രന്ഥങ്ങൾ അന്വേഷിക്കുകയും ശേഖരിക്കുകയും എന്റെ ആഹ്ലാദകരമായ ജോലിയായിത്തീർന്നു.

ഈയൊരു താത്പര്യമായിരുന്നു, സത്യത്തിൽ എനിക്കും ഫിലിപ്പിനും യോജിക്കാവുന്ന മേഖല. ഫിലിപ്പ്, പക്ഷേ, വേദപുസ്തകങ്ങളുടെ പഴയ പതിപ്പുകൾ മാത്രം ശേഖരിച്ചു. അങ്ങനെയിരിക്കെ, ഏതോ കാല നിർണ്ണയത്തിനായി എന്റെ വശമുള്ള ആഴ്ചപ്പതിപ്പുകൾ പരതുമ്പോഴാണ് ഫിലിപ്പ് ആ പരസ്യം കണ്ടത്. കവിശ്രേഷ്ഠൻ സി.കെ. ഇയ്യുണ്ണി രചിച്ച

'സങ്കടമോചനത്തിന് ഒരു കൈപ്പുസ്തകം' വായിക്കുക എന്നായിരുന്നു അതിന്റെ ഉള്ളടക്കം. പരസ്യത്തിലേറെ അതൊരു ആഹ്വാനമാണെന്നു തോന്നും. 'അനുകരണങ്ങളിൽ വഞ്ചിതരാകാതിരിക്കുക' എന്നൊരു മുന്നറിയിപ്പും. പ്രസാധകർ ഇയ്യുണ്ണി അച്ചുകൂടം തന്നെയാണ്. വില കാണിച്ചിരുന്നില്ല.

പാതിരിമലയാളത്തിൽ എഴുതപ്പെട്ടിരിക്കാവുന്ന ഈ ഗ്രന്ഥത്തിൽ ഫിലിപ്പിന് താത്പര്യമുണ്ട്. പ്രായംകൊണ്ട് മഞ്ഞ ബാധിച്ചിരിക്കാൻ സാധ്യതയുള്ള ആ താളുകൾ തൊട്ടുനോക്കണമെന്ന ഒരാഗ്രഹം വൃദ്ധകാമംപോലെ എന്നെയും ചലിപ്പിച്ചു. കുന്ദംകുളത്തോ തൃശ്ശൂരോ ഇയ്യുണ്ണി അച്ചുകൂടം തേടിയുള്ള ഞങ്ങളുടെ അന്വേഷണം വിഫലമായിരുന്നു. അല്ലെങ്കിൽത്തന്നെ ഏതൊരു പ്രസാധകനാണ് ഇക്കാലത്ത് ഈയൊരു പേരിൽ പ്രവർത്തിക്കുക? ഒന്നുകിൽ ആ പ്രസാധകശാലയും അതിന്റെ സാഹിത്യവും നാടു നീങ്ങിക്കാണണം. അല്ലെങ്കിൽ, പുതിയൊരു പേരിൽ, പുതിയ രീതിയിൽ അതിപ്പോഴും പ്രവർത്തിക്കുന്നുണ്ടാകണം.

ആ ഊഹം ശരിയായിരുന്നു. എറണാകുളത്തുള്ള 'മോഡേൺ പബ്ലിഷേഴ്സിന്റെ' വേരുകൾ പഴയ ഇയ്യുണ്ണി അച്ചുകൂടത്തിലാണെന്ന് ഞങ്ങൾ കണ്ടെത്തി. പുസ്തകത്തിന്റെ ഒരു പ്രതി കിട്ടിയാൽ പഴയ പല പുസ്തകങ്ങളും ചേർത്ത് ഒരു പ്രദർശനം സംഘടിപ്പിക്കണമെന്ന് ഞാൻ നിശ്ചയിച്ചിരുന്നു. മോഡേൺ പ്രസ്സിന്റെ ഇപ്പോഴുള്ള ഉടമ നഗരത്തിലെ ഒരു വ്യവസായ പ്രമുഖനാണ്. മാതൃകാവ്യവസായി എന്ന നിലയിൽ പലതവണ അയാൾ വിവിധ ചാനലുകളിൽ പ്രത്യക്ഷപ്പെട്ടിട്ടുള്ളതായി കേട്ടു.

ആ നിലയ്ക്കുള്ള അന്വേഷണവും പക്ഷേ ഫലപ്രദമായില്ല. മോഡേൺ ബുക്സിന്റെ ശീതീകരിച്ച മുറിയിലിരിക്കുമ്പോൾ അത്തരത്തിലൊരു പഴയ പുസ്തകത്തെക്കുറിച്ച് തിരക്കുക എന്നതുതന്നെ ഞങ്ങളിൽ അപകർഷതാബോധമുണ്ടാക്കി. ചരിത്രത്തിൽ തനിക്ക് താത്പര്യമൊന്നുമില്ലെന്ന് ഉടമ സൂചിപ്പിച്ചു. അതുകൊണ്ടുതന്നെ ഇയ്യുണ്ണി അച്ചുകൂടം പ്രസിദ്ധം ചെയ്ത കൃതികൾ സൂക്ഷിക്കാനൊന്നും മിനക്കെട്ടില്ല. അതൊക്കെ പഴയ പുസ്തകങ്ങൾ തൂക്കിവിൽക്കുന്ന ആരുടെയെങ്കിലും കൈവശം കണ്ടേക്കുമെന്നും അയാൾ ലാഘവത്തോടെ പറഞ്ഞു. മോഡേൺ പ്രസ്സിനെയും അതിന്റെ ഉടമസ്ഥനെയും കുറിച്ച് ഫിലിപ്പ് അക്കര ചിലതെല്ലാം എഴുതിയെടുത്തു. 'ദൈവവചനം' ദ്വൈമാസികയുടെ അടുത്ത ലക്കത്തിൽ 'വിശ്വാസവും വ്യവസായവും' എന്ന വിഷയത്തോടു ചേർത്താണ് ഫിലിപ്പ് ലേഖനമെഴുതുന്നത്. മോഡേൺ ബുക്സിന്റെ പുത്തൻ സാഹിത്യം അതിന്റെ ഗന്ധംകൊണ്ട് കുറച്ചുനേരത്തേക്ക് ഞങ്ങളെ അലോസരപ്പെടുത്തി എന്നു മാത്രം.

ഒന്നുരണ്ടു മാസങ്ങൾ കഴിഞ്ഞു. തെരുവിൽ നിരത്തിവെച്ചിരിക്കുന്ന പുസ്തകങ്ങളുടെ വ്യാജപ്പതിപ്പുകൾക്കിടയിൽ ഈ കൈപ്പുസ്തകം ഒരു

തെറ്റുപോലെയെങ്കിലും പ്രത്യക്ഷപ്പെടുന്നുണ്ടോയെന്ന് തിരക്കിക്കൊണ്ട് ഞാൻ സായാഹ്നങ്ങളിൽ നഗരം ചുറ്റും. നഗരത്തിന്റെ വായനശാലയിൽ, ആക്രമിക്കപ്പെട്ടതെന്ന് തോന്നുന്ന തരത്തിൽ പുസ്തകങ്ങൾ കുഴഞ്ഞു മറിഞ്ഞു കിടപ്പായിരുന്നു. പല തവണ ശ്രമിച്ചിട്ടും അത്തരമൊരു ഗ്രന്ഥം ആ അരാജകകേന്ദ്രത്തിൽനിന്നും കണ്ടെത്താനായില്ല. അതിനിടയിൽ ഫിലിപ്പിന്റെ ലേഖനം വന്നു. 'അക്ഷരലോകത്തെ കർമ്മയോഗി' എന്നു മോഡേൺ ബുക്സിന്റെ ഉടമ വിശേഷിപ്പിക്കപ്പെട്ടു. വിവരണങ്ങൾക്കിട യിൽ ഇയ്യുണ്ണി അച്ചുകൂടത്തെയും അവരുടെ ആദ്യകൃതിയായ 'സങ്കട മോചനത്തിന് ഒരു കൈപ്പുസ്തകത്തെയും' കുറിച്ചുള്ള ചില സൂചന കൾ. ഇയ്യുണ്ണി എന്ന കവിയെപ്പറ്റിയുള്ള ചെറിയ വിവരണം.

"അങ്ങനെ ഒന്നുണ്ടായിരുന്നു." ലൈബ്രേറിയൻ ഓർമിച്ചു. "പണ്ടാണ്. കണ്ട ഓർമ്മയേ എനിക്കുള്ളൂ." അതൊരു പ്രണയകാവ്യമാണെന്നു കൂടി അയാൾ ഓർക്കുന്നുണ്ട്. (അങ്ങനെയാണെങ്കിൽ എന്തൊരു പേര്!)

"നിങ്ങൾ മോഡേൺ ബുക്സിൽ ചോദിച്ചോ?" അയാൾ തിരക്കി.

"അവരുടെയടുത്തില്ല."

"ഞാൻ അതു വായിച്ചിട്ടില്ല."എന്തോ മറിച്ചു നോക്കിക്കൊണ്ട് ലൈബ്രേറിയൻ പറഞ്ഞു:"ഇതാ ഒരു വിലാസം. പാപ്പു എന്നാണ് പേര്. റീഡർ പാപ്പു എന്നു പറയും. ഇയ്യുണ്ണി അച്ചുകൂടത്തിന്റെ പഴയ പ്രൂഫ് റീഡറായിരുന്നു. ജീവിച്ചിരിപ്പുണ്ട്." അയാൾ വിലാസം പറഞ്ഞുതന്നു. "അയാളുടെ അടുത്തു കാണുമോ എന്നുറപ്പില്ല. ഉണ്ടാവാൻ സാധ്യത കുറവാണ്." ലൈബ്രേറിയൻ തുടർന്നു: "കുറെക്കാലമായി അതു പുറ ത്തിറങ്ങുന്നുമില്ല."

പ്രൂഫ് റീഡർമാർ നല്ല വായനക്കാരാവണമെന്നില്ല. അവർ ഒര ക്ഷരം, ഒരു വാക്ക്, ഏറിയാൽ ഒരു വാക്യം- ഈ അതിർത്തികൾ വിട്ടു പോകാറില്ല. ഒത്തുചേരുന്ന ആശയങ്ങളുടെയും കഥകളുടെയുമെല്ലാം വന ഭംഗികാണാതെ ഒറ്റമരങ്ങളിൽ അവരുടെ ദർശനം നിലയ്ക്കുന്നു. അവ യുടെ വൈകല്യങ്ങൾ, തിരുത്തുകൾ അത്രമാത്രം-അവരുടെ ലോകം തീർന്നു.

കൈപ്പുസ്തകം ഒരു പ്രണയകാവ്യമാണെന്ന അറിവ് വൈദിക സാഹിത്യതത്പരനായിരുന്ന ഫിലിപ്പ് അക്കരയിൽ നടുക്കമുണ്ടാക്കിയി രിക്കണം. പ്രണയത്തെപ്പോലെ, പ്രണയസാഹിത്യവും അനാവശ്യ മാണെന്ന് ഫിലിപ്പ് അക്കര ആത്മാർത്ഥമായി വിശ്വസിച്ചു. അതു കൊണ്ടുതന്നെ പ്രൂഫ്റീഡറെ അന്വേഷിച്ചുള്ള യാത്രയ്ക്ക് അയാൾ ഒരുക്കമായിരുന്നില്ല.

അന്നു രാത്രി കൈപ്പുസ്തകത്തെക്കുറിച്ചുള്ള പരസ്യം ഞാൻ വീണ്ടും വായിച്ചു. അക്കാലങ്ങളിൽ അതു പല ആഴ്ചകളായി തുടർന്നു പോരുന്നുണ്ടായിരുന്നു. എത്രനാൾ വരെ അതിന്റെ പ്രചാരണം ഉണ്ടാ യിരുന്നുവെന്ന് നോക്കിക്കൊണ്ട് എന്റെ ആ പരിശോധന നീണ്ടു.

നിർഭാഗ്യവശാൽ, ഇടയ്ക്കുവെച്ച് പല ആഴ്ചപതിപ്പുകളും നഷ്ടപ്പെട്ടിരുന്നു. പിന്നീടുവന്ന പതിപ്പുകളിലാവട്ടെ, അതിനെക്കുറിച്ചുള്ള സൂചനയൊന്നും കണ്ടതുമില്ല.

പിറ്റേന്ന് പ്രൂഫ് റീഡറെ കണ്ടുപിടിക്കാനായി ഞാൻ അയാളുടെ താമസസ്ഥലത്തേക്കു തിരിച്ചു. ലൈബ്രേറിയൻ തന്ന വിലാസം ഏറെക്കുറെ വ്യക്തമാണ്. നഗരത്തിൽനിന്നും അത്ര അകലെയല്ലാത്ത, എന്നാൽ തിരക്കു കുറഞ്ഞ പ്രദേശത്തെ ഒരു വീടിന്റെ മുകൾഭാഗത്താണ് അയാൾ താമസിച്ചിരുന്നത്.

ഒരുപക്ഷേ, അയാളെ അന്വേഷിച്ചുവരുന്ന ആദ്യത്തെ അപരിചിതൻ ഞാനായിരിക്കുമോ? "എന്നെത്തന്നെയാണോ?" എന്ന് അയാൾ പല തവണ സംശയം തീർക്കുകയുണ്ടായി. പ്രായം വളരെയേറെ തോന്നിച്ചിരുന്ന ആ മനുഷ്യൻ എന്റെ ചോദ്യവും പ്രതീക്ഷിച്ച് ചാരുകസേരയിൽ കിടന്നു. ഞാൻ ആലോചിച്ചു. പരിചയപ്പെടുത്താൻ ഒന്നുമില്ല. എന്താണ് ഒരു തുടക്കത്തിനായി ഞങ്ങൾക്കിടയിലുള്ളത്? ഞാൻ 'സങ്കടമോചനത്തിനുള്ള കൈപ്പുസ്തകത്തെ'ക്കുറിച്ചുതന്നെ ചോദിച്ചു.

അയാൾ ചിരിച്ചു. "അദ്ഭുതമായിരിക്കുന്നു. ഇക്കാലത്തും അതിനെ പ്പറ്റി ചോദിക്കുക. നിങ്ങൾക്കറിയാമോ-ഈയിടെ 'ദൈവവചനം' എന്ന മാസികയിലും ഞാനതു കണ്ടു. പ്രാർത്ഥനയ്ക്കുള്ള മാസികയിലാണ് പ്രേമകവിതയുടെ പരാമർശം."

"ആ ലേഖനം എന്റെ സുഹൃത്ത് എഴുതിയതാണ്."

"ഉവ്വോ?" അയാൾ ഒന്നുകൂടി ചിരിച്ചുകൊണ്ട് തുടർന്നു: "എങ്കിൽ അതിൽ ഒന്നുരണ്ടു തെറ്റുകളുണ്ടെന്ന് സുഹൃത്തിനോടു പറയണം."

ഞാൻ വൃദ്ധനെ നോക്കിയിരുന്നു.

"ഒന്നാമത്, ഇയ്യുണ്ണി അച്ചുകൂടം ഇറക്കിയ ആദ്യത്തെ പുസ്തക മാണെന്ന ധാരണ. അതിനുമുമ്പ് എത്രയോ പുസ്തകങ്ങളിറങ്ങിയി രുന്നു."

"അതൊരു അച്ചടിപ്പിശകാവാം." ഞാൻ വെറുതെ പറഞ്ഞു.

"അച്ചടിപ്പിശകുകൾ!" അയാൾ കുറച്ചിട ആലോചിച്ചു: "എന്തോ, ആ പുസ്തകത്തിനും അച്ചടിപ്പിശകുകളുടെ ചരിത്രമാണ്."

ഈ മനുഷ്യന് അതിനെക്കുറിച്ച് അറിവുണ്ടെന്നു തോന്നുന്നു. 'പിന്നെ' അയാൾ എന്നെ നോക്കി: "ലേഖനത്തിൽ സങ്കടമോചനത്തിനുള്ള കൈപ്പുസ്തകം ഇയ്യുണ്ണി രചിച്ചതാണെന്നല്ലേ?"

"അതേ, പരസ്യങ്ങളിലും അങ്ങനെയാണല്ലോ."

"പരസ്യങ്ങൾ." പാപ്പു ആലോചിച്ചു: "പരസ്യങ്ങളിൽ മാത്രമല്ല. പല പതിപ്പുകളിലും ഇയ്യുണ്ണിയുടെ പേരാണ്. പക്ഷേ, ഇയ്യുണ്ണിയല്ല അതെഴുതിയത്."

ഇ. സന്തോഷ്കുമാർ

പിന്നെ ആരാണ് അതിന്റെ കർത്താവ്? ഒരു പ്രേമകഥ മറ്റൊരാളുടെ പേരിൽ പുറത്തിറങ്ങിയെന്നുള്ളത് എനിക്ക് വിശ്വസിക്കാനാകുന്നില്ലെന്നു ഞാൻ പാപ്പുവിനോട് പറഞ്ഞു.

"വിശ്വാസം നിങ്ങളെ രക്ഷിക്കട്ടെ." പാപ്പു എന്നെ സൂക്ഷിച്ചു നോക്കിക്കൊണ്ട് പതുക്കെപ്പറഞ്ഞു: "എന്നാൽ അതാണു സത്യം. ഇയ്യുണ്ണി ഒരു നിരക്ഷരനായിരുന്നു."

കാര്യങ്ങൾ കുറെക്കൂടി അവ്യക്തമാവുകയാണ്. കൈപ്പുസ്തക ത്തിനുമേൽ ആരോ നിഗൂഢതയുടെ ഞൊറിവുകൾ തുന്നിച്ചേർത്തി ട്ടുണ്ട്.

"വലിയ അമ്പലങ്ങൾ, പള്ളികൾ, ഗോപുരങ്ങൾ, പാലം, കെട്ടിടം, പ്രസ്ഥാനങ്ങൾ," അല്പനേരം ആലോചിച്ചുകൊണ്ട് പാപ്പു പറഞ്ഞു: "എന്നു വേണ്ട, ഏതിന്റെയും ഉറപ്പിനു പിന്നിൽ ഒരു നരബലിയുടെ ചരിത്രം കാണും."

അയാൾ ഒരു കഥ പറയാൻ തുടങ്ങുന്നതുപോലുണ്ടായിരുന്നു.

"മോഡേൺ ബുക്സിനു പിന്നിലും അതുണ്ട്." അയാൾ ഒന്നിളകി യിരുന്നു.

"ചമരു," പാപ്പു ആ പേര് ദൈവനാമമെന്നതുപോലെ ഉച്ചരിച്ചു: "തേലക്കര ചമരു, അതായിരുന്നു അയാളുടെ പേര്. മുട്ടിറങ്ങാത്ത മുണ്ടും മുഷിഞ്ഞ കുപ്പായവും ധരിച്ച കുറ്റിത്താടിയുള്ള ഒരു കറുത്ത, കുറിയ മനുഷ്യൻ. തല നരച്ചിരുന്നു. കണ്ടാൽ വലിയ പ്രായം തോന്നും. പക്ഷേ, ചെറുപ്പമായിരുന്നു." കുറെ നേരം പാപ്പു നിശ്ശബ്ദനായിരുന്നു. വീട്ടി നുള്ളിൽ ഞങ്ങളെക്കൂടാതെ മറ്റാരുമില്ലെന്നു തോന്നുന്നു. പാപ്പുവിന്റെ ചെറിയ സ്വരത്തിനുപോലും വലിയ മുഴക്കം. ജനാലകളിൽ പിടിപ്പിച്ചി രുന്ന മുഷിഞ്ഞ കർട്ടനുകൾ നേർത്ത കാറ്റിൽ ഇളകിയാടി.

"ഓരോ വാക്കു പറയുമ്പോഴും ചമരു ചുമയ്ക്കും. ക്ഷയമായിരുന്നു. അക്കാലത്ത് അതൊരു മാറാരോഗമാണ്. ഏതോ ചില കള്ളക്കേസു കളിൽ കുടുങ്ങി ജയിലിൽ ഇടികൊണ്ടു കിടന്നതിന്റെ ഫലമായിരുന്നു ഈ ക്ഷയം."

അന്നൊരു ദിവസം ഉച്ചസമയത്ത് ഒരുകെട്ടു കടലാസുമായി ഈ ചമരു ഇയ്യുണ്ണി അച്ചുകൂടത്തിൽ കയറിവന്നു. ഞാനന്ന് തീരെ ചെറുപ്പമാണ്. പ്രസ്സിൽ അധികകാലമായിട്ടില്ല. പഠിപ്പു കുറവാണെങ്കിലും അക്ഷര ങ്ങളറിയാം. ശകലം വായനയും. വീട്ടിൽ ബുദ്ധിമുട്ടുണ്ട്. ഇയ്യുണ്ണിമാപ്ല എന്തെങ്കിലും തരും. അതിനുമാത്രം മെച്ചത്തിലല്ല പ്രസ്സും. ചില പുരാണ ഗ്രന്ഥങ്ങളും മറ്റും വിറ്റുപോകും എന്നുമാത്രം."

"ചമരു ഒരു കവിത എഴുതിക്കൊണ്ടുവന്നിരിക്കുകയാണ്. സാധനം അച്ചടിക്കാൻ പറ്റുമോ എന്നറിയാൻ. ചോദിക്കാനും ധൈര്യം കുറവ്. ആജാനുബാഹുവായ ഇയ്യുണ്ണി ചമരുവിനെ ഒന്നു നോക്കി "പിന്നെ വാ"

13

എന്നു പറഞ്ഞു. സത്യത്തിൽ കവിത എന്നു കേട്ടാൽ അയാൾക്കു കലി വരും. പക്ഷേ, ആയിടയ്ക്ക് രമണൻ നന്നായി വിറ്റുപോകുന്നുണ്ടെന്ന് അയാൾ കേട്ടിരുന്നു. ഒരല്പം അശ്ലീലവും മേമ്പൊടിയുമൊക്കെയുള്ള സാഹിത്യത്തോടാണ് ഇയ്യുണ്ണിയുടെ ചായ്‌വ്. അതും വായിക്കാനൊന്നുമല്ല. വിറ്റുപോകുമെന്ന തോന്നൽ. കവിത എന്നെയാണ് ഏല്പിച്ചത്. രാത്രിയിൽ പ്രൂഫ് വായിക്കുന്നതുപോലെതന്നെ വരിവിടാതെ ഞാനതു സൂക്ഷിച്ചു വായിച്ചു. വാസ്തവം പറഞ്ഞാൽ എന്റെ കണ്ണുനിറഞ്ഞു. അത്ര സങ്കടകരമായിരുന്നു അതിലെ ഇതിവൃത്തം. ഇത്രയും സുന്ദരമായൊരു കാവ്യം ഈ വിരൂപനായ മനുഷ്യനെക്കൊണ്ടെഴുതിച്ചതിൽ എനിക്ക് ദൈവത്തോടുള്ള മതിപ്പ് വർധിച്ചു. ആ പുസ്തകം ദുഃഖങ്ങൾക്കുള്ള നിവാരണമാർഗംപോലുമായിരുന്നു. സങ്കടങ്ങൾകൊണ്ടു തന്നെയുള്ള ഒരു സ്നാനം."

പിറ്റേന്ന് ഞാൻ ഇയ്യുണ്ണിയോടു പറഞ്ഞു: "ഇയ്യുണ്യാപ്ലേ ഇത് അച്ചടിക്കണം. രമണനേക്കാളും നന്നായി വില്ക്കും."

ഇയ്യുണ്ണി ഒന്നുരണ്ടു ജീവനക്കാരെയുംകൂടി കാണിച്ചു. സംഗതി ചെലവാകുമെന്നു തോന്നിയപ്പോൾ കൈയെഴുത്തുപ്രതിയെടുത്ത് കവിതയുടെ ഭാരം അളക്കുന്നതുപോലെ പറഞ്ഞു: "ഒരമ്പതു പേജ് വരും."

മറ്റൊരുച്ച. ചമരു വീണ്ടും വന്നു. 'ചമര്വോ, നിന്റെ കവിത തരക്കേടില്യ. അച്ചടിക്കാൻ നോക്കാം. വല്യ കാശൊന്നും പ്രതീക്ഷിക്കേണ്ട. തയ്യാറാണ്ങ്കില് ഒരു കരാറെഴുതാം. ഒരു മനഃസമാധാനത്തിന്. ചെറിയൊരു കാശ് ഞാൻ തരും. ആലോചിച്ചു തീരുമാനിക്ക്."

ചമരുവിന് ആലോചിക്കാനൊന്നുമില്ല. അയാൾക്ക് സന്തോഷംകൊണ്ട് കരച്ചിൽ വരുമോയെന്ന് ഞാൻ സംശയിച്ചു. കരാർ പിറ്റേന്നു തന്നെ ഒപ്പിട്ടു. ഒന്നുമെഴുതാത്ത ഒരു മുദ്രപത്രം. താഴെ ചമരുവിന്റെ ഒപ്പ്. ഒപ്പുകളിൽ വലിയ വിശ്വാസം തോന്നാത്തതുകൊണ്ടാവാം, ഇയ്യുണ്ണി ചമരുവിന്റെ വിരലടയാളവും വയ്പിച്ചു.

ഒന്നുരണ്ടു മാസം കഴിഞ്ഞപ്പോൾ പുസ്തകം തയ്യാറായി. നല്ല അച്ചടിയോ കടലാസോ ഒന്നുമല്ല. ഒരു പുസ്തകം എന്നു പറയാമെന്നു മാത്രം. പുസ്തകം ആയോ എന്നറിയാൻ അതിനിടെ ചമരു പല തവണ വന്നിരുന്നു. തയ്യാറായ പുസ്തകത്തിന്റെ താളുകൾ മറിച്ചുകൊണ്ട് അയാൾ അഭിമാനത്തോടെ നിൽക്കുന്ന രംഗം ഞാനോർക്കുന്നുണ്ട്.

-പിന്നെപ്പിന്നെ ആ മുഖത്തെ സന്തോഷം ഇല്ലാതായി.

"എന്താ ചമര്വോ? എങ്ങനീണ്ട്?" ഇയ്യുണ്ണി ചോദിച്ചു.

"ഒരു കാര്യം വിട്ടുപോയി." ചമരു പറഞ്ഞു.

"എന്താദ്?"

"എന്റെ പേരില്യ."

ഇയ്യുണ്ണി പുസ്തകം വാങ്ങി തിരിച്ചും മറിച്ചും ചിത്രപാഠംപോലെ പരിശോധിച്ചു. അവിശ്വാസത്തോടെ എന്റെ നേരെ നോക്കി.

"പേരു വിട്ടു പോയി." കുറ്റബോധത്തോടെ ഞാൻ പറഞ്ഞു. ഇയ്യുണ്ണി എന്നെ പിരിച്ചുവിടുമെന്നു ഞാൻ പേടിച്ചു.

"ആട്ടെ." കുറച്ചുനേരത്തിനുശേഷം ഇയ്യുണ്ണി ചമരുവിനോടു സമാധാനം പറഞ്ഞു: "മ്മക്ക് അതെഴുതിച്ചേർക്കാം. അല്ലെങ്കില് വിൽക്കുമ്പോ ഞങ്ങള് പറഞ്ഞോളാം. ചമരു ഇപ്പ പൊയ്ക്കോ."

കിട്ടിയ ചെറിയ തുകയുമായി ചമരു മടങ്ങി. ആ ചുമകൾ മാത്രം അച്ചുകൂടത്തിന്റെ ശബ്ദങ്ങൾക്കിടയ്ക്ക് തങ്ങിനിൽക്കുന്നതുപോലെ. വില്പനയുടെ സമയത്തും ചമരുവിന്റെ പേര് ഉപേക്ഷിക്കപ്പെട്ടു. വില്പന നന്നായി നടന്നു. ഒരു പതിപ്പുകൂടി വന്നു. അവിടെനിന്നാണ് കാര്യങ്ങൾ തുടങ്ങുന്നത്. അതിൽ ചമരുവിന്റെ പേരു വേണ്ടെന്നുതന്നെ ഇയ്യുണ്ണി ചട്ടംകെട്ടി.

"ഇപ്പ വിറ്റുപോണ്ണ്ട്. ഇനി ആ പേരും വെച്ചോണ്ട് വഴി മൊടക്കണ്ട." ഗ്രന്ഥകർത്താവിന്റെ പേരിലും മറ്റും ഇയ്യുണ്ണി വിശ്വസിച്ചുതുടങ്ങിയിരുന്നില്ല. ചമരു ഒരപശകുനമായേക്കുമെന്ന് അയാൾ പേടിച്ചിരിക്കണം. അന്നൊക്കെ ശകുനങ്ങളിൽ വിശ്വസിക്കാത്ത ആരുമില്ല. തന്നെയുമല്ല ഇയ്യുണ്ണി അച്ചുകൂടത്തിലെ പതിവുകാരായിരുന്ന ചില മലയാളം മുൻഷിമാരും കാവ്യനിരൂപകരും ഈ കൃതിയെ പ്രശംസിച്ചു. ഇയ്യുണ്ണി കേൾക്കെത്തന്നെയായിരുന്നു സ്തുതി. ഇതിന്റെ പിന്നിൽ ഇയ്യുണ്ണിതന്നെയല്ലേയെന്ന് കാവ്യനിരൂപകർ സംശയം പ്രകടിപ്പിക്കുകയും. ഇയ്യുണ്ണി അതിൽ വീണു. ഒരു പുഞ്ചിരിയോടെ, മറുപടി പറയാതെ എല്ലാം കേട്ടിരുന്നു. അതാണ് അയാളുടെ തന്ത്രം. ഒന്നും അറിയില്ലെന്ന് ആരോടും സമ്മതിക്കില്ല. ഒരു പുഞ്ചിരിയിൽ ഒരു ലോകംതന്നെ ഒളിപ്പിക്കും എന്നൊക്കെ പറയാറില്ലേ?

മൂന്നാമത്തെ പതിപ്പിൽ ഗ്രന്ഥകർത്താവ് മറനീക്കിവന്നു. കവിശ്രേഷ്ഠൻ സി.കെ. ഇയ്യുണ്ണി.

ചമരു ഓടിപ്പിടഞ്ഞ് പ്രസ്സിൽ കയറിവന്നു. നിർത്താതെ ചുമച്ചു.

"കൊരയ്ക്കാണ്ട് കാര്യം പറയ് നീയ്യ്." ഇയ്യുണ്ണി ആവശ്യപ്പെട്ടു.

"കൊലച്ചത്യായി ഇയ്യുണ്ണ്യാപ്ലെ." ചമരു വീണ്ടും ചുമച്ചു.

"നെനക്കെന്തെങ്കിലും തരാം ചമരോ. ഇങ്ങനെ പോട്ടെ." അതിലത്ര തെറ്റൊന്നും ഒരു ശുദ്ധകച്ചവടക്കാരനായ ഇയ്യുണ്ണി കണ്ടില്ല. കുറച്ചു തുക കൊടുത്താൽ പ്രശ്നം തീരുമെന്ന് അയാൾ കരുതി.

"കുട്ട്യോളെ കാശിനു ചോദിക്കണപോലാണ്." ചമരു വിങ്ങിപ്പൊട്ടി: "നിങ്ങക്കെതിരെ ഞാൻ കേസുപൂവ്വും."

ഭീഷണി കേട്ടപ്പോൾ ഇയ്യുണ്ണി ജ്വലിച്ചു: "കേസു കൊടുക്കേ! കരാറ് എന്റടുത്താണ്. അതില് എനിക്ക് തോന്നീതെഴുതീണ്ടാക്കും ഞാൻ.

നീ ജേലീന്ന് വന്നതല്ലേ ചമരോ. നന്നെ അവടയ്ക്കയയ്ക്കാനും എനിക്ക് വഴീണ്ട്."

ജയിലെന്നു കേട്ടതും ചമരുവിന്റെ ധൈര്യമെല്ലാം മാഞ്ഞു. അയാളുടെ കവിതയിലെയും പ്രതിസ്ഥാനത്ത് ജയിലും ഭരണകൂടവുമൊക്കെയായിരുന്നു. പടിയിറങ്ങുമ്പോൾ ചമരു ആത്മവിശ്വാസം വീണ്ടെടുത്തതുപോലെ തോന്നി. "ഒരു കവിത്യല്ലേ നിങ്ങളു കട്ടുള്ളൂ." ചമരു ചുമച്ചുകൊണ്ടു വിളിച്ചു പറഞ്ഞു: "ഞാനൊരു കവ്യാണ്. മനസ്സു കക്കാൻ നിങ്ങക്കാവ്വോ? ഇതിലും നല്ലത് ഇനീം ഞാനെഴുതും."

ശാപം നിറഞ്ഞ ആ വാക്കുകൾ കേട്ടപ്പോൾ ഇയ്യുണ്ണി ഭയന്നു. ഈ പറയുന്നത് സംഭവിക്കുമോ? ഇനിയും എഴുതി ചമരു തന്നെ തോല്പിച്ചാൽ? കൈപ്പുസ്തകത്തിന്റെ വില്പന ഏറിവരികയാണ്. അതെല്ലാം കണ്ടുകൊണ്ടാണ് ഇയ്യുണ്ണി പുതിയ അച്ചടിയന്ത്രങ്ങൾ ഏല്പിച്ചിരിക്കുന്നത്. തൃശൂരിലും എറണാകുളത്തും വില്പനശാലകൾ തുറന്നത്. എല്ലാ ശാഖകളും സാഹിത്യസംവാദങ്ങളുടെ കളരിയാണിപ്പോൾ.

"ചമരു പിന്നെ എഴുതിയോ?" ഞാൻ ചോദിച്ചു.

കൈപ്പുസ്തകത്തേക്കാൾ കൂടുതൽ ദുഃഖകരമായ കവിതകൾക്ക് ചമരു ശ്രമിച്ചു. പക്ഷേ, അതത്ര എളുപ്പമായിരുന്നില്ല. വരികളിൽ ചമരു മുടന്തി. വാക്കുകളെ വിക്കുബാധിച്ചു. നല്ലൊരു വരിയോ കെല്പുള്ള കഥയോ കിട്ടാതെ ചമരു പനിപിടിച്ചവനെപ്പോലെ വിറച്ചു. അയാൾ സ്വയം അനുകരിച്ചു. പല വരികൾപോലും കൈപ്പുസ്തകത്തിലേതായിരുന്നു."

"പിന്നെ എഴുതി. ഒന്നല്ല, രണ്ടു കവിതാപുസ്തകങ്ങൾ. 'കണ്ണീരിന്റെ കരിങ്കടൽ', 'ആലംബഹീനർക്ക് ഒരത്താണി' എന്നിങ്ങനെ. സകലതും വിറ്റ് അയാൾ അത് തൃശ്ശൂരിലെ ഒരു പ്രസ്സിൽ അച്ചടിപ്പിച്ചു. ഇയ്യുണ്ണി ആ ഗ്രന്ഥങ്ങൾ വരുത്തി വായിച്ചുകേട്ടു. പഴയതുപോലെ, ഈ രചനകളും അയാൾക്കു മനസ്സിലായില്ല.

മുഖസ്തുതിക്കാരായ മുൻഷിമാർ വിലയിരുത്തി:

"ഇതനുകരണമാണ്."

"ന്ന്വച്ചാൽ?" ഇയ്യുണ്ണി പരുങ്ങി.

"പകർപ്പ്! നമ്മടെ കവിത കോപ്പ്യടിച്ചയ്ക്ക്യല്ലേ കള്ളൻ." ഒന്നാമത്തെ മുൻഷി ഒരു വരി വായിച്ചു. കൂടെയിരുന്ന കാവ്യനിരൂപകർ അതിനു സദൃശ്യമായ ഒരു വരി കൈപ്പുസ്തകത്തിൽനിന്ന് വായിച്ച് ഉറക്കെ ചിരിച്ചു.

"ശരിക്ക് പിടിച്ചോ ചമരു ജേല്യേപ്പോവും." അവർ പറഞ്ഞു.

"അതുവരട്ടെ. വേറെന്താ വഴി?" ഇയ്യുണ്ണി ചോദിച്ചു.

മുൻഷിമാർ ആലോചിച്ചു.

“പരസ്യം കൊടുക്കണം. പറ്റിക്കപ്പെടരുത്. അനുകരണങ്ങളിൽ കുടുങ്ങരുത്. യഥാർത്ഥമായ ‘സങ്കടമോചനത്തിനുള്ള കൈപ്പുസ്തകം’ വാങ്ങി വായിക്കുക...”

പരസ്യം വന്നു. ആഴ്ചപ്പതിപ്പുകളിലും വില്പനശാലകളുടെ മുന്നിലും എല്ലാം. പ്രചാരണംമൂലം ഇയ്യുണ്ണിയുടെ ഗ്രന്ഥം കൂടുതൽ വ്യാപകമായി വിൽക്കപ്പെട്ടു. ഒരു സ്വീകരണം നടത്തണം എന്നായി സ്തുതിപാഠകർ. സ്വീകരണത്തിന് മുണ്ടശ്ശേരിയെ കൊണ്ടുവരും. ടെക്സ്റ്റ് ബുക്കാക്കണം എന്ന് കാവ്യനിരൂപകർ ആവശ്യപ്പെട്ടു. അവരുടെയും ചില പുസ്തകങ്ങൾ ഇയ്യുണ്ണി അച്ചുകൂടം പ്രസാധനം ചെയ്തു.

ചമരുവിന്റെ ശരീരത്തെ ക്ഷയവും മനസ്സിനെ സ്വന്തം സാഹിത്യവും പീഡിപ്പിച്ചുകൊണ്ടിരുന്നു. പല നിരൂപകരെയും അയാൾ കണ്ടു സങ്കടം പറഞ്ഞു. “ഒര് തെളിവൂല്യ. അതില്യാണ്ട് ഞങ്ങളെന്തു പറയും? പിന്നെ തന്റെ ഈ രണ്ടു കവിതകളും കണ്ടാ അതാരാ സമ്മതിക്ക്യ? വൃത്തം ശരിയായിട്ടില്ല. പ്രാസഭംഗീണ്ടോ? അതൂല്യ. ചമര്വോ, അസൂയപ്പെട്ടിട്ട് കാര്യല്യ, ഇയ്യുണ്ണി ഒരു പ്രതിഭാസമാണ്.”

ചമരു തോറ്റു. അയാൾക്ക് സ്വന്തമായി പിന്നെ ഒന്നും ശേഷിച്ചിരുന്നില്ല. അറ്റകൈക്ക് അയാളൊരു പ്രയോഗം നടത്തി.

ഒരു ദിവസം അച്ചുകൂടം തുറക്കാൻ ചെല്ലുമ്പോൾ മുമ്പിലെ ഉത്തരത്തിന്മേൽ തുറന്നുവെച്ച കണ്ണുകളുമായി ചമരു കിടന്നാടുന്നു. ചെറ്യൊരു കാറ്റടിച്ചാ മതി. അപ്പൂപ്പൻതാടിപോലെ ഇളകും. കഴുത്തിൽ വലിയൊരു എഴുത്ത്: “ഇത് അനുകരണമല്ല. തേലക്കര ചമരു.” ആ കണ്ണ്യേ നോക്ക്യാ അറിയാം. ചമരൂന് ഇനി ഒന്നും പറയാനില്യ.

മനസ്സിലാവാത്ത അക്ഷരങ്ങൾ നോക്കി ഇയ്യുണ്ണി കിതച്ചു. മലയാള ലിപികൾക്ക് ക്ഷുദ്രശക്തിയുണ്ടെന്ന് അയാൾക്കു തോന്നി.

ഇയ്യുണ്ണിയുടെ പണം കേസൊതുക്കിയതുകൊണ്ട് എല്ലാം രഹസ്യമായി അവസാനിച്ചു. എങ്കിലും തുറന്ന കണ്ണുകളുമായി ചമരു തന്നെ പിന്തുടരുന്നുണ്ടെന്ന് അയാൾക്കു തോന്നി. രാത്രികളിൽ ചമരുവിന്റെ ചുമകൾ അയാളുടെ ഉറക്കത്തെ പിഴുതെറിഞ്ഞു. അയാൾക്ക് പേടിയായി. സങ്കടമോചനത്തിനുള്ള കൈപ്പുസ്തകം പിന്നെ അച്ചടിക്കാതായി. ഉള്ളവ തന്നെ പിൻവലിക്കപ്പെട്ടു.

കാലക്രമേണ അത്തരം പ്രണയകാവ്യങ്ങൾ ഇല്ലാതായി. ഭാഷ മറ്റൊരു വഴി കണ്ടെത്തി അതിന്റെ യാത്ര തുടർന്നു.

അച്ചുകൂടത്തിന്റെ ചുമതല ഇയ്യുണ്ണി മക്കളെ ഏല്പിച്ചു. അയാൾ രോഗബാധിതനായിക്കഴിഞ്ഞിരുന്നു. ഒടുവിൽ, സാഹിത്യ അക്കാദമിയിലെ ഒരു ഛായാചിത്രമായി അയാൾ അവസാനിച്ചു. സാഹിത്യ നിരൂപകരും മലയാളം മുൻഷിമാരും പിന്നെ അയാളെ ഓർമ്മിച്ചതേയില്ല.

പാപ്പു പറഞ്ഞുനിർത്തി. “ഇയ്യുണ്ണീടെ പേർള്ള ഒരു പുസ്തകം ഇവിടെ കാണും. അതോർക്കുമ്പോഴെല്ലാം എനിക്കു കുറ്റബോധാണ്. എന്റെ ഒരു

പിഴവാണ് എല്ലാത്തിനും കാരണമെന്നും തോന്നും. അടുത്തദിവസം വരൂ. ഞാനതു തെരഞ്ഞുവെക്കാം."

പക്ഷേ, പിന്നെ ഞാൻ അവിടെ പോയതേയില്ല. ഇയ്യുണ്ണിയുടെ പേരച്ചടിച്ച ആ വ്യാജഗ്രന്ഥം കാണണമെന്ന ആഗ്രഹം എനിക്കില്ലായിരുന്നു.

പിന്നീട്, പഴയ ആഴ്ചപ്പതിപ്പുകളിലൂടെ കടന്നുപോകുമ്പോഴെല്ലാം ഒരു കാര്യം ഞാനോർമ്മിച്ചു. ചില എഴുത്തുകാർ, പുസ്തകങ്ങൾ, ഒരു പക്ഷേ, സാഹിത്യശാഖകൾപോലും ഭാഷയിൽനിന്നും തിരോധാനം ചെയ്യുന്നുണ്ട്. ഒരു വ്യക്തി മരിക്കുമ്പോൾ, പ്രായശ്ചിത്തമെന്നോണം തങ്ങളുടെ പരിമിതമായ ഭാഷയിൽനിന്നും ഒരു വാക്കുവീതം ഉപേക്ഷിക്കുന്ന ഒരാദിമ ഗോത്രത്തെക്കുറിച്ച് പണ്ടൊരിക്കൽ ഞാനൊരു നോവലിൽ വായിച്ചിരുന്നു. നോവലുകൾ അങ്ങനെയാണ് - എല്ലാം കാലേക്കൂട്ടി പ്രവചിക്കും. ജീവിതം അവയുടെ ഛായമാത്രമാണെന്നു തോന്നാറുണ്ട്.

–എന്റെ ഭാഷയിൽ, തേലക്കര ചമരുവിനുവേണ്ടി ഉപേക്ഷിക്കപ്പെടേണ്ട വാക്ക് ഏതാണ്?

■

മൂന്ന് അന്ധന്മാർ ആനയെ വിവരിക്കുന്നു

ഒരു വിദേശപത്രത്തിൽ കുറച്ചുകാലം ജോലി ചെയ്തിട്ടുള്ള കുരുവിള എന്നൊരാൾ ഞങ്ങൾക്ക് ഇടയ്ക്കെല്ലാം ജേർണലിസം ക്ലാസ്സെടുക്കാൻ വരും. ഇന്ത്യയോടും വിശേഷിച്ച് ഇവിടത്തെ മാധ്യമപ്രവർത്തനത്തോടു മെല്ലാം അദ്ദേഹത്തിനു പുച്ഛമായിരുന്നു. ഇടയ്ക്കിടെ, ഞങ്ങളെ പ്രകോപിപ്പിക്കാനെന്നോണം ഓരോ പുതിയ പദ്ധതികൾ അദ്ദേഹം തയ്യാറാക്കും. തികച്ചും പുതുമയുള്ള ഒരു വിഷയത്തെക്കുറിച്ചുള്ള റിപ്പോർട്ട്, അശ്ലീലം കലരാത്ത ഒരു സ്കൂപ്പ്, ഭാവനയിൽ ഒരഭിമുഖം, ഒരേ പ്രശ്നത്തെക്കുറിച്ചുതന്നെ വ്യത്യസ്തമായ രണ്ടു മുഖപ്രസംഗങ്ങൾ- ഇങ്ങനെയെന്തെങ്കിലുമൊക്കെയായിരുന്നു ആ പദ്ധതികൾ. ഉത്തരങ്ങൾ എന്തുതന്നെയാണെങ്കിലും കുരുവിളസ്സാറിനു പരിഹസിക്കാൻ അവയിലെന്തെങ്കിലും കാണും. അതുകൊണ്ടുതന്നെ, കുരുവിളയെ നിലംപരിശാക്കാൻ പോന്ന ഒരു സംഗതിക്കായി ഞങ്ങളിൽ ചിലർ അന്വേഷിച്ചുകൊണ്ടിരുന്നു.

താരതമ്യേന വാടക കുറഞ്ഞ പഴയൊരു ലോഡ്ജിലായിരുന്നു ഞാൻ താമസിച്ചിരുന്നത്. അവിടെ വിദ്യാർത്ഥിയായി ഞാൻ മാത്രമേ ഉണ്ടായിരുന്നുള്ളൂ. ബാക്കിയുള്ളവരെല്ലാം ഒന്നുകിൽ അടുത്തുതന്നെ സ്ഥലമാറ്റം പ്രതീക്ഷിച്ചു കഴിയുന്ന മധ്യവയസ്കരായ സർക്കാർ ജീവനക്കാരോ, അല്ലെങ്കിൽ ചെറിയ കച്ചവടക്കാരോ ആയിരുന്നു. ലോഡ്ജ് എന്നു വച്ചാൽ രണ്ടു നിലയുള്ള, പരസ്പരം അഭിമുഖമായി നിൽക്കുന്ന രണ്ടു കെട്ടിടങ്ങളാണ്. ഈ രണ്ടു കെട്ടിടങ്ങളും തമ്മിൽ ചെറിയൊരു അകലമേയുള്ളൂ. മാത്രമല്ല, മുകളിലെ നിലകൾ തമ്മിൽ വീതികൂടിയ ഒരു സിമന്റു പാലംകൊണ്ട് ബന്ധവുമുണ്ടായിരുന്നു. മുകളിലേക്ക് കയറുന്നത് ഒരു പഴയ മരക്കോണി വഴിയാണ്. വളരെ സൂക്ഷിച്ചുവേണം അതിലൂടെ കയറാനും ഇറങ്ങാനും. കൈവരിയിലെ പലകകൾ അപ്പോഴെല്ലാം ഇളകുന്ന ശബ്ദം കേൾക്കാം.

എന്റെ മുറിയുടെ നേരെ എതിർഭാഗത്ത് മൂന്ന് അന്ധന്മാർ താമസിക്കുന്ന കാര്യം എനിക്കറിയാമായിരുന്നു. പക്ഷേ, അവരെ ശ്രദ്ധിക്കാനോ

പരിചയപ്പെടാനോ ഞാൻ ശ്രമിച്ചിരുന്നില്ല. അപൂർവ്വം ചിലപ്പോൾ നഗരത്തിന്റെ ഏതെങ്കിലും കോണിൽ വച്ച് അവരിലാരെയൊക്കെയോ കാണാറുണ്ട്-അത്രമാത്രം. അന്ധന്മാർ എന്നതൊഴിച്ചാൽ മറ്റുള്ളവരിൽ നിന്ന് വ്യത്യസ്തമായ ഒന്നും ഞാനവരിൽ കണ്ടിരുന്നില്ല എന്നതാണ് ശരി.

പക്ഷേ, ആ ശനിയാഴ്ച വെറുതെ മടിപിടിച്ച് റൂമിൽ ചടഞ്ഞുകൂടിയിരിക്കുമ്പോൾ ഞാനവരെ കാര്യമായി ശ്രദ്ധിച്ചു. അവർ പുറത്തുപോവുകയായിരുന്നു. മൂന്നുപേരും മുറിയുടെ പുറത്തിറങ്ങിയശേഷം, ഒരാൾ വാതിൽ അടച്ച് ഓടാമ്പലിട്ട് പൂട്ടി. വളരെ ശ്രദ്ധയോടെയാണ് അയാൾ താക്കോലെടുത്തതും താഴിന്റെ ദ്വാരത്തിൽ വച്ചതുമെല്ലാം. അതിനുശേഷം മൂന്നുപേരും വരിവരിയായി വരാന്തയിലൂടെ കുറച്ചു നടന്ന്, കെട്ടിടങ്ങളെ ഇണക്കുന്ന സിമന്റുപാലം കടന്ന് അപ്പുറത്തെ കോണിയുടെ അടുത്തെത്തി. പിന്നെ ഒന്നു തിരിഞ്ഞശേഷം അതുവരെ ഉപയോഗിക്കാതെ പിടിച്ചിരുന്ന വടികളെടുത്ത് കോണിയുടെ മരപ്പടിമേൽ മൃദുവായി മുട്ടി: എന്തോ ഉറപ്പു വരുത്തുന്നതുപോലെ. തുടർന്ന് കൈവരികൾ ഇളകുന്ന ശബ്ദം കുറച്ചുനേരത്തേക്കു കേൾക്കാമായിരുന്നു.

എനിക്കദ്ഭുതം തോന്നി. ഈ മൂന്നു കുരുടന്മാർ ഒരുമിച്ച് തുണയാരുമില്ലാതെ ഒരു രണ്ടാം നിലയിൽ പാർക്കുക. ഇവരാരൊക്കെയാണ്? എങ്ങനെയാണ് മൂന്നുപേരും ഒന്നിച്ചത്? ഭേദപ്പെട്ട വസ്ത്രധാരണവും ഒരു ലോഡ്ജിലെ അന്തേവാസവുമൊക്കെ കാണുമ്പോൾ, അന്ധന്മാർക്കായി സാധാരണ നാം ചാർത്തിക്കൊടുക്കാറുള്ള ഭിക്ഷാടകരുടെയും മറ്റും പ്രതിഛായ എന്നിൽ നിന്നും മാഞ്ഞുപോയി. ഒരു കൗതുകം, പരിചയമുള്ള അന്ധന്മാരെക്കുറിച്ച് ഓർക്കാൻ എന്നെ പ്രേരിപ്പിച്ചിരിക്കണം. ഓർത്തുനോക്കുമ്പോൾ, ഓന്നോ രണ്ടോ യാചകരെ ഒഴിച്ചാൽ കാഴ്ചശേഷിയില്ലാത്തവരെയൊന്നും എനിക്കത്ര അറിയുമായിരുന്നില്ല. പിന്നെ പരിചയമുള്ളത് സിനിമയിലെ കലാഭവൻ മണിയുടെ അന്ധവേഷമാണ്.

ഞാൻ എഴുന്നേറ്റ് ഇടനാഴിയുടെ ഒരറ്റംവരെ ചെന്ന് ആ മൂന്നുപേരും എവിടെയാണെന്നു നോക്കി. അവർ തിരക്കു കുറഞ്ഞ റോഡ് മുറിച്ചു കടന്ന് മറുവശത്തെത്തിയിരിക്കുന്നു. കുറച്ചുകഴിഞ്ഞപ്പോൾ വന്ന ഒരു ബസ്സിൽ രണ്ടുപേർ കയറിപ്പോയി. മൂന്നാമൻ തന്റെ വടികൊണ്ട് ഒന്നു രണ്ടിടങ്ങളിൽ തട്ടി പരിശോധിച്ചശേഷം ഓരം ചേർന്ന്, ബസ്സ് പോയതിന്റെ എതിർദിശയിലേക്കു നടന്നു. അയാൾ കാഴ്ചയിൽനിന്ന് മറയുന്നതുവരെ ഞാൻ അവിടെത്തന്നെ നിന്നു. അധികമാളുകളൊന്നും ആ ബസ്സ്സ്റ്റോപ്പിൽ ഉണ്ടായിരുന്നില്ല. ഉള്ളവർതന്നെ, ഒരു സ്വാഭാവികദൃശ്യമെന്ന നിലയിൽ ഇതെല്ലാം അവഗണിക്കുന്നതായി തോന്നി.

മുറിയിൽ ചെന്നിരുന്നപ്പോൾ കുരുവിളസാറും അദ്ദേഹത്തിന്റെ പൊങ്ങച്ചം നിറഞ്ഞ ക്ലാസുകളും എനിക്കോർമ്മ വന്നു. എന്തുകൊണ്ട് ഈ അന്ധന്മാരെ തന്നെ ഒരു വിഷയമാക്കിക്കൂടാ? മൂന്നു കുരുടന്മാരുടെ

ജീവിതം. അവരുടെ തൊഴിൽ, താമസം, ഭക്ഷണം, സംഭാഷണങ്ങൾ. പിന്നെയാലോചിച്ചപ്പോൾ കുരുവിളയ്ക്കു പരിഹസിക്കാൻ വെറുതെ നിന്നുകൊടുക്കലാവുമെന്ന സംശയമായി. അപ്പോഴാണ് എക്കാലവും നാം കേൾക്കാറുള്ള ആ പഴമൊഴി എന്റെ മനസ്സിലേക്കു വന്നത്. കുരുടന്മാർ ആനയെക്കണ്ടപോലെ. പഴമൊഴിയല്ല-യഥാർത്ഥത്തിൽ ഒരു പരാതിയാണത്. കുരുടന്മാർക്ക് ഒരാനയെ സമഗ്രമായി വിലയിരുത്താനാവില്ലത്രേ. ഇതുതന്നെ പറ്റിയ വിഷയമെന്ന് എനിക്കു തോന്നി. ആനയെക്കുറിച്ച് അയൽപക്കത്തെ അന്ധന്മാരുടെ സങ്കല്പം എന്താണ്? പഴമൊഴി അവരും കേട്ടുകാണും. അതുകൊണ്ട്, അങ്ങനെയൊരാശയം അവിടെച്ചെന്ന് പറയുകയാണെങ്കിൽ, വെറുതെ പരിഹസിക്കുകയാണെന്ന് അവർക്കു തോന്നാനിടയുണ്ട്. വളരെ സൂക്ഷിച്ചുവേണം ഇത് അവതരിപ്പിക്കാൻതന്നെ.

അന്ന് ഏതാണ്ട് നാലുമണിവരെ ഞാനവിടെത്തന്നെ മടിപിടിച്ച് ഇരുന്നു. ഉച്ചഭക്ഷണംപോലും ഒഴിവാക്കിക്കൊണ്ട്. പിന്നെ കുളിച്ച് പുറത്തിറങ്ങി നഗരത്തിൽ അലക്ഷ്യമായി അലയാൻ തുടങ്ങി. അന്ന് ഒരു ക്രിക്കറ്റ് മത്സരമുണ്ടെന്നു തോന്നുന്നു. ടെലിവിഷൻ കടകൾക്കു മുന്നിലെല്ലാം ആൾക്കൂട്ടം. ഒരു ടിവി കടയുടെ മുന്നിൽ വച്ച് - അപ്പോഴേക്കും ജനക്കൂട്ടം പിരിഞ്ഞു തുടങ്ങി - മൂന്ന് അന്ധന്മാരും ആളുകൾക്കിടയിൽ പെട്ട് നിൽക്കുന്നതു കണ്ടപ്പോഴാണ് ആ അഭിമുഖം ഒരുക്കുന്നതിനെക്കുറിച്ച് ഞാൻ വീണ്ടുമോർത്തത്. എന്നാലും ഇവർ എങ്ങനെയാണ് ഈ ക്രിക്കറ്റ് ഭ്രാന്തന്മാർക്കിടയിൽപ്പെട്ടത്? ഞാൻ കുറച്ചു മാറിനിന്ന് ശ്രദ്ധിച്ചു. അവർ പരസ്പരം എന്തോ പറഞ്ഞുകൊണ്ട് അടുത്ത ബസ്സ്സ്റ്റോപ്പിലേക്ക് പതുക്കെ നടന്നുപോകുന്നതുവരെ ഞാൻ അവിടെത്തന്നെ നിന്നു. അപ്പോൾ ആറുമണി കഴിഞ്ഞിരുന്നു.

ഏഴര മണിയോടെ ഞാൻ ലോഡ്ജിൽ മടങ്ങിയെത്തി. എന്റെ മുറിയിൽ പോകാതെ വരാന്തയിൽനിന്നും തിരിഞ്ഞ് ഞാൻ ആ മൂന്നുപേരും താമസിക്കുന്ന മുറിയുടെ മുന്നിലെത്തി. വാതിൽ അടച്ചിരുന്നു. അകത്തെ സംഭാഷണങ്ങൾ അവ്യക്തമായി കേൾക്കാം. ഞാൻ പതുക്കെ മുട്ടി.

“അടച്ചിട്ടില്ല. തുറന്നു വന്നോളൂ.” അകത്തുനിന്നും ഒരാൾ പറഞ്ഞു.

ഞാൻ വാതിൽ തുറന്നു. മൂന്നുപേരും താഴെ ഒരു പുൽപായിൽ ഇരിക്കുകയാണ്. സാധാരണ ആളുകൾ അങ്ങനെയിരിക്കുന്നതിനേക്കാൾ കൂടുതൽ അടുത്താണ് അവർ ഇരുന്നിരുന്നത്. ആ മുറിയിൽ നല്ല വെളിച്ചമുണ്ടായിരുന്നു. നഗരത്തിലെ കുറഞ്ഞ വേൾട്ടേജിനെ അതിജീവിക്കാനെന്നോണം മുറിയിൽ കൂടുതൽ ശക്തിയുള്ള ബൾബാണ് ഇട്ടിരിക്കുന്നത്. കണ്ണു കാണാത്ത ഈ മൂന്നുപേരും അത്രയും കൂടിയ വെളിച്ചത്തിലിരിക്കുന്നതിന്റെ അസ്വാഭാവികത എന്നെ കുറച്ച് അദ്ഭുതപ്പെടുത്താതിരുന്നില്ല.

അതു മാത്രമല്ല; ആ മുറിയിലെ അടുക്കും ചിട്ടയും ആരെയും ആകർഷിക്കുമായിരുന്നു. മൂന്നു പേരുടേയും ഊന്നുവടികൾപോലും ഒരുമിച്ച്, ഒരു മൂലയിൽ എത്ര ഭംഗിയായയാണ് ചാരിവച്ചിരിക്കുന്നത്. ഫർണീച്ചർ എന്നു പറയാനായി ഒരു മേശയും കസേരയും മാത്രമേ അവിടെയുണ്ടായിരുന്നുള്ളൂ. ഒരു കട്ടിൽപോലും ഇല്ല. ചെറിയൊരു മൂളലോടെ ഒരു പങ്ക കറങ്ങുന്നുണ്ടെന്നതൊഴിച്ചാൽ ശാന്തമായിരുന്നു അന്തരീക്ഷം. മേശയുടെ മുകളിൽ ഒന്നുരണ്ടു സഞ്ചികളും അത്ര പുതിയതല്ലാത്ത ഒരു ഹാർമോണിയവും ഇരിപ്പുണ്ട്.

"ഹലോ." ഒരു അന്ധൻ എന്നെ അഭിവാദ്യം ചെയ്തു.

"അവിടെയിരിക്കാം." മറ്റൊരാൾ കസേരയുടെ ദിശയിലേക്കു വിരൽ ചൂണ്ടി.

"ഞാൻ ദാ, അടുത്ത മുറിയിൽ..." കസേരിയിലിരുന്നുകൊണ്ട് ഞാൻ പരിചയപ്പെടുത്താൻ ശ്രമിച്ചു.

"ഞങ്ങൾക്കറിയാം." മൂവരും ഒരുമിച്ചു പറഞ്ഞു: "നിങ്ങൾ വരുന്നത് ഞങ്ങൾ ശ്രദ്ധിച്ചു."

"അതെങ്ങനെ? നമ്മൾ മുമ്പ് കണ്ടിട്ടില്ലല്ലോ?" അങ്ങനെ ചോദിച്ചെങ്കിലും 'കാണുക' എന്ന പ്രയോഗത്തിന്റെ പൊരുൾ അവരെങ്ങനെ മനസ്സിലാക്കാനാണെന്ന് ഞാൻ സംശയിച്ചു.

"കോണി കേറണ ശബ്ദം കേട്ടാലറിയാം." ഒരാൾ പറഞ്ഞു.

"ഇവിടെ പഠിക്ക്യാണല്ലേ?"

–അപ്പോൾ അവർക്ക് എന്നെ അറിയാം.

"ഞങ്ങൾ ഇന്നത്തെ കള്ള്യേപ്പറ്റി പറയ്വാർന്നു," അയാൾ തുടർന്നു: "ദേ, ഇവൻ ഭയങ്കര ക്രിക്കറ്റ് പ്രാന്തനാണ്. ഇന്ത്യ ജയിക്കുംന്ന് പറഞ്ഞ് വാതുവച്ചതാ. ഞങ്ങളായതോണ്ട് പൈസ വേണ്ടാന്ന് പറഞ്ഞൂന്നു മാത്രം."

"ആ ഒരൊറ്റ റണ്ണൗട്ടാണ്. അല്ലേൽ കാണാർന്നു."

മറ്റു രണ്ടന്ധന്മാരും പുഞ്ചിരിക്കുക മാത്രം ചെയ്തു.

"ഇപ്പോ എനിക്കത്രയൊരു താൽപര്യം ഇല്യ." ക്രിക്കറ്റ് ആരാധകൻ എന്റെ നേർക്കു തിരിഞ്ഞു. അയാളുടെ കൺപോളകൾ എപ്പോഴും അടഞ്ഞുകിടന്നു. ഇടയ്ക്കെല്ലാം അവ മെല്ലെ ഇളകുന്നതു കാണാം. അയാൾ തുടർന്നു: "ഗാവസ്കർ റിട്ടയർ ചെയ്തതോടെ ഞാനും പിരിഞ്ഞു."

"അതെന്തേ?" ഞാൻ വെറുതെ ചോദിച്ചു.

"മറ്റോരെല്ലാം ഒരു വഹ," അയാൾ അറിയിച്ചു: "ഒന്നു പിടിച്ചു നിൽക്കാൻ വേറാരുണ്ട്?"

ഞങ്ങൾ കുറച്ചുനേരം നിശ്ശബ്ദരായി, പിന്നെ എന്റെ സാന്നിധ്യം അറിയിക്കാനായി ഞാൻ ഒന്നു ചുമച്ചു.

“ഗാവസ്കർ പതിനായിരം റൺസ് തികച്ച ദിവസം എനിക്കിപ്പോഴും നല്ല ഓർമ്മയുണ്ട്,” അയാൾ തുടർന്നു: “അതൊരു ‘ലേറ്റ് കട്ടാ’യിരുന്നു. രണ്ട് റൺസ്.”

“ഓ ഇതൊക്കെ വല്യ ഓർമ്മ്യാണ്.” ഒരാൾ പരിഹസിച്ചു: “പണ്ടൊക്കെ കൃത്യമായിട്ട് കമന്ററിയുണ്ടാകും, ടി.വി. വന്നതോടെ അതാർക്കും വേണ്ടാണ്ടായി.” ക്രിക്കറ്റിന്റെ ആരാധകൻ നിരാശയോടെ പറഞ്ഞു.

“നമ്മക്കൊരു ടീവി വാങ്ങിക്കണം.” അതുവരെ മിണ്ടാതിരുന്ന അന്ധൻ ആവശ്യപ്പെട്ടു.

“എന്തിനാ? ഈ പ്രാന്തൻ കളി ഇവ്ടേം വേണോ?” മറ്റേയാൾ ഒരു ചെറിയ ചിരിയോടെ എന്നോടു പറഞ്ഞു: “ക്ഷമിക്കണം ട്ടോ. ഇവന്റെ കാര്യം കഷ്ടാ. ക്രിക്കറ്റ് പറഞ്ഞു തൊടങ്ങ്യാ നിർത്തില്യ.”

“സാരല്യ, ഞാൻ വെറുതെ വന്നതാണ്. ഒന്നു പരിചയപ്പെടാൻ.”

“വളരെ നന്നായി. ഞങ്ങളത് വിട്ടുപോയതാ.” ക്രിക്കറ്റ് ആരാധകൻ എന്റെ നേർക്കു കൈ നീട്ടിക്കൊണ്ടു പറഞ്ഞു: “എന്റെ പേര് ശേഖർ. ഞാനൊരു ടെലഫോൺ ഓപ്പറേറ്ററാണ്.” എന്റെ കൈ പിടിച്ചു കുലുക്കിക്കൊണ്ട് അയാൾ താൻ ജോലി ചെയ്യുന്ന സ്ഥാപനത്തിന്റെ പേരു പറഞ്ഞു. ഒരന്ധന്റെ കൈ പിടിച്ചുകുലുക്കുന്നത് ആദ്യമായിട്ടാണെന്ന് ഞാനോർത്തു.

“ഞാനൊരു മ്യൂസിക് ടീച്ചറാ,” തൊട്ടടുത്തിരുന്നയാൾ അറിയിച്ചു: “നാലഞ്ച് വീടുകളിൽ ട്യൂഷനുണ്ട്.”

“എന്താ പേര്?”

“രഘുരാമൻ. ആ ഹർമ്മോണിയം എന്റെയാണ്.” അയാൾ എഴുന്നേറ്റ് ഹാർമ്മോണിയം തപ്പിയെടുത്ത് തിരിച്ച് പുൽപ്പായിൽ വന്നിരുന്ന് വെറുതെ വിരലുകളോടിച്ചു. അയാളുടെ കണ്ണുകളിലെ പളുങ്കുമണികൾ ചലിക്കുന്നുണ്ടായിരുന്നു.

ഞാനും സ്വയം പരിചയപ്പെടുത്തി.

“എന്റെ പേര് ചന്ദ്രൻ,” മൂന്നാമൻ പറഞ്ഞു. “എനിക്കത്ര വല്യ ജോലിയൊന്നുമില്ല. പഠിപ്പും കുറവാണെന്നു വച്ചോളൂ,” അയാളുടെ ശബ്ദത്തിൽ ഒരല്പം നിരാശ കലർന്നിരുന്നു: “ഇപ്പോ ഒരു ടൂറിസ്റ്റ് ഗൈഡാണ്.”

“ഗൈഡോ?” എനിക്കു ചോദിക്കാതിരിക്കാൻ കഴിഞ്ഞില്ല. ആ ചോദ്യത്തിലെ ആശ്ചര്യം, പക്ഷേ അയാളെ ബാധിച്ചില്ലെന്നു തോന്നി.

“എന്നുവച്ച് ചുറ്റിയടിക്കുന്ന ഗൈഡൊന്നുമല്ല.”“അയാൾ വിശദീകരിച്ചു. കുറച്ചുവഴി അകലെയുള്ള പുരാതനമായൊരു ക്ഷേത്രം സഞ്ചാരികളെ നടന്നു കാണിക്കലാണ് അയാളുടെ പണി.

ഗംഭീരമായ ശില്പങ്ങൾക്ക് പ്രസിദ്ധമാണ് ആ ക്ഷേത്രം. സ്വയം കാണാൻ കഴിയാത്ത ഇയാൾ മറ്റുള്ളവരെ അതൊക്കെ കാണിക്കുന്നു.

അത്രയും നേരംകൊണ്ട് ഞങ്ങൾ തമ്മിൽ ഒരടുപ്പമുണ്ടായി എന്നു തോന്നിയപ്പോൾ, ആവുന്നത്ര വിനയത്തോടെ, ഏതോ പ്രധാനപ്പെട്ട ഒരു കാര്യം എന്ന നിലയിൽ ഞാൻ എന്റെ വിഷയം അവതരിപ്പിച്ചു. അവർ ദേഷ്യപ്പെടുമോയെന്ന ഭീതി അപ്പോഴും എനിക്കുണ്ടായിരുന്നു...

പക്ഷേ, അവർ മൂന്നുപേരും വിഷയത്തെ തികച്ചും ഗൗരവത്തോടെയാണ് സ്വീകരിച്ചത്. കേട്ടുപഴകിയതെങ്കിലും കുരുടന്മാർ ആനയെ ക്കണ്ടതിലെ സങ്കുചിതത്വത്തെക്കുറിച്ചുള്ള പരാതി അവരെ ബാധിച്ചതേയില്ല. ഒന്നാലോചിച്ചാൽ, അത്തരം കുറ്റപ്പെടുത്തലുകൾക്കപ്പുറത്ത്, ആ വിഷയത്തിന്റെ യഥാർത്ഥസത്ത മാത്രമാണ് അവരാലോചിക്കുന്നതെന്നു തോന്നും.

ക്രിക്കറ്റിനെക്കുറിച്ചു പറയുമ്പോഴുണ്ടായിരുന്ന പ്രസന്നഭാവം ഉപേക്ഷിച്ചുകൊണ്ട് ശേഖർ ഓർമ്മിച്ചു:

"വളരെക്കാലം മുമ്പാണ്, ഞാൻ കുട്ടിയായിരുന്നപ്പോൾ ഞങ്ങളുടേത് ഒരു വലിയ കുടുംബമായിരുന്നു. ഒരുപാടാളുകൾ. നാട്ടിൽ ഏഴു ദിവസം നീളുന്ന ഉത്സവക്കാലത്ത്, പിന്നെയും ആളുകൾ വന്നുചേരും. രാപകലില്ലാതെ, കുറേപ്പേർ ഉത്സവപ്പറമ്പിലേക്കും തിരിച്ചും ഇങ്ങനെ സഞ്ചരിച്ചുകൊണ്ടിരിക്കും."

"എന്നെ സംബന്ധിച്ചാണെങ്കിൽ ഈന്തപ്പഴത്തിന്റെ മണമായിരുന്നു ഉത്സവത്തെക്കുറിച്ചുള്ള ഒരോർമ്മ. ഉത്സവപ്പറമ്പിലേക്ക് ആരും എന്നെ കൊണ്ടുപോകാറില്ല. പോയാൽത്തന്നെ കുറേ ദൂരത്തുനിർത്തി വാദ്യങ്ങൾ കേൾപ്പിച്ച് മടക്കികൊണ്ടുപോരും. ഒരു തവണ, മുതിർന്ന കുട്ടികളിലൊരുത്തൻ എന്നെ ശരിക്കും ഉത്സവപ്പറമ്പിലേക്ക് കൊണ്ടുപോയി. ദൂരെ നഗരത്തിൽ താമസിച്ചു പഠിച്ചിരുന്ന ഒരു ബന്ധുവായിരുന്നു അയാൾ.

ഞങ്ങൾ നടന്നു പോകുന്ന വഴിയിലവിടെയും തിരിച്ചുവരുന്ന ആളുകളുടെ വല്ലാത്ത ബഹളമാണ്. കുറെപ്പേർ ഉറക്കെച്ചിരിച്ചുകൊണ്ട് കടന്നുപോകുന്നു. കുട്ടികളായിരിക്കണം, കരയുകയും അലോസരപ്പെടുത്തുന്ന വിധത്തിൽ പീപ്പികൾ വിളിക്കുകയും ചെയ്യുന്നു. ഐസ്ക്രീം കൊണ്ടുപോകുന്ന സൈക്കിളുകളിൽനിന്നും ഹോണുകളുടെ മുഴക്കം. ഉത്സവപ്പറമ്പ് അടുത്തുവരുന്തോറും തിരക്കും ഏറിവന്നു. കൂടെയുള്ളവന്റെ കൈയിൽ മുറുകെപ്പിടിച്ചുകൊണ്ടാണ് ഞാൻ നടന്നിരുന്നത്.

അങ്ങനെ, ആദ്യമായി എത്രയും അടുത്തുനിന്നും വാദ്യങ്ങൾ കേൾക്കാൻ തുടങ്ങി. ഉന്നതമായൊരു കലാശത്തിൽ ചെണ്ടകൾ ഭ്രാന്തൻ പാറ്റകളെപ്പോലെ മുരണ്ടുകൊണ്ടിരുന്നു. എല്ലാവരും വളരെ അടുത്ത് മുട്ടിമുട്ടിയാണ് ആ തിരക്കിൽ നിന്നിരുന്നത്. ഒരാളുടെ വിയർപ്പിന്റെ ഗന്ധം തൊട്ടുനിന്നവന് ശ്വസിച്ചറിയാമായിരുന്നു.

ഇ. സന്തോഷ്കുമാർ

"പെട്ടെന്ന്..." അത്രയും പറഞ്ഞപ്പോൾ ശേഖരന്റെ മുഖം വലിഞ്ഞു മുറുകി. അയാളെ എന്തെന്നില്ലാത്ത ഒരു ഭീതി പിടികൂടി. വെള്ളനിറമുള്ള ആ കൃഷ്ണമണികൾ ദ്രുതവേഗത്തിൽ ചലിച്ചിരുന്നു. മുറിയിലിപ്പോൾ മറ്റാരുമില്ലെന്നു തോന്നിപ്പിക്കുന്ന ഒരേകാന്തത അയാളെ ആവേശിച്ചതു പോലെ.

"പെട്ടെന്നാണ് കൂട്ടുകാരേ, ഇളക്കമില്ലെന്നു തോന്നിച്ച എന്റെ ചുറ്റുപാടുകൾ ചലിക്കുന്നതായി തോന്നിയത്. അതെത്ര വേഗത്തിലായിരുന്നു! ചുറ്റുപാടും കന്മതിൽപോലെ നിന്ന ആളുകൾ ഏമ്പാടും ചിതറി. ആന മദിച്ചുവെന്ന് ആരോ പറഞ്ഞു. തിക്കിലും തിരക്കിലും പെട്ട് ഞാൻ വീണു. വീണു കിടന്ന എന്റെ മേലിലൂടെ കുറേപ്പേർ ചാടിയും തട്ടിയും കടന്നു പോയി. എന്റെ ബന്ധുവിന്റെ കൈയിൽനിന്നും ഞാൻ വിട്ടുപോയിരുന്നു. ആ മണ്ണിൽനിന്നും എഴുന്നേൽക്കാൻ ഞാൻ കുറെനേരം ശ്രമിച്ചു കൊണ്ടിരുന്നു. അപ്പോഴെല്ലാം ആളുകളുടെ ഭ്രാന്തമായ ഓട്ടത്തിൽ ഞാൻ തടഞ്ഞുവീണു. ദേഹമാസകലം നീറുന്നുണ്ടായിരുന്നു. കുറച്ചുനേരം കഴിഞ്ഞപ്പോഴേക്കും ആ പറമ്പിൽ ഞാനൊഴിച്ചു മറ്റാരുമില്ലെന്നു തോന്നിക്കും വിധം നിശ്ശബ്ദതയും ശൂന്യതയും അനുഭവപ്പെട്ടു. ഞാൻ എഴുന്നേറ്റിരുന്നു. അതിനപ്പുറം എനിക്കൊന്നും ചെയ്യാനാവുമായിരുന്നില്ല. എവിടേക്കാണ് നീങ്ങേണ്ടതെന്നറിയാതെ ഞാൻ കരഞ്ഞു."

അയാളുടെ നിസ്സഹായവസ്ഥയിലേക്ക് ഞങ്ങളും പറിച്ചു നടപ്പെട്ടിരിക്കുകയാണെന്നു തോന്നി, ഒറ്റപ്പെട്ടു വീണു കിടക്കുന്നത് അയാൾ മാത്രമാണെന്നതു ഞങ്ങൾ മറന്നു കാണണം.

"അപ്പോഴാണ് ഭൂമി കുലുങ്ങുന്ന ശബ്ദം. അതടുത്തുവരികയാണ്. അധികം വേഗത്തിലല്ല. എങ്കിലും ഓരോ കാൽവയ്പിനും ഭയാനകമായ ഒരൊച്ചയുണ്ടായിരുന്നു. പതുക്കെപ്പതുക്കെ അതടുത്തുവന്നു. കൂട്ടുകാരേ, നിങ്ങൾ വിശ്വസിക്കുമോ, ആ ഒച്ച എന്റെയരികിലൂടെ - അതോ മുകളിലൂടെത്തന്നെയോ? - കടന്നുപോയി." പിന്നെ അയാൾ ആവുന്നത്ര ശബ്ദത്തിൽ ആ ചലനത്തെ അനുകരിക്കാൻ ശ്രമിച്ചു. അയാളുടെ അടഞ്ഞ കൺപോളകൾ അതിന്റെ ശക്തിയിൽ വിറച്ചുകൊണ്ടിരുന്നു.

പിന്നെ അയാൾ കുറച്ചുനേരം മിണ്ടാതിരുന്നു. ഏവരും ഒരു ഭീതിയുടെ വലയിലകപ്പെട്ടതുപോലെയുണ്ടായിരുന്നു.

"പിന്നീടൊരിക്കലും ഞാൻ ഉത്സവങ്ങൾക്കുപോയിട്ടില്ല. ആന എന്ന് ഈ സുഹൃത്ത് സൂചിപ്പിച്ചപ്പോൾ ഭൂമികുലുങ്ങുന്ന ആ ഒച്ച ഞാൻ വീണ്ടും കേട്ടു. എന്നെ സംബന്ധിച്ച് ആന അത്രയും വലിയൊരു ചലനമാണ് ചങ്ങാതീ. ഒറ്റയ്ക്കൊറ്റയ്ക്ക് അതിനു നിലനില്പില്ല. സംഭവങ്ങളുടെ ഒരു പരമ്പരയാണത്. പൊടുന്നനെ നിലച്ച വാദ്യങ്ങൾ, വീഴ്ച, ഓടിമാറുന്നവർ, പേടിപ്പിക്കുന്ന നിശ്ശബ്ദതയ്ക്കു മേൽ ആ ഒച്ചകൾ... ആരോരുമില്ലാതെ ഞാൻ വീണുകിടന്നപ്പോൾ എന്നെ കടന്നുപോയ ഒരു ലോകത്തിന്റെ ആരവം..."

പിന്നെ ശേഖരൻ സംസാരിച്ചില്ല. അയാൾ അതെല്ലാം വീണ്ടും ഓർമ്മിക്കുകയാവുമോ?

"ശേഖരൻ പറഞ്ഞതുപോലുള്ള ഒറ്റ അനുഭവമല്ല എനിക്ക്." സംഗീതാധ്യാപകനായ രഘുരാമൻ ആ നിശ്ശബ്ദതയ്ക്കു വിരാമമിട്ടു: "എനിക്കത് കൂടെക്കൂടെ സംഭവിക്കുന്നു."

"എന്നു വച്ചാൽ?" ഞാൻ ചോദിച്ചു.

"ഇടയ്ക്കിടെ ഞാൻ ആനയെ സ്വപ്നം കാണാറുണ്ട്."

"സ്വപ്നം കാണുകയോ?"

"അതെ. സ്വപ്നം. ഒന്നുരണ്ടു തവണ ഒരാനക്കൂട്ടത്തെപ്പോലും."

"നിങ്ങൾ എങ്ങനെയാണ് സ്വപ്നം കാണുന്നത്?" എന്റെ ആകാംക്ഷ വർധിച്ചു. ആനയെ പോകട്ടെ. ഒരന്ധൻ എന്തു സ്വപ്നം കാണാനാണ്? പിന്നെ എന്റെ ചോദ്യം അയാളെ വിഷമിപ്പിച്ചേക്കുമോ എന്ന ഭയം എനിക്കുണ്ടായി.

"ചില കാര്യങ്ങൾ എനിക്കു പറഞ്ഞു തരാൻ കഴിവില്ല." അയാൾ എന്റെ നേരേ തിരിഞ്ഞുകൊണ്ടു തുടർന്നു: "ഞാൻ പറഞ്ഞതു ശരിയാണ്. ആനക്കൂട്ടത്തെ തീർച്ചയായും ഞാൻ സ്വപ്നം കണ്ടിട്ടുണ്ട്. പക്ഷേ, ഇവൻ പറഞ്ഞതുപോലെ അവ എന്നെ പേടിപ്പിച്ചിട്ടൊന്നുമല്ല."

"നിങ്ങൾ എങ്ങനെയാണ് കാണുന്നത്?"ഞാൻ ചോദിച്ചു. അയാൾ മനസ്സിലായില്ലെന്ന മട്ടിൽ എന്നെ നോക്കി.

"ശരിക്കും..." ഞാൻ എന്തോ ആലോചിച്ചു: "ശരിക്കും വെളിച്ചമില്ലാതെ എങ്ങനെ...?"

"സ്വപ്നത്തിൽ വെളിച്ചമെന്തിനാണ്?" രഘുരാമൻ കുറച്ചിട നിർത്തിക്കൊണ്ടു ചോദിച്ചു: "അല്ലെങ്കിൽ, എന്താണ് ഈ വെളിച്ചം?"

"വെളിച്ചം... അത് ഞാൻ പറയുന്നത്–" വാക്കുകൾക്കുപകരം ഞാൻ ആ മുറിയിലെ ബൾബിനെ ചൂണ്ടിക്കാണിക്കാൻ ശ്രമിച്ചെങ്കിലും അതിലെ നിഷ്ഫലതയോർത്ത് വേണ്ടെന്നു വച്ചു. പിന്നെ പതുക്കെപ്പറഞ്ഞു.

"ഈ മുറിയിൽ വെളിച്ചമുണ്ട്."

"അതേയതേ–" മറ്റു രണ്ടുപേരിലാരോ പറഞ്ഞു.

"അതുകൊണ്ടാണ് കാണുന്നത്." ഞാൻ വിശദീകരിച്ചു.

'പക്ഷേ, പക്ഷേ, എന്താണ് കാഴ്ച?" രഘുരാമന്റെ മുഖത്തെ കൗതുകം എന്നെ വല്ലാതെ കുഴക്കി.

"എന്നിട്ടും നിങ്ങൾ സ്വപ്നം കാണുന്നു." ഞാൻ പറഞ്ഞു.

"അതെനിക്കു ബോധ്യമുണ്ട്. പക്ഷേ, നിങ്ങൾക്കതു മനസ്സിലാകുന്നില്ല."

"ഞാൻ ആനകളെ സ്വപ്നം കണ്ടിട്ടില്ല." ഞാൻ തുടങ്ങിയേടത്തു തന്നെ നിശ്ചലനായി നിൽക്കുകയാണെന്നു തോന്നി.

"പക്ഷേ, ആനകളെ കണ്ടിട്ടുണ്ട് അല്ലേ? ചോദിക്കുമ്പോൾ ഒരിക്കലും തെറ്റിദ്ധരിക്കരുത്," അയാൾ വിനയപൂർവം കുനിഞ്ഞുകൊണ്ട് ചോദിച്ചു: "നിങ്ങൾ കണ്ട ആന എങ്ങനെയാണ് ചങ്ങാതീ?"

അഭിമുഖം വലിയൊരു പ്രതിസന്ധിയിലേക്കു നയിക്കുന്നതായി എനിക്കു തോന്നി. ഞാൻ ചിന്തിച്ചു: ഈ പാവപ്പെട്ട മനുഷ്യന് ഒരാനയെ ഞാനെങ്ങനെ വിവരിച്ചുകൊടുക്കും? എന്റെ ഭാഷയുടെ ചുറ്റുപാടുകൾ തിളക്കം കുറഞ്ഞ് ഇരുളുന്നതായും, ഉപയോഗിക്കാനറിയാത്ത കുറെ ഉപകരണങ്ങളുള്ള ഒരാശാരിയെപ്പോലെ സ്വയം നിസ്സഹായനാവുന്നതും ഞാനറിഞ്ഞു.

അന്ധന്മാർ വളരെ ശ്രദ്ധയോടെ എന്നെ കേൾക്കുകയാണ്.

"ആനയുടെ നിറം കറുപ്പാണെന്നറിയാമല്ലോ?" ഞാൻ അവരെ നോക്കി: "കൊമ്പു മാത്രമാണ് വെള്ള." പിന്നെ അവർക്കു പരിചയമുള്ള ഒരു സാദൃശ്യത്തിനായി പരതിക്കൊണ്ട് ഞാൻ തുടർന്നു: "ഒരു ബസ്. ബസ്സിന്റെയത്ര വലിപ്പത്തിൽ."

"ഒരു ബസ്സുപോലെയാണോ അത്?" രഘുരാമൻ ചോദിച്ചു.

"ശരിക്കും അതേപോലെയല്ല. പക്ഷേ വലിപ്പം-"

"ആന കുലുക്കമാണ്,"ശേഖരൻ ഓർമ്മിച്ചു: "ബസ് മുരളുന്നതു രഘു കേട്ടിട്ടില്ലേ?"

"ആട്ടെ ചങ്ങാതി," സ്നേഹപൂർവം എന്നെ ക്ഷണിക്കുന്നതുപോലെ രഘുരാമൻ പറഞ്ഞു: "ഒരുപക്ഷേ, ഞാൻ സ്വപ്നം കാണുന്നിടത്തേക്ക് നിങ്ങൾക്കു വരാമെങ്കിൽ ഞാൻ പറഞ്ഞ ആനക്കൂട്ടത്തെ നിങ്ങൾക്കും കാണാനായേനേ," അയാൾ ഉറക്കെച്ചിരിച്ചുകൊണ്ട് തുടർന്നു: "അതേ എനിക്കാവൂ. പണ്ടേ കഥ പറയാൻ ഞാൻ മോശമാണ്."

ഞാൻ ഒരു വിഡ്ഢിയെപ്പോലെ ചിരിക്കുക മാത്രം ചെയ്തു.

"ഗണപതിയാണ് എന്റെ ഇഷ്ടദൈവം." രഘുരാമൻ സന്തോഷത്തോടെ പറഞ്ഞു. പിന്നെ അയാൾ ഹാർമ്മോണിയത്തിൽ ശ്രുതിയിട്ടുകൊണ്ട് ദീക്ഷിതരുടെ ഗണേശസ്തുതിയിലെ പല്ലവി പാടി. അയാൾ പാടുന്നത് വിചിത്രമായൊരു മുഖഭാവത്തോടുകൂടിയായിരുന്നു.

"ആനകളെ എനിക്കും വല്യ ഇഷ്ടമാണ്," ഗൈഡായ ചന്ദ്രൻ പറഞ്ഞു. അയാൾ തന്റെ കണ്ണട ഒന്നു ശരിയാക്കി വച്ചു: "അമ്പലത്തിലെ നാല്പത്തൊമ്പതു കല്ലാനകളേയും എനിക്ക് ഇനം തിരിച്ചറിയാം. അതിൽത്തന്നെ മുൻവശത്തെ ചില ആനകൾക്ക് കൊമ്പില്ല. അല്ലെങ്കിൽ ഒടിഞ്ഞ കൊമ്പാണ്."

"ഗണപതിയായിരിക്കും." രഘുരാമൻ ഊഹിച്ചു.

"ഏയ്, കൊമ്പുകൾ ഏതോ പടയോട്ടക്കാലത്ത് ഒടിച്ചുകളഞ്ഞതാ. ഇപ്പോ സർക്കാരിന്റെ മേൽനോട്ടമുണ്ട്." ഞങ്ങളെ തിരുത്തിക്കൊണ്ട് അയാൾ വീണ്ടും തുടർന്നു.

"പണ്ടേയുണ്ട്. എനിക്കീയാനക്കമ്പം. പൂരത്തിനും മറ്റും പോയി ട്ടൊന്നുമല്ല. നാട്ടിൽ പുഴയിൽ കുളിപ്പിക്കാൻ കൊണ്ടുവരുന്ന ആനകൾ. പട്ട ചോദിക്കാനായി വീട്ടിൽ വരുന്ന പാപ്പാന്മാർ. ആനവാലുകൊണ്ട് പണ്ടെനിക്കുണ്ടായിരുന്ന ഇരട്ടച്ചുറ്റുള്ള ഒരു മോതിരം. ആനയെ പടിഞ്ഞി രുത്തുന്നതിന്റെ ആജ്ഞകൾ. വല്ലപ്പോഴും ഒരു ചിന്നംവിളി. ഒരിക്കൽ ഞാൻ തൊട്ടിട്ടുമുണ്ട്."

"അമ്പോ." ഭൂമികുലുക്കങ്ങളോടെ ആനയെ അറിഞ്ഞ ശേഖരന്റെ മുഖത്ത് വിസ്മയഭാവം വിടർന്നുനിന്നു.

"പക്ഷേ, എനിക്കൊന്നും തോന്നിയില്ല. എന്റെ ആന അതല്ലെന്ന് ഞാൻ നിശ്ചയിച്ചു. എന്റെ കൈപ്പിടിയിലൊതുങ്ങാവുന്ന, ശരിക്കും തൊട്ടറിയാവുന്ന ഒരാനയെ വേണമായിരുന്നു."

"കല്ലാനകളെപ്പോലെ." ഞാൻ പറഞ്ഞു.

"അതുമല്ല, സ്വന്തമെന്നു പറയാവുന്ന മറ്റൊന്ന്," അയാൾ ഒരു നിമിഷം നിർത്തി: "പണ്ട് ഞങ്ങളുടെ നാട്ടിൽ മിക്കവരും പച്ചകുത്തു മായിരുന്നു. തൊലിപ്പുറത്ത് ഒരു സൂചിവച്ചാണ് അതു ചെയ്യുക. ഒരു തരം രാസവസ്തുകൊണ്ടുള്ള പൊള്ളൽച്ചിത്രങ്ങൾ. പച്ചനിറത്തി ലാണത്രേ, പതിഞ്ഞു കിടക്കും. ഒരിക്കലും മായില്ല. തൊലിപ്പുറമേ തിടം വച്ച ഒരു രൂപം. ഹനുമാൻ, വിഷ്ണു, ദേവി... ദൈവചിത്രങ്ങളായിരുന്നു അധികവും."

അയാൾ കറുത്ത കണ്ണടയൂരി. ആ കൺപോളകളിൽ ഒരുതരം നഗ്നത യുണ്ടായിരുന്നു. വിളർത്ത നിറം.

"ശംഖു കൊത്തിക്കണ്ടിട്ടുണ്ട്." ഞാൻ പറഞ്ഞു.

"അതേയതേ. അതൊക്കെ അവരു ചെയ്യും. എനിക്കു പക്ഷേ ഒരാ നയെ വേണമായിരുന്നു. പച്ച കുത്തുന്നവൻ കുറെ നേരം സമ്മതിച്ചില്ല. ദൈവങ്ങൾ പോരേയെന്ന് അയാൾ. കുത്തുന്നെങ്കിൽ ആന മതിയെന്ന് ഞാനും. ഊണിലും ഉറക്കത്തിലും പോകാത്തവൻ. ഞാൻ ഉറച്ചുനിന്നു." ചന്ദ്രൻ അഭിമാനത്തോടെ പറഞ്ഞു: "ഒടുവിൽ അയാൾ സമ്മതിച്ചു."

"എവിടെ?" ഞങ്ങൾ മൂന്നുപേരും ഒരുമിച്ചു ചോദിച്ചു.

ഒരു നിമിഷം ചന്ദ്രൻ സംശയിച്ചു നിന്നു. പിന്നെ നേരിയ നാണ ത്തോടെ ഉടുത്തിരുന്ന കൈലി സാവധാനം തിറുത്തികയറ്റി തന്റെ കാൽ മുട്ടിനു മുകളിലുള്ള രോമരഹിതമായ തുട കാണിച്ചു.

ആ വെളുപ്പിൽ വികൃതമായൊരു രൂപം കണ്ട് ഞാൻ ഞെട്ടിപ്പോയി. അത്, ആനയെന്നു വേണമെങ്കിൽ ധരിക്കാവുന്ന ആ രൂപം, അതിന്റെ ആകൃതിയെക്കുറിച്ച് ഒട്ടും ബോധവാനാകാത്ത വിധം അതിർത്തികൾ ലംഘിച്ചു നില്പായിരുന്നു. തുമ്പിക്കൈയായി സങ്കല്പിക്കാവുന്ന ഒരു പാട് ഉദ്ധൃതമായ ലിംഗംപോലെ ഉയർന്നു നിൽക്കുന്നു. ഭയാനകമായൊരു ചിന്നംവിളി എന്റെ കാതിലൂടെ തുളഞ്ഞുപോയി.

ചന്ദ്രൻ ആ പച്ചകുത്തിയ പാടിൽ പതുക്കെ സ്പർശിച്ചു. മറ്റു രണ്ടു പേരും എന്റെ സാന്നിധ്യത്തെ ഭയപ്പെടുന്ന മട്ടിൽ തെല്ലിട സംശയിച്ചു നിന്നു. പിന്നെ അവരും ആ പച്ചയിൽ സൂക്ഷ്മമായി വിരലുകളോടിച്ച് ആനയെ അറിഞ്ഞു. അവരുടെ വിരലുകൾ അതിൽ സ്പർശിക്കുമ്പോൾ ചന്ദ്രൻ വല്ലാതെ ഇക്കിളിപ്പെടുന്നതായി എനിക്കു തോന്നി. അളവുകൾ തെറ്റിയ ആ ആന എന്നെ വെല്ലുവിളിക്കുന്നതായും.

അയാൾ മുണ്ട് പഴയ സ്ഥാനത്തേക്കിറക്കിയശേഷം നിഗൂഢമെങ്കിലും ഒട്ടൊരു സംതൃപ്തിയോടെ ചിരിച്ചു. പിന്നെ തന്റെ കറുത്ത കണ്ണടയെടുത്തണിഞ്ഞ് നിർവികാരതയോടെ എന്നെ നോക്കി.

കുറച്ചു സമയത്തേക്ക് എല്ലാവരും നിശ്ശബ്ദരായി.

മുറിയിലെ പഴഞ്ചൻ ക്ലോക്ക് ഒരു മണിയടിച്ചു: ഒമ്പതര.

ഞാൻ എഴുന്നേറ്റ് അവരോട് നന്ദിപറഞ്ഞു. മൂന്ന് അന്ധന്മാരും വാതിൽക്കലോളം എന്നെ അനുഗമിച്ചു. യാത്ര പറഞ്ഞ് മുറിക്ക് പുറത്തിറങ്ങിയപ്പോൾ ശേഖരന്റെ ശബ്ദംകേട്ടു: "ഒമ്പതരയല്ലേ അടിച്ചത്?" ഇത് ഒരഞ്ചുമിനിട്ടെങ്കിലും മുമ്പാണ്. ചങ്ങാതീ, നിങ്ങൾ വേഗം ചെല്ലൂ. ഒമ്പതരയ്ക്ക് പവർകട്ടാണ്."

ഞാൻ ധൃതികൂട്ടാതെ, നടന്ന് എന്റെ മുറിയുടെ അടുത്തെത്തി. മുറി തുറന്നതും കറന്റ് നിലച്ചു. ചുറ്റുപാടും നിബിഡമായ ഇരുട്ടിൽ മുങ്ങിപ്പോയി.

മുറിയിൽ, ഇരുട്ടിന്റെ തിടംവച്ച ഒരാന കാത്തുനിൽക്കുന്നുണ്ടാവുമെന്ന് ഞാൻ ഭയന്നു. ∎

ചാവുകളി

കൊന്തഷാജിയെ 'ഫിനിഷ്' ചെയ്യാൻ ആദ്യം തീരുമാനിച്ച ദിവസം ഞങ്ങൾക്കു മാറ്റേണ്ടിവന്നു. ധ്യാനകേന്ദ്രത്തിൽ പ്രാർത്ഥന കൂടാൻ അവൻ രണ്ടാഴ്ചയ്ക്കു പോവുകയാണെന്ന വാർത്തയായിരുന്നു അതിനു കാരണം. പുണ്യം കിട്ടി തിരിച്ചുവരുമ്പോഴേക്കും മാസമൊന്നു കഴിയും. അത്രയ്ക്കൊന്നും കാത്തുനിൽക്കാൻ എനിക്കു വയ്യ. എന്റെ മാത്രം കാര്യ മല്ല; പരോളിലിറങ്ങിയ കൊച്ചയ്ക്കു തിരിച്ചു കയറാറായിട്ടുണ്ട്. ഈ പരി പാടിക്ക് അവൻതന്നെ വേണം. അവനുംകൂടി ഉണ്ടായാലേ അതിന്റെ യൊരു വീറുണ്ടാവൂ.

അഞ്ചാറുവർഷം മുൻപ് ചക്കാന്തറയിലെ പുന്നൂസ് തമ്പിയുടെ ഇട പാട് ഞങ്ങൾ രണ്ടുപേരുംകൂടിയാണ് തീർത്തത്. കൊന്തഷാജിയായി രുന്നു അയാൾ സ്ഥലത്തുണ്ടെന്ന വിവരം തന്നത്. കൊന്തയ്ക്ക് അന്നേ ഈ ദൈവവിളിയുടെ ലേശം ഉപദ്രവമുണ്ട്. കത്തിയും വാളും പടക്കവു മൊന്നും അവൻ കൈകൊണ്ടു തൊടില്ല. എന്നാലും വിഷപ്പാമ്പായിട്ടാണ് അവന്റെ ജന്മം. അവനു പറ്റിയ പണി ഒറ്റാണ്. കൂടെ കൊണ്ടുനടന്ന പുന്നൂസ് തമ്പിയെ അവൻ ചതിച്ചു. ഇവനാണ് ഒറ്റിയതെന്ന് ചാവുമ്പോഴും തമ്പി അറിഞ്ഞിട്ടുണ്ടാവില്ല. അതാണ് അവന്റെ വിജയം.

കേസിൽ പരമാവധി വെള്ളം ചേർത്തിട്ടും എനിക്കും കൊച്ചയ്ക്കും മൂന്നും അഞ്ചും വർഷംവെച്ചു കിട്ടി. കൊന്ത മാപ്പുസാക്ഷി. ഞങ്ങൾ ജയി ലിലായിരിക്കുമ്പോൾ രണ്ടു തവണ അവൻ അന്വേഷിച്ചുവന്നു. ഓരോ തവണ വരുമ്പോഴും വചനത്തിന്റെ മാർഗ്ഗവും കൊന്തയുടെ വഴിയും അന്ത്യകാഹളവും പ്രസംഗിക്കുന്നതിലായിരുന്നു മിടുക്ക്. അവന്റെ തട്ടിപ്പ് ഞങ്ങൾക്കു പിടികിട്ടിയിരുന്നു. ഇനി വന്നാൽ അവിടെവെച്ചുതന്നെ രണ്ടെണ്ണം കൊടുത്തേക്കാമെന്നു തീരുമാനിച്ചതുമാണ്. അതെന്തോ, പിന്നെ അവനെ കണ്ടിട്ടില്ല.

ഫിനാൻസ് കമ്പനി പൊളിഞ്ഞ പൂതലിങ്ങൻ ചെട്ടിയാർക്കുവേണ്ടി തമ്പിയെ രണ്ടു പൊട്ടിക്കണമെന്നേ ഞങ്ങൾക്കുണ്ടായിരുന്നുള്ളൂ. രണ്ടു കിട്ടിയിട്ടും തമ്പി അവന്റെ കൊമ്പും തുമ്പിക്കൈയും ഇറക്കുന്ന മട്ടില്ല. കാലൊടിഞ്ഞു കിടക്കുമ്പോഴും ഒരേ വെല്ലുവിളി. അഹങ്കാരത്തിന് തമ്പി യെക്കഴിഞ്ഞേ മലയാളത്തിൽ വേറെ ആളുള്ളൂ. അതെല്ലാം കേട്ടില്ലെന്നു

വെച്ചു മടങ്ങാനൊരുങ്ങുമ്പോൾ അവൻ നമ്മുടെ ഗുരുവിനെ തെറി പറയാൻ തുടങ്ങി. മരിച്ചു മണ്ണായിക്കഴിഞ്ഞ ആ മനുഷ്യൻ എന്തു പിഴച്ചു? കുറച്ചുകാലം ഈ തമ്പിയും അയാളുടെ എച്ചിൽ തിന്നിട്ടുണ്ട്. ഉപ്പും ചോറും തന്നവനെ തള്ളിപ്പറഞ്ഞാൽ തമ്പിയല്ല, സ്വന്തം തന്തയായാലും ക്ഷമിക്കാൻ പറ്റില്ലെന്നാണ് നമ്മുടെ പ്രമാണം. നന്ദികേട് പൊറുത്തുകൂടാ. കൊച്ച ഒറ്റച്ചവിട്ടേ ചവിട്ടിയുള്ളൂ. എട്ടുദിക്കുകളും പൊട്ടുന്ന മട്ടിൽ ഒരു കരച്ചിൽ കേട്ടു. പൊട്ടിപ്പൊളിഞ്ഞ സിമന്റുതറയിൽക്കിടന്ന് തമ്പി ഒരു തേരട്ടയായി ചുരുണ്ടു. ചക്കാന്തറക്കോളനിയിലെ അവന്റെ സകല കൊടിച്ചികളും തഴപ്പായയിൽനിന്നു കെട്ടിപ്പിടിച്ചെണീറ്റ് അവിടേക്കു വന്നു. ആണും പെണ്ണുംകെട്ട ഒരു പത്തുനൂറെണ്ണം. ഒന്നു സംശയിച്ചാൽ അവറ്റ നമ്മളെ തവിടുപൊടിയാക്കുമെന്ന് എനിക്കു മനസ്സിലായി. "ഊരടാ കൊച്ചേ കത്തി." ഞാൻ ഉറക്കെപ്പറഞ്ഞു. ഇരുട്ടിലും തിളങ്ങുന്ന തലപ്പുള്ള കഠാര ഉയർത്തിപ്പിടിച്ചുകൊണ്ട് ഞാൻ മുന്നിൽ നടന്നു. ഒന്നും ഭാവിക്കാതെ. ഒന്നാലോചിച്ചാൽ കൊച്ച ഒരു ബോറനാണ്. അവനു സിനിമ കാണുന്ന സ്വഭാവമുണ്ട്. അത്തരം ഏതോ വളിപ്പുകൾ ഡയലോഗായി കാച്ചികൊണ്ടാണ് അവൻ കത്തിയൂരി പിന്നിൽ നടന്നത്. ചക്കാന്തറക്കോളനിയുടെ മലംനാറിയ തെരുവിന്റെ അറ്റത്തോളം അതേമാതിരി ഞങ്ങൾ നടന്നു. ഓപ്പറേഷനിൽ കുറച്ചു കടന്നുപോയാലും തിടുക്കമോ പരിഭ്രമമോ അരുതെന്നുണ്ട്.

പണ്ട് ഗുരുവിനോടൊപ്പം പോയുള്ള അനുഭവമാണ്. കൊച്ച കത്തി മടക്കി ഓരത്തുവച്ചിരുന്ന യെസ്ദി സ്റ്റാർട്ട് ചെയ്തു. കിക്കറിൽ കുറച്ചു പണിയെടുത്താലേ അതു സ്റ്റാർട്ടാവൂ. അവൻ വണ്ടി തിരിക്കുന്നതുവരെ ഉയർത്തിപ്പിടിച്ച കഠാരയുമായി ഞാൻ ആൾക്കൂട്ടത്തിനുനേരെ തിരിഞ്ഞു നിൽക്കുകയായിരുന്നു. ഞങ്ങൾ കുറച്ചിട നീങ്ങിയപ്പോൾ കോളനിയിലെ ശവംതീനികളായ പെണ്ണുങ്ങൾ നരകങ്ങൾ കേട്ടാലറയ്ക്കുന്ന മട്ടിലുള്ള തെറി വിളിച്ചുപറയാൻ തുടങ്ങി. "ഒരുത്തൻ പാതി പ്രാണൻ പോയിക്കെടക്കുമ്പോ പോയി കരയെടീ കൂത്തിച്ചികളേ, പുലയാട്ടു പാടാതെ, ചെല്ല്." വണ്ടി വേഗംകുറച്ച് ഞങ്ങൾ തിരിഞ്ഞുനിന്നുകൊണ്ട് വിളിച്ചുപറഞ്ഞു. ആ കോളനിയിലെ പെണ്ണുങ്ങൾക്ക് കരഞ്ഞു ശീലമില്ല. ചത്താലും ജനിച്ചാലും ജീവിച്ചാലും ഒരേ ബഹളം. ഓണത്തിനും വാവിനും പൂരപ്പാട്ട്. രണ്ടുമൂന്നു വളവുകൂടി കഴിഞ്ഞപ്പോൾ ഒറ്റുകാരനായ കൊന്ത പതുങ്ങി നിൽക്കുന്നതു കണ്ടു. ഒറ്റുകാരന്റെ ഒരു പിടച്ചിൽ അവനെപ്പോഴുമുണ്ടായിരുന്നു.

"നീയ്യ് ഇവടെ നിൽക്കണ്ട ഷാജ്യേ. അലമ്പായി കാര്യങ്ങള്." സംഗതികൾ വിശദീകരിച്ചുകൊണ്ട് കൊച്ച പറഞ്ഞു. കഴുത്തിലെ കറുത്ത ചരടിൽ കൊളുത്തിയ കുരിശിൽ തുടർച്ചയായി മുത്തിക്കൊണ്ട് അപസ്മാരം പിടിപെട്ടതുപോലെ കൊന്ത കിടന്നു തുള്ളാൻ തുടങ്ങി. കൈ നിവർത്തി കരണക്കുറ്റിക്ക് ഒന്നു പെടച്ചാലോ എന്നോർത്തതാണ്. കൊന്ത നിന്നു വിയർക്കുന്നു. അപ്പോഴേക്കും കൊച്ച മറ്റേതോ ഡയലോഗ് പറഞ്ഞു. രണ്ടു

ബോറന്മാരുംകൂടി എന്നെ ഒരു പരുവമാക്കുമെന്നു കണ്ടപ്പോൾ ഞാൻ ഒന്നും പറയാതെ രാത്രിയിലും വാറ്റു കിട്ടുന്ന ഒരു പുരയിലേക്കു പതുക്കെ നടന്നു. അവിടെനിന്നുതന്നെയാണ് പൊലീസ് എന്നെ പൊക്കിയതും. പുന്നൂസ് തമ്പി ആശുപത്രിയിലെത്തുംമുൻപേതന്നെ തീർന്നെന്നു കേട്ടു. കൊച്ചയെ അവരു ശരിക്കും പെരുമാറി. മുൻപേ ചില കാര്യങ്ങളിൽ തമ്മിൽ അറിയുന്നതുകൊണ്ട് അവരെന്നെ കൈവെച്ചില്ല. ജയിലിലും ആ ഒരു പരിഗണന നമുക്കുണ്ട്. അവരോടൊന്നും ഉടക്കാൻ നമ്മൾ പോകാറില്ല. അവര് അവരുടെ ജോലിചെയ്യുന്നു. അതൊക്കെക്കാരണമാവാം അവർക്ക് നമ്മളോടൊരു വിശ്വാസമുണ്ട്. 'നീയ് പോയാപ്പിന്നെ അടുക്കള ആരെ ഏല്പിക്കും?' എന്ന് സൂപ്രണ്ട് എന്നോടു പറഞ്ഞിട്ടുണ്ട്. ലേശം സോപ്പാണെങ്കിലും സംഭവത്തിൽ ഒരല്പം വാസ്തവമില്ലാതില്ല.

പോട്ടെ, അതങ്ങനെ കഴിഞ്ഞെന്നു വയ്ക്കാം. മൂന്നു കൊല്ലം കഴിഞ്ഞു പുറത്തിറങ്ങിയപ്പോഴാണ് കൊന്തയുടെ പുത്തൻ വിശേഷങ്ങളറിഞ്ഞത്. ആദ്യം അതങ്ങോട്ടു വിശ്വസിക്കാൻ തോന്നിയില്ല. എന്നാൽ പോയി ഒന്നന്വേഷിക്കുകതന്നെ എന്നു കരുതി. കൊന്തഷാജി എല്ലാ പണികളും ഒഴിവാക്കിക്കഴിഞ്ഞുവത്രേ. അവനേതാണ്ട് ഉപദേശിപ്പണിക്കു നടക്കുന്നുപോലും. പെണ്ണുകെട്ടി കുട്ടിയും ഭാര്യയുമായി അസ്സലൊരു വീടുംവെച്ചു താമസിക്കുന്നുപോലും. കെട്ടിയ പെണ്ണോ? അന്ത പുന്നൂസ് തമ്പിയുടെ നേർപെങ്ങൾ! അവൻ സാത്താനോ മിശിഹായോ? പട്ടണത്തിലെ പാണ്ടികളായ ചെട്ടിമാരെ വസൂലാക്കി തമ്പി സമ്പാദിച്ച പണം അവൻ തട്ടിയെടുത്തുകാണുമെന്നും അതു മറയ്ക്കാനുള്ള കലാപരിപാടിയാണ് ഈ ഉപദേശിപ്പണിയെന്നും നമുക്ക് എളുപ്പം തിരിഞ്ഞു. അവനെ ഒന്നു പോയി കാണണമെന്നു സത്യമായും ആശ തോന്നി. എടുത്തുചാടി ഒന്നും ചെയ്യരുതെന്ന് നമുക്കു മുൻപേയുണ്ട്. അവൻ വലിയ വേദോപദേശിയായി നടക്കുകയല്ലേ? പുണ്യാത്മാക്കളെ നമ്മളീ ഏഴകൾ ഒന്നു പോയിക്കാണുന്നതിലെന്താണു കുറവ്?

വീട്ടിലേക്കു വിളിച്ചപ്പോൾ അവൻ പോട്ടവരെ പോയിട്ടുണ്ടെന്നു കേട്ടു. ഫോണെടുത്തത് തമ്പിയങ്ങുന്നിന്റെ നേർപെങ്ങളായിരിക്കണം. പേരൊന്നും ഞാൻ പറയാൻ പോയില്ല. മൊബൈൽ നമ്പർ കൊടുത്തു. തിരുവടികൾ തിരിച്ചു വിളിക്കുമെന്നു പ്രതീക്ഷയുണ്ടായിരുന്നില്ലെങ്കിലും ഏതാണ്ടു പാതിരാത്രി ആയപ്പോൾ കൊന്ത ഹാൻഡ്സെറ്റിൽക്കിടന്നു പാടാൻ തുടങ്ങി. സകലവനും ഛർദ്ദിച്ചു വശംകെട്ടുകിടന്ന ബാറിന്റെ പരുങ്ങിയ വെളിച്ചത്തിൽ പ്രത്യേകിച്ചൊരു ലക്ഷ്യവുമില്ലാതെ അങ്ങനെയിരിക്കുമ്പോഴാണ് ആ വിളിയുടെ വരവ്.

ഞാൻ പേരു പറഞ്ഞു. ശബ്ദത്തിനു തൂക്കം കൊടുക്കാതെ.

അവന്റെ ശബ്ദത്തിൽ പക്ഷേ, ഒരു പതർച്ച.

"നമുക്കൊന്നു കാണണം." ഞാൻ പറഞ്ഞു.

അവൻ കിടന്ന് ഉരുളാൻ തുടങ്ങി. 'അതിനെന്താ, എപ്പോ വേണേലും കാണാലോ' എന്നൊക്കെയുള്ള ബഡായി. 'നാളെക്കാലത്ത് വീട്ടിൽ വന്നു കാണു'മെന്ന് ഞാൻ. 'നാളെ പോട്ടയ്ക്കോ മുരിങ്ങൂരോ പോകാനുണ്ടെന്നും പിന്നെയൊരു ദിവസമാകട്ടെ'യെന്നും അവന്റെയൊരു ഒഴിവ്. 'നാളെക്കാലത്ത്' എന്നുമാത്രം പറഞ്ഞ് ഞാൻ ഫോൺ ഓഫാക്കി. ഓരോ വാക്കിനും അതിന്റെ വിലയുണ്ട്. അനാവശ്യമായി അതുമിതും പറയുന്നതും ക്ഷേമാന്വേഷണം നടത്തുന്നതും ഒന്നും നമുക്കു പറ്റില്ല. കൊന്തയ്ക്ക് ആളെ മാർഗംകൂട്ടാൻ പ്ലാനുണ്ടാകും, നമുക്ക് അതു വേണ്ട. അതാണ് വ്യത്യാസം.

രാവിലെ പക്ഷേ, പദ്ധതി ഒരല്പം മയപ്പെടുത്തി. ഒന്നു ചുവടുമാറ്റിക്കളിച്ചാലോ എന്നായി. ഈ ഒളിച്ചുകളി നമുക്കു ചേർന്ന ഒന്നല്ല. പക്ഷേ, കൊന്തയെപ്പോലെ ഒരാളോടു സൂക്ഷിച്ചുവേണം പെരുമാറാൻ. ചെല്ലുമ്പോൾ ഉപദേശിപ്പണിക്കു പോകാതെ കൊന്തയുണ്ട് കൃത്യമായി കാത്തുനിൽക്കുന്നു. അവനൊരു പോട്ടയ്ക്കും പോവില്ലെന്ന് നമുക്കറിഞ്ഞുകൂടേ? ആ കഴുത്തിലെ അദൃശ്യമായ ചരടിന്റെ ഒരറ്റം ദാ ഈ കൈയിലുണ്ട്.

നഗരത്തിലെ ചെട്ടിയാന്മാരെ പിഴിഞ്ഞ പണം അനുഭവിക്കാൻ തമ്പിക്കു യോഗമുണ്ടായില്ലെങ്കിലും പെങ്ങൾക്കും അളിയനും സാധിച്ചു. കന്യാമറിയത്തിന്റെ പ്രതിമയൊക്കെ വെച്ചിട്ടാണ് അവന്റെ സ്വീകരണമുറി ഒരുക്കിയിരിക്കുന്നത്. അതിനു മുൻപിൽ കെടാവിളക്ക്. സ്വീകരണമുറിയിൽത്തന്നെയുണ്ട് ഒരു നാലു കുരിശെങ്കിലും. എനിക്കീ ജാഡ കണ്ടിട്ടു തരിച്ചു കയറി. ഒന്നും പറഞ്ഞില്ല. അവൻ എത്രവരെ പോയിട്ടുണ്ടെന്നറിയാമല്ലോ. തമ്പിയുടെ പെങ്ങൾ എന്നെക്കണ്ടതും കരഞ്ഞു. എലുമ്പുപോലിരുന്ന പെണ്ണാണ്. പുതലിങ്ങൻചെട്ടിയെ പിടുങ്ങിയ പണംകൊണ്ട് മൊത്തത്തിൽ ഒന്നു മിനുസപ്പെട്ടിട്ടുണ്ട്. കൊള്ളാമല്ലോടീ കൊച്ചേ, മനസ്സിൽ പറഞ്ഞു. ആകെക്കൂടി എല്ലാ സൗകര്യങ്ങളും ദേഹത്തു തെളിഞ്ഞു കാണുന്നു. അവളു കരഞ്ഞതു ക്ഷമിക്കാം. ആ പരമ നാറി കൊന്തയുണ്ട് പൊട്ടിക്കരയുന്നു. വല്ലാത്ത അഭിനയംതന്നെ. ചിരിയടക്കാൻ ഞാൻ പെട്ട പാട്!

അവൾ ചായ തിളപ്പിക്കാൻ പോയ തക്കംനോക്കി കൊന്ത എന്നെ മാർഗംകൂട്ടാൻ പണിപ്പെട്ടു. അവന്റെ ആ പഴയ 'വചനം, പാപം, കാഹളം.' എന്നൊക്കെയുള്ള നമ്പറുകൾ വീണ്ടും കേട്ടു. ആവട്ടെ, അവനേതു നില വരെ പോകുമെന്നും അറിയണമല്ലോ. അതുകഴിഞ്ഞപ്പോൾ അവൻ എന്റെ കൈ പിടിച്ച് ഉള്ളിലെ ഒരു മുറിയിലേക്കു നടത്തി. അവിടെയാണ് ഏതൊരുത്തനും ഭ്രാന്തുപിടിക്കാൻ പോന്ന വകുപ്പുള്ളത്. തമ്പിയുടെ ഒരു മുഴുവൻ ചിത്രവുംവച്ച് അവനുണ്ട് പൂജിക്കുന്നു.

"ഇതാരാടാ ഷാജീ?" ഞാനൊരു പൊട്ടൻകളി കളിച്ചു: "നിന്റെ അപ്പനോ മറ്റോ ആണോ?"

അവൻ കണ്ണു നിറച്ചുകൊണ്ട് ഒന്നു കിണുങ്ങി.

"അന്നു പറ്റിയ അബദ്ധം. തമ്പിച്ചായയനോട് നമ്മളങ്ങനെ ചെയ്യാൻ പാടില്ലായിരുന്നു."

"തമ്പി ആളെ വിട്ട് നമ്മളെ വിരട്ടിയതോ?"

"വെറുതെ ഒരു തെറ്റിദ്ധാരണ."

"തമ്പി നിന്റെ അപ്പനെവരെ തല്ലിയിട്ടുണ്ട്. അതെന്താടാ നീ അപ്പന്റെ പടം വയ്ക്കാഞ്ഞത്?"

കുറച്ചുനേരം അവനൊന്നും മിണ്ടിയില്ല.

"നീ ക്ഷമിക്കണം," അവൻ പറഞ്ഞു: "ഞാൻ എല്ലാ ലൈനും വിട്ടു."

അവൻ ലൈൻ വിട്ടുവത്രേ! മഹാഗുരുവായ പുന്നൂസ് തമ്പിയുടെ പടംവച്ചു തൊഴുന്നതോ? പുളുവടി കൊള്ളാം. എന്നാലും ഇവനാരെടാ ഇത്ര വലിയ തീരുമാനങ്ങളൊക്കെ നടപ്പാക്കാൻ? മുമ്പെന്തായിരുന്നു ഇവന്റെ ലൈൻ? ഒറ്റോ, അതോ കൂട്ടിക്കൊടുപ്പോ?

കൊന്തയ്ക്കുള്ള പണി ഒന്നു മിനുസപ്പെടുത്താമായിരുന്നു; ഇറങ്ങാൻ നേരത്ത് അവന്റെ വമ്പൻ നാടകം അരങ്ങേറിയിരുന്നില്ലെങ്കിൽ. ആ കറക്കു തമ്പിയുടെ പെങ്ങൾ ഒരു കൊച്ചിനെയുമേറ്റിവരുന്നു. ഞാൻ വെറുതെ ഒന്നു നോക്കി പടികളിറങ്ങി.

"കൊച്ചിനെ നീയൊന്ന് അനുഗ്രഹിക്കണം." കൊന്ത പടികളിലൂടെ ഓടിയിറങ്ങി എന്റെ മുന്നിലെത്തി.

ആ നിമിഷം എന്റെ ക്ഷമയുടെ അവസാനത്തെ നാരും പൊട്ടിപ്പോകുമെന്നു തോന്നി. അവൻ എന്നെ കത്തനാരാക്കും മുൻപ് രക്ഷപ്പെടുക തന്നെ. ഞാൻ പരമാവധി നിയന്ത്രിച്ചുകൊണ്ട് പുറത്തിറങ്ങി. ഏതൊരു കൊച്ചിനെയും ഒരു മിനിറ്റു നോക്കിക്കരയിക്കാൻ എനിക്കാവും. അത് കണ്ണുകളുടെ ഒരു പിടിത്തമാണ്. ഒടിയന്റടുത്താണ് കൊന്തയുടെ മറിമായം.

കൊച്ച് കരയുന്നതിന്റെ ശബ്ദം പുറകിൽനിന്നു കേട്ടു. നോക്കാൻ പോയില്ല.

അവനെപ്പറ്റി ഓർക്കുംതോറും ഭ്രാന്തുപിടിക്കുമെന്നു തോന്നി. എന്നാലും ഒരുത്തനിത്രയ്ക്കും തറയാകാമോയെന്നു സംശയം വന്നു. ഒരു പൈന്റടിച്ചിട്ടും അതങ്ങോട്ടു പോകുന്നില്ല. നമ്മളിങ്ങനെ 'വേണ്ടാ വേണ്ടാ' എന്നു വച്ചിരിക്കുമ്പോഴും 'തായോ തായോ' എന്ന് ആളുകൾ ചോദിച്ചുവാങ്ങുന്ന കാലമാണ്. ഏതായാലും കൊന്തയുടെ കാര്യത്തിൽ ഒരു തീർപ്പാക്കിയില്ലെങ്കിൽ നമ്മളീ മീശയും പിരിച്ചുവെച്ച് ഇങ്ങനെ തേരാപ്പാരാ നടക്കുന്നതിൽ വലിയ മേനിയൊന്നുമില്ല. അപ്പോഴാണ് കൊച്ചയ്ക്ക് പരോൾ കിട്ടുന്നതറിഞ്ഞത്. പരമബോറനാണെങ്കിലും വിശ്വസിക്കാം. പുറത്തിറങ്ങി അധികം സിനിമ കണ്ടു വഷളാകുന്നതിലും മുൻപ് അവനെയുംകൂട്ടി പോവുകതന്നെ.

പറ്റിയ ഒരു പദ്ധതിയെക്കുറിച്ചു ചിന്തിച്ചിരിക്കുമ്പോൾ ഭാഗ്യത്തിനു കൊന്ത വിളിച്ചു. മൊബൈലിലും വചനവും സാക്ഷ്യവും നിറയുകയാണ്.

"ഞാനും നിന്റെ ലൈനിനെപ്പറ്റി ആലോചിക്കുകയാണ്." ഞാൻ ശബ്ദം കുറച്ച് ചെറുതായൊന്നു വിട്ടു.

"സ്തോത്രം–" കൊന്ത അത്യാവേശത്തിൽ വിളിച്ചു.

"നമുക്കൊന്നു കാണണം–" ഞാൻ പറഞ്ഞു.

"സോദരാ..."അവൻ കാമം അഭിനയിക്കുന്ന തേവിടിശ്ശികളുടെ മുറുകിയ ശബ്ദത്തിൽ വിളിക്കുന്നു.

മനസ്സിൽ ചില കണക്കുകൾ കൂട്ടി ഞാനൊരു തിയതി പറഞ്ഞു: "ഞാൻ മാത്രമല്ലെടാ ഷാജീ. നമ്മുടെ കൊച്ചയുമുണ്ട്." ഒന്നല്ല, രണ്ടു പിഴകളെ മാർഗംകൂട്ടാൻ പറ്റിയ കനകാവസരം. 'സ്തോത്രം സ്തോത്ര'മെന്നു രണ്ടു തവണ പറഞ്ഞപ്പോഴേക്കും എനിക്കു സഹികെട്ടു. ഞാൻ ഫോൺ ധൃതിപിടിച്ച് ഓഫാക്കി.

ഒന്നു സ്വസ്ഥമായി ഇരിക്കാനുള്ള ഒരു സ്ഥലം തിരഞ്ഞ് ഞാനും കൊച്ചയും കാലത്ത് കുറച്ചിട ഒന്നു ചുറ്റി. പരോളിലിറങ്ങി വരുമ്പോൾ കൊച്ച ഒരു മോട്ടോർസൈക്കിൾ ചൂണ്ടിക്കൊണ്ടുവന്നിരുന്നു. അതു നന്നായി. നമുക്കൊന്നു ഫ്രീയായിട്ടു ചുറ്റണമെങ്കിൽ ഒരു വാഹനം വേണം. പണ്ട് തമ്പിതന്നെ തട്ടിപ്പിൽ പണിത ആറു നിലകളുള്ള ഒരു കെട്ടിടമുണ്ടെന്നും മുകളിൽ രാത്രി എട്ടുമണി കഴിഞ്ഞാൽ ആരുമില്ലെന്നും ഞങ്ങൾ കണ്ടുപിടിച്ചു. പ്ലാൻ ശരിയായി വരുന്ന നേരത്താണ് അവൻ ധ്യാനം കൂടാൻ പോകുന്നുണ്ടെന്ന് അറിയിക്കുന്നത്. സൂത്രപ്പണിയാണോ എന്നറിഞ്ഞുകൂടാ. അതുമല്ല, ധ്യാനത്തിന് നമ്മൾകൂടി ചെല്ലണമെന്നാണ് അവന്റെ ഡിമാന്റ് കൊള്ളാം. അതിനെക്കുറിച്ചു കൂടുതൽ സംസാരിക്കാൻ ഇന്നുതന്നെ ചെല്ലാമെന്നു പറഞ്ഞു. കൊച്ചയെ പറഞ്ഞയച്ചാൽ അവൻ ഡയലോഗടിക്കുമെന്നുള്ളതുകൊണ്ട് അവനെ ആ കെട്ടിടത്തിന്റെ താഴെ നിർത്തി ഞാൻതന്നെ കൊന്തയെ കൂട്ടിക്കൊണ്ടുവരാൻ പോയി. അവന്റെ വീട്ടിൽ കൂടുതൽ പരിചയം വന്ന മട്ടിലുള്ള പെരുമാറ്റമാണ്. ഭാര്യയെയും കൊച്ചിനെയും വെച്ചുള്ള ചില നാടകങ്ങൾ അപ്പോഴുമുണ്ടായി. "ശരിക്കു കണ്ടോടാ," ഞാൻ മനസ്സിൽ പറഞ്ഞു: "പറ്റുമെങ്കിൽ അവറ്റയെ അനുഗ്രഹിച്ചോ."

ഞങ്ങൾ മോട്ടോർസൈക്കിളിൽ പോരുമ്പോൾ കൊന്തയുടെ വക ഒരു ഗാനാലാപനമുണ്ടായിരുന്നു. ഏതെങ്കിലും വണ്ടിക്കുകൊണ്ട് ഊടുവെച്ച് പണി കുറച്ചുനേരത്തേ തീർത്താലോ എന്നു തോന്നിപ്പോകും. പക്ഷേ, അതിലൊരു കഥയില്ല. അവനവൻ ചെയ്യുന്ന കാര്യങ്ങൾ അവനവന് അറിഞ്ഞു കിട്ടണം.

മഴ പെയ്തു പായൽനിറം വന്ന ടെറസ്സിൽ ഒടിഞ്ഞ മരസ്സാമാനങ്ങൾ

കിടപ്പുണ്ടായിരുന്നു. കാലുപോയ ഒരു കസേരയെടുത്തു നടുക്കിട്ട് മൂന്നു മരപ്പാളികളിലായി ഞങ്ങൾ ഇരുന്നു. കൊന്ത കത്തിക്കയറുകയാണ്.

“ഷാജ്യേ, ഒരു രണ്ടെണ്ണം വിട്ടിട്ട് നമ്മക്ക് തൊടങ്ങാം.” കൊച്ച പറഞ്ഞു.

കൊന്ത അവിശ്വാസത്തേടെ ഞങ്ങളെ നോക്കി. അവന്റെ കണ്ണുകളിൽ പേടി പിറവികൊള്ളുന്നത് ഞാൻ കണ്ടു.

“ഞാൻ നിർത്തി.” അവൻ ചെറിയ ശബ്ദത്തിൽ പറഞ്ഞു.

“ഞങ്ങളും നിർത്തും.” ഒന്നു കൊഴുപ്പിക്കാനായി ഞാൻ തുടർന്നു: “ഇത് ലാസ്റ്റാണ്.”

“എന്നാപ്പിന്നെ നിങ്ങള് കഴിക്ക്. ഞാനില്ല.” അവൻ പറഞ്ഞു.

അവനെ മാത്രമല്ല, അവന്റെ അപ്പൻ ഇലമുറിക്കാരൻ പൊറിഞ്ചു, അമ്മ അച്ചപ്പം ഉണ്ടാക്കാൻ നടക്കുന്ന മാത്തിരി ഇവരെയൊക്കെയും അറിയാവുന്ന ആളാണ് ഞാൻ. വേഷംകെട്ട് എന്റെയടുത്ത് ചെലവാകുകയില്ല.

ഞങ്ങൾ അവനെ വട്ടംപിടിച്ചുനിർത്തി കുപ്പിതുറന്ന് വെള്ളം ചേർക്കാതെ വായിലൊഴിച്ചുകൊടുത്തു, ചാവാലിക്കുതിരകൾപോലും ഓടാവുന്ന ഉശിരൻ റം, കുതറാനും തുപ്പിക്കളയാനുമൊക്കെ ശ്രമിച്ചെങ്കിലും ഒരു വകുപ്പിനുള്ളത് ഉള്ളിൽച്ചെന്നു കാണണം. തീർക്കാനായി ഞാനും കൊച്ചയും ഓരോ സ്മോളു പിടിപ്പിച്ചശേഷം കുപ്പി മരസ്സാമാനങ്ങൾക്കിടയിലേക്കു വലിച്ചെറിഞ്ഞു.

“നീയങ്ങനെ മസിലു പിടിച്ചിട്ടു കാര്യമില്ല,” ഞാൻ കൊന്തയെ ഉപദേശിച്ചു: “ഞങ്ങൾ നിന്നെ തിന്നുകയൊന്നുമില്ല.”

കൊന്ത മുഖംവീർപ്പിച്ച് ഞങ്ങളെ നോക്കി.

“നീയ് പെണ്ണും കൊച്ചുമൊക്കെയായി ഒരു മഹാപ്രഭുവായി വാഴുമ്പോ ഈ രണ്ടെണ്ണം ഗോതമ്പുണ്ട തിന്നുകയായിരുന്നെടാ.” കൊച്ച നാട്യത്തോടെ പറഞ്ഞു. അതാണവന്റെ കുഴപ്പം. ഡയലോഗ് തേട്ടും. ഇവനൊക്കെ എന്തു ബുദ്ധിമുട്ടുണ്ടെന്നാണ് ജയിലിൽ? ശരീരം കണ്ടില്ലേ. വീർത്ത പന്നിയെപ്പോലെ.

“ഞാൻ പശ്ചാത്തപിക്കുകയാണ്.” കൊന്ത കുഴഞ്ഞ ശബ്ദത്തിൽ പറഞ്ഞു. ആ ‘പശ്ചാത്താപം’ എന്ന വാക്കു പറയാൻ സിനിമയിലാണെങ്കിൽ ഒരു റീലു വേണ്ടിവരും. “തമ്പിച്ചായനെ വഴിമാറ്റേണ്ടതായിരുന്നു. നിങ്ങളെയും അച്ചായനെയും ഒത്തുതീർപ്പാക്കേണ്ടതായിരിന്നു.” അവൻ തുടർന്നു.

“അവനെ ഞങ്ങൾ തീർപ്പാക്കിയല്ലോ.” കൊച്ച കൊളുത്തി.

“എന്റെ പിഴ,” കൊന്ത തലയിൽ കൈവെച്ചുകൊണ്ട് പിറുപിറുത്തു. “വലിയ പിഴ.”

അവൻ ഒരു വഴിക്കായിട്ടുണ്ട്.

ഞങ്ങൾക്കു വലിയ പണിയൊന്നും വേണ്ടിവരില്ലെന്നായിട്ടുണ്ട്. പിടിക്കുമ്പോൾ വരാലുപോലെ കൊന്ത വഴുക്കുന്നു. ഒരു സിഗരറ്റുകൂട് രണ്ടായി ചീന്തിയെടുത്ത് ഞാൻ കൊച്ചയെ ഏല്പിച്ചു.

"അവന് കൈ വയ്ക്കുമോ?" കൊച്ച ചോദിച്ചു.

ഞാൻ പേനയെടുത്ത് കൊന്തയുടെ കൈയിൽ പിടിപ്പിച്ചു.

"എഴുതടാ," ഞാൻ പറഞ്ഞു: "ഞാൻ പറയുമ്പോലെ എഴുത്."

ചത്ത കണ്ണുകളോടെ കൊന്ത ഞങ്ങളെ നോക്കി.

"എഴുത്," കൊച്ച സാഹിത്യം പറഞ്ഞു: "ഞാൻ പശ്ചാത്തപിക്കുന്നു. യാത്രയാകുന്നു. എല്ലാം എന്റെ തെറ്റ്."

"എന്റെ പിഴ." ഞാൻ കൊന്തയുടെ ഭാഷയിലേക്കു തിരുത്തി: "എന്റെ മാത്രം പിഴ."

വേച്ചുവേച്ചെഴുതിയ അക്ഷരങ്ങൾ സിഗരറ്റുകൂടു കവിഞ്ഞു. താഴെ ഒപ്പിടുവിക്കാൻ ഞങ്ങൾക്കു സഹായിക്കേണ്ടിവന്നു. പിന്നെ അവന്റെ ഷർട്ടിന്റെ പോക്കറ്റിൽ അതു മടക്കിവച്ചു.

"എന്നെ കുത്തിക്കൊല്ലരുത്."അവൻ കരച്ചിലൊടെ പറഞ്ഞു.

"നീ ആത്മഹത്യ ചെയ്യും." അവന്റെ മുഖത്ത് പതുക്കെ അടിച്ചു കൊണ്ട് പാണ്ടിപ്പടങ്ങളിലെ നായകനെപ്പോലെ കൊച്ച പറഞ്ഞു.

"എന്റെ കുടുംബം..." കൊന്ത ഏങ്ങലടിച്ചു കരഞ്ഞു കാണിക്കാൻ തുടങ്ങി. സഹികെട്ടപ്പോൾ ഞാൻ അലറി:

"എടാ കൊച്ചേ, അവന്റെ കോണാനഴിച്ച് വായിൽ തിരുകെടാ. കച്ചേരി കേൾക്കാനല്ല നമ്മള് വന്നിട്ടൊള്ളത്."

കൊന്ത വാപൊത്തി കരച്ചിലടക്കാൻ ശ്രമിച്ചു.

"യാഹോവനഗരം കാക്കാഞ്ഞാൽ.." അവൻ വിതുമ്പിക്കൊണ്ട് യാചനാഭാവത്തിൽ ഞങ്ങളെ നോക്കി. കാലുപോയ മരക്കസേരയിലേക്ക് അവനെ താങ്ങിയെടുത്തു. നല്ല കനമുണ്ട്. പുതലിങ്ങൾ ചെട്ടിയുടെ പണം -ഞങ്ങൾ തമ്പിയെ മനസ്സിൽ പ്രാകി. ടെറസ്സിൽ ഒരറ്റത്തു കൊണ്ടുവന്ന് അരമതിലിന്മേൽ കസേര ഉയർത്തിവച്ചു. കൊന്ത കണ്ണുകളടച്ചു സ്തോത്രം ചൊല്ലുകയാണ്. അവന്റെ കുഴഞ്ഞ പ്രാർത്ഥനയും ഇടവിട്ട തേങ്ങലുമൊഴിച്ചാൽ സർവ്വത്ര നിശ്ശബ്ദം. താഴെ കാഴ്ചയിൽ വാഹനങ്ങൾ കുറഞ്ഞിരിക്കുന്നു.

ഞാൻ കസേര മുറുകെപ്പിടിച്ചശേഷം ചെറുതായി ഒന്നു ചിരിച്ചു. ഒരു ചെറിയ ഉന്തേ വണ്ടിവന്നുള്ളൂ കസേരയിലെ ഭാരം ഒഴിയാൻ. കസേരയിൽ നിന്നും കൊന്ത ഉയർന്നുപോയശേഷം അതു വലിച്ചെടുത്ത് ഞങ്ങൾ പഴയ മരസ്സാമാനങ്ങൾക്കിടയിൽ കൊണ്ടുചെന്നിട്ടു.

താഴെ വീഴ്ചയുടെ ക്ഷീണിച്ച ഒച്ച കേട്ടു. ഞാൻ അങ്ങോട്ടു നോക്കാൻ പോയില്ല. അതിലൊന്നും വലിയ പുകിലില്ല, നമ്മൾ ഒരു പണി ചെയ്യുന്നു. അത്രതന്നെ.

ഞങ്ങൾ കെട്ടിടത്തിന്റെ പുറമേകൂടി താഴേക്കു പോകാനുള്ള ഇരുമ്പു കോണി ഇറങ്ങാൻ തുടങ്ങി. എന്റെ തൊട്ടു പിന്നിൽ കൊച്ചയുണ്ട്. വിദൂരത്തുനിന്നും ഏതോ ഒരു കുഞ്ഞിന്റെ കരച്ചിൽ കേൾക്കുന്നതായി വെറുതെ വിചാരിച്ചു. ഉണ്ടോ? ഛേ, ആകെക്കൂടെ മടുപ്പു തോന്നി. ഒന്നു ഫ്രീയായി ഒറ്റയ്ക്കിരുന്നാലോ എന്നാലോചിച്ചു. കൊച്ച പിറകിൽനിന്ന് എന്തോ പറഞ്ഞുതുടങ്ങി. പരോളിൽ വന്ന ഈ സമയംകൊണ്ടുതന്നെ അവനൊരു നൂറുസിനിമ കണ്ടുകാണും. എല്ലാത്തിനോടും എനിക്കു ഭയങ്കരമായ വെറുപ്പുണ്ടായി.

വെള്ളിയലകുകൾ പിടിപ്പിച്ച കത്തി എടുത്തുയർത്തിക്കൊണ്ട് പിറകിലേക്കു നോക്കാതെ ഞാൻ പറഞ്ഞു:

“ഏതേലും കൊടിച്ചിയുടെ പീറവാക്കു പറഞ്ഞ് ഞെളിയണ്ടടാ. ഉണ്ടെങ്കില് നിന്റെ ഭാഷ പറ. സ്വന്തം നാവുകൊണ്ട് ആവാത്തവൻ ഇനി മേലിൽ മിണ്ടരുത്.” ■

അളവുകൾ

ആ മോട്ടോർ സൈക്കിൾ മുഷിഞ്ഞൊരു പുതപ്പുകൊണ്ടു മൂടിയിട്ടിരിക്കുകയായിരുന്നു. അതിന്റെ ഹാന്റിൽബാർ തുണിയുടെ പുറത്തേക്കു തള്ളിനിന്നു. ചെറുപ്പക്കാരൻ വളരെ സാവധാനം, ഒരു മാന്ത്രികന്റെ ചലനങ്ങളെ അനുകരിക്കുംവിധം, ആ തുണി കൈകൊണ്ടു വലിച്ചെടുത്ത് അടുത്തുണ്ടായിരുന്ന അയയിൽ തൂക്കി. അതിനുശേഷം ഒരല്പം മാറിനിന്ന് വാഹനത്തെ മൊത്തത്തിൽ ഒന്നു പരിശോധിച്ചു. അടുത്തുചെന്ന് സീറ്റിൽ വെറുതെ ഒന്നു തട്ടിയപ്പോൾ കുറെ നാളായി അടിഞ്ഞുകൂടിയ പൊടി മുകളിലേക്കുയർന്നു. പിന്നെ തിരിഞ്ഞ് അയാൾ മധ്യവയസ്കന്റെ നേർക്ക് ഒരു വിളറിയ ചിരി ചിരിച്ചു.

മധ്യവയസ്കൻ ഒന്നും പറഞ്ഞില്ല. ചെറുപ്പക്കാരനെ നോക്കുകമാത്രം ചെയ്തു.

കുറച്ചുസമയം എന്തോ ആലോചിച്ചുകൊണ്ട് ചെറുപ്പക്കാരൻ പറഞ്ഞു:

“സാറു വിചാരിക്കുന്നതുപോലൊന്നുമല്ല കാര്യങ്ങൾ. ഇപ്പോൾ എല്ലാം എളുപ്പം പഴകുന്നു. ഇന്നലെ വാങ്ങിച്ച ഒരു സാധനം ഇന്നു മറിച്ചു വിൽക്കാൻ ശ്രമിച്ചാലും പാതി വിലയേ കിട്ടിയെന്നു വരൂ. പുതിയതിനു തന്നെ ദിവസേന വില കുറയുകയാണ്. മാത്രവുമല്ല, അതിലും പുതിയ സാധനങ്ങൾ മാർക്കറ്റിൽ വരുന്നു. അതു കാണുമ്പോൾ പിന്നെ പഴയത് - എത്ര കുറച്ചായാലും അതുപയോഗിച്ചതുതന്നെയാണല്ലോ- വാങ്ങിക്കാൻ ആരാണു തയ്യാറാവുക? ഒന്നാലോചിച്ചാൽ ഇക്കാലത്ത് മനുഷ്യരുടെ കാര്യംപോലും അങ്ങനെതന്നെയല്ലേ? വലിയ പട്ടണങ്ങളിൽ ജോലിയെടുക്കുന്ന എന്റെ ചില കൂട്ടുകാർ പറയുന്നത്, അവരെയൊക്കെ ഇപ്പോൾ വയസ്സന്മാരെന്നു കണക്കിലാണ് ആളുകൾ എടുക്കുന്നതത്രേ! പലർക്കും മുപ്പതു തികഞ്ഞിട്ടില്ലെന്നോർക്കണം. കല്യാണം കഴിക്കാത്ത പിള്ളേരാണ്. ഇക്കാലത്ത് ഒന്നു കണ്ണു ചിമ്മാൻവരെ പേടിക്കണം. അടുത്ത നിമിഷം കണ്ണു തുറന്നു നോക്കുമ്പോൾ ഈ ലോകംതന്നെ മാറിയിരിക്കും എന്ന സ്ഥിതിയാണ്.”

ചെറുപ്പക്കാരൻ അവിടേക്കു വന്ന ഓട്ടോറിക്ഷ മടങ്ങിപ്പോകുന്നതിന്റെ ശബ്ദം കേട്ടു.

അയാൾ തുടർന്നു:

“ഇതൊക്കെ പറയുമ്പോൾ സാറിന് ഒന്നും തോന്നരുത്. കാരണം സാറിന്റെ അവസ്ഥ എനിക്കു നന്നായിട്ടറിയാം. അതല്ലേ, ഞാൻതന്നെ നേരിട്ട് ഇവിടെ വന്നത്. മുമ്പത്തെപ്പോലെയല്ല, ഇപ്പോൾ വലിയ വാഹനങ്ങൾ കച്ചവടം ചെയ്യാൻ മാത്രമേ ഞാൻ നേരിട്ടു പോകാറുള്ളു. സ്കൂട്ടറുകളും ബൈക്കുകളുമൊക്കെ എന്റെ ജോലിക്കാർതന്നെ പോയി വാങ്ങുകയാണ് പതിവ്. ഇത്തരം ചെറുവണ്ടികളെടുക്കാൻ ഞങ്ങൾക്കിപ്പോൾ വലിയ താത്പര്യവുമില്ലെന്നും വച്ചോളൂ. എല്ലാം സൂക്ഷിക്കാൻ സ്ഥലം വേണ്ടേ? കഴിഞ്ഞകൊല്ലം ഒരു പത്തുപതിനഞ്ചു സെന്റുകൂടി സ്ഥലം ഞാൻ വാങ്ങിച്ചതാണ്. എന്നിട്ടിപ്പോൾ ഒന്നു വന്നു നോക്കണം, ശരിക്കും ഒരു സൂചി കുത്താൻ പഴുതില്ല അവിടെ. സ്ഥലത്തിന്റെ വാടക നോക്കിയാൽ ഇതുകൊണ്ടൊന്നും ഒരു കാര്യവുമില്ല എന്റെ സാറേ, സ്ഥലം മറിച്ചു വിറ്റിരുന്നെങ്കിൽ എനിക്കിപ്പോൾ ലക്ഷങ്ങൾ സമ്പാദിക്കാമായിരുന്നു. എന്നാലും ഞാനീ വണ്ടിക്കച്ചവടവുമായി നീങ്ങുന്നു എന്നു മാത്രം. അഞ്ചുപത്തു കൊല്ലമായി ചെയ്തു വരുന്നതാണല്ലോ, ഒരു ശീലമെന്നും പറയാം. പിന്നെ കുറെ പേർ അതുകൊണ്ടു ജീവിച്ചു പോകുന്നുമുണ്ട്. അതു വലിയ കാര്യമല്ലേ?”

അയാൾ മറുപടിക്കു കാത്തു നിൽക്കാതെ തന്റെ പാന്റ്സിന്റെ പോക്കറ്റിൽനിന്നും ഒരു ചെറിയ ഡയറിയും തീരെ നീളംകുറഞ്ഞ ഒരു പെൻസിലും കൈയിലെടുത്തു. ഡയറിയുടെ പേജുകൾ ധൃതിയിൽ മറിക്കുകയും ഒഴിഞ്ഞ ഒരു താളിൽ എന്തോ കുറിക്കുകയും ചെയ്തു.

“ഇതു കണ്ടോ.” ഡയറി ഉയർത്തിക്കാണിച്ചുകൊണ്ട് അയാൾ തുടർന്നു: “ഈ പുസ്തകത്തിൽ നിറച്ചും വണ്ടികളുടെ ഇപ്പോഴത്തെ മാർക്കറ്റ് വിലകളാണ്. ദിവസവും ഞാനത് കൃത്യമായി മാറ്റിയെഴുതി സൂക്ഷിക്കുന്നുണ്ട്. മറ്റേതൊരാൾക്ക് ചെയ്യാൻ കഴിയുന്നതിലും കണിശമായിരിക്കും എന്റെ കണക്കുകളെന്ന് ഞാൻ പറയും. അഹങ്കാരമായിട്ടു തോന്നരുത് കേട്ടോ. സ്ഥിരം ചെയ്തു വരുന്നതല്ലേ? നേരത്തേ പറഞ്ഞതുപോലെ പഴയ കാലമല്ല ഇപ്പോൾ. എല്ലാത്തിനും കൃത്യമായ കണക്കു വേണം. അതല്ലെങ്കിൽ നിങ്ങൾ ഈ ഫീൽഡിൽനിന്നുതന്നെ പുറത്താകും. പഴയ വണ്ടികളല്ല, ഇന്നത്തെ വണ്ടികൾ. അംബാസഡറോ ഫിയറ്റോ ബുള്ളറ്റോ രാജ്ദൂതോ മാത്രമുണ്ടായിരുന്ന ആ കാലം എത്ര എളുപ്പമായിരുന്നു! ഇന്നാണെങ്കിൽ നൂറു കണക്കിനു മോഡലുകൾ, നൂറു കണക്കിനു വ്യത്യാസങ്ങൾ! എല്ലാം സൂക്ഷ്മമായി, വിശദമായി പഠിക്കാതെ ആർക്കും നിലനിൽക്കാനാവില്ല. പഴയ ബ്രോക്കർമാരുടെ കാലവും കഴിഞ്ഞു. പണ്ടൊക്കെ കന്നുകാലികളെ വിൽക്കുന്നവർ തന്നെയാവും ഒരു വണ്ടി വിൽക്കാനും വരുന്നത്. അവർതന്നെ കല്യാണത്തിനും ആലോചനയുമായി വന്നെന്നിരിക്കും. ഏതായാലും ഇന്നതു പറ്റില്ല. ഓർത്തു നോക്കൂ. പണ്ട് എന്റെയത്ര പഠിപ്പുള്ളവരാരെങ്കിലും ഈ പണിക്കു വരുമോ?”

ചെറുപ്പക്കാരൻ മോട്ടോർ സൈക്കിളിന്റെ ഹാന്റിൽ ബാർ പിടിച്ച് കുറച്ച് ആയാസപ്പെട്ട് അത് സെന്റർ സ്റ്റാന്റിലേക്കിട്ടു. അതിന്റെ മുൻഭാഗത്തെ വിളക്കിന്റെ ചില്ലു പൊട്ടിപ്പോയിരുന്നു. വീർത്ത പള്ളയുള്ള ടാങ്കിന്മേൽ ചെറിയതായി ഞണുങ്ങിയതിന്റെ പാടൊഴിച്ചാൽ അതിനു പ്രത്യക്ഷത്തിൽ കുഴപ്പമൊന്നുമുണ്ടായിരുന്നില്ല. 321 എന്നായിരുന്നു അതിന്റെ നമ്പർ. അക്കങ്ങളുടെ വിലകൾ ക്രമത്തിൽ കുറഞ്ഞു വരുന്ന, ഓർക്കാൻ എളുപ്പമുള്ള ഒന്ന്. ആ പ്രത്യേക നമ്പർ കിട്ടുന്നതിനുവേണ്ടി മകന്റെ നിർബന്ധത്തിനു വഴങ്ങി ആയിരം രൂപാ കൂടുതൽ ചെലവാക്കിയ കാര്യം മധ്യവയസ്കൻ അപ്പോൾ ആലോചിച്ചു.

"അതാണ് മറ്റൊരു പ്രശ്നം." അയാളുടെ മനസ്സു വായിച്ചിട്ടെന്നവണ്ണം ചെറുപ്പക്കാരൻ പറഞ്ഞു. "ഈ നമ്പർ നല്ലതാണെന്ന് സാറിനു തോന്നും. പക്ഷേ, ഇതിന് ഒരു വലിയ കുഴപ്പമുണ്ട്. ഇവിടെ നേരേമറിച്ച് 123 എന്നായിരുന്നുവെങ്കിൽ സംഗതികൾ കൂടുതൽ എളുപ്പമായിരുന്നു. 1...2...3... ഒരു ഉയർച്ച അതിന്റെ പോക്കിൽത്തന്നെയുണ്ടായേനെ. ഇതിപ്പോൾ 3...2...1... എല്ലാം താഴോട്ട്. തളർച്ചയാണ്. ഈ നമ്പർ തെരഞ്ഞെടുത്തത് കഷ്ടമായിപ്പോയി. ആളുകൾ അതൊക്കെ നോക്കും സാർ. എന്റെയടുത്തു ചോദിച്ചിരുന്നെങ്കിൽ ഇങ്ങനെയൊരു നമ്പറെടുക്കാൻ ഒരിക്കലും ഞാൻ പറയുമായിരുന്നില്ല. ഇനി ആലോചിച്ചിട്ടെന്താണ്? വന്നതു വന്നു. നമ്പറിന്റെ നിലയ്ക്ക് ഒരായിരം രൂപയെങ്കിലും വില കുറയ്ക്കേണ്ടതാണ്. പക്ഷേ, സാറിന്റെ കാര്യം എനിക്കറിയാവുന്നതുകൊണ്ട് ഞാനതു ചെയ്യുന്നില്ല. ഞാൻ ഫോണിൽ പറഞ്ഞില്ലേ, എനിക്ക് ലാഭമല്ല ഇതിൽ കാര്യം സാറിന്റെ കണക്കുകൾ തീർക്കണം. ബാധ്യത വരുന്നതിൽ പകുതി പലിശ ഞാൻ വീട്ടും. കണക്കുകൾ മുട്ടിപ്പോകണം എന്നേ എനിക്കുള്ളൂ. ഇനിയിപ്പോൾ ചെറിയ നഷ്ടം വന്നാലും ഞാനതു സഹിക്കും. സാറിനറിയാമല്ലോ, വെറും ഒരു ചെക്കിന്റെ ബലത്തിലാണ് ഞാൻ സാറിനു ലോൺ തന്നത്. സംഭവത്തിനു ശേഷം അടവു തെറ്റിയിട്ടും ഞാനൊന്നും പറഞ്ഞില്ല. നമ്മൾ തമ്മിൽ ഇന്നും ഇന്നലെയും തുടങ്ങിയ ബന്ധമല്ലല്ലോ.

അയാൾ ഡയറിയെടുത്ത് വീണ്ടും എന്തോ കുറിച്ചു. വണ്ടി തിരിച്ച് സ്റ്റാന്റിൽനിന്നു മാറ്റി താക്കോൽ തിരിച്ച് കിക്കു ചെയ്തു. കുറച്ചുനേരം അതു മുരണ്ടശേഷം പതുക്കെ സ്റ്റാർട്ടായി.

"ഭാഗ്യംതന്നെ." അയാൾ പറഞ്ഞു. "സ്റ്റാർട്ടാവുന്നുണ്ട്. ഞാൻ പേടിച്ചു. ബാറ്ററിക്കു വലിയ കുഴപ്പം കാണുകയില്ലായിരിക്കും. മറ്റെന്തെങ്കിലും..."

"ഏയ്. അവിടെനിന്നും ഓടിച്ചുതന്നെയാണ് കൊണ്ടുവന്നത്. മറ്റു കുഴപ്പങ്ങളൊന്നുമില്ലെന്ന് വർക്ക്ഷോപ്പിൽ പോകുന്ന അടുത്ത വീട്ടിലെ പയ്യൻ പറയുകയും ചെയ്തു."

"ഇപ്പോൾ ഉണ്ടാവണമെന്നില്ല സാർ." ചെറുപ്പക്കാരൻ പൊടുന്നനെ അയാളെ തിരുത്തി: "പക്ഷേ, ഇത്രയും വലിയൊരു ആക്സിഡന്റു

കഴിഞ്ഞതല്ലേ. എന്തെങ്കിലും പ്രശ്നങ്ങൾ പിന്നീടു വരും. അതാണ് അതിന്റെ ഒരു മുറ. അപകടത്തിൽപ്പെട്ട് മൊത്തത്തിൽ ഉള്ളൊക്കെ ആകെ ഒന്നു കുലുങ്ങിയിട്ടുണ്ടാവും. പിന്നീട് കുറച്ചു കഴിയുമ്പോൾ ഉൾഭാഗത്തെ നട്ടും ബോൾട്ടുമെല്ലാം പതുക്കെപ്പതുക്കെ ഇളകാൻ തുടങ്ങും. സ്ക്രൂ മുറുക്കിയിടത്തെല്ലാം അഴിയും. വൈകാതെ ഒരെഞ്ചിൻ പണിക്കുതന്നെ സാധ്യതയുണ്ടായിക്കൂടെന്നില്ല. മനുഷ്യന്റെ ശരീരംപോലെതന്നെയാണ് ഈ യന്ത്രങ്ങളും. ചെറുപ്പത്തിൽ പൊലീസുകാരുടെ ഇടി കിട്ടിയ കള്ള ന്മാരെ കണ്ടിട്ടില്ലേ? കൂമ്പ് കരിഞ്ഞുപോയിട്ടുണ്ടാവും. ചെറുപ്പത്തിന്റെ ബലത്തിൽ കുറച്ചു കാലം ഒന്നുമില്ലാത്തതുപോലെ നിന്നെന്നു വരാം. അതുകഴിഞ്ഞാലാണ്! പോട്ടെ, അതൊന്നും ഇപ്പോൾ നമ്മളായിട്ടു സൂചി പ്പിക്കാൻ പോകണ്ട." അയാൾ പെട്ടെന്ന് എന്തോ ആലോചിച്ചിട്ടെന്നവണ്ണം ഒന്നു നിർത്തി. പിന്നെ ധൈര്യം സംഭരിച്ച് വളരെ പതുക്കെ തുടർന്നു. "ഉദാഹരണത്തിന് സാറിന്റെ മകന്റെ കാര്യംതന്നെയെടുക്കുക. അവൻ വണ്ടി തട്ടി വീണപ്പോൾ എന്തെങ്കിലും കുഴപ്പം തോന്നിയോ? സത്യത്തിൽ എഴുന്നേറ്റു നിൽക്കുകപോലും ചെയ്തു. ഒരു പോറൽ പോലും ഉണ്ടായില്ല. ഒരു തുള്ളി രക്തം പുറത്തു വന്നില്ല. എനിക്കറിയാവുന്ന കാര്യ മായതുകൊണ്ട് പറയുകയാണ്. ഒന്നു വെറുതെ സ്കാൻ ചെയ്തു നോക്കാൻ മാത്രമായിട്ടാണ് ആശുപത്രിവരെ കൊണ്ടുപോയതുതന്നെ. അതൊന്നും വേണ്ടെന്നും ചിലർ പറഞ്ഞു. പക്ഷേ, പിന്നീട്, ഒന്നു രണ്ടു മണിക്കൂർ കഴിയുമ്പോഴേക്കും... ഛർദ്ദിച്ചു എന്നു കേട്ടപ്പോൾത്തന്നെ കാര്യ ങ്ങൾ അത്ര പന്തിയല്ലെന്ന് എനിക്കു തോന്നി. ശിരസ്സടിച്ചു വീഴുകയായി രുന്നല്ലോ. അതാണ് പറഞ്ഞു വരുന്നത്. അങ്ങനെയൊക്കെത്തന്നെയാണ് ഈ വാഹനങ്ങളുടെ കാര്യവും. പരിക്കുകൾ ഉള്ളിലാവും. ഒറ്റ നോട്ടത്തിൽ പിടികിട്ടിയെന്നു വരില്ല."

മധ്യവയസ്കൻ മുഖം കുനിച്ചു. അയാൾ ദാരുണമായ ചില ചിത്ര ങ്ങളിലൂടെ കടന്നു പോവുകയാണെന്നു തോന്നിച്ചു.

"സാറു ക്ഷമിക്കണം..." ചെറുപ്പക്കാരൻ പറഞ്ഞു: "ഞാൻ ഒന്നും വിചാരിച്ചല്ല..."

"സാരമില്ല..." മധ്യവയസ്കൻ നിർവ്വികാരതയോടെ അയാളെ നോക്കി. അയയിൽ കിടന്നിരുന്ന പുതപ്പ് കാറ്റിൽ ഇളകിയാടുന്നുണ്ടായി രുന്നു.

കുറച്ചുനേരം അവർ രണ്ടു പേരും ഒന്നും മിണ്ടിയില്ല. സ്റ്റാർട്ടു ചെയ്തുവച്ച വണ്ടിയുടെ നേർത്ത ഇരമ്പം മാത്രം അവശേഷിച്ചു.

"അപ്പോൾ ഞാൻ ഫോണിൽ പറഞ്ഞ തുക വാങ്ങുകയല്ലേ?" ചെറുപ്പ ക്കാരൻ ഒന്നു നിർത്തി.അപ്പോൾത്തന്നെ പലിശയിനത്തിൽ പകുതി ഞാൻ വിട്ടിട്ടുണ്ടെന്ന് സാറിനറിയാമല്ലോ. ഞാനാണെങ്കിൽ വണ്ടികൾക്കു ലോൺ കൊടുക്കുന്ന പരിപാടി നിർത്തുകയുമാണു സാറേ. സമയമില്ല. ഇതെല്ലാം കൂടി നീങ്ങണ്ടേ?"

മധ്യവയസ്കൻ ഒന്നും പറയാതെ അയാൾ കൊടുത്ത തുക കൈ നീട്ടി വാങ്ങി. എണ്ണാൻ തുനിയാതെ ഷർട്ടിന്റെ കീശയിൽ നിക്ഷേപിച്ചു. നോട്ടുകളുടെ തലപ്പുകൾ അയാളുടെ കീശയിൽനിന്നും ഉയർന്നു നിൽക്കുന്നതു കാണാമായിരുന്നു.

"എണ്ണി നോക്കൂ." ചെറുപ്പക്കാരൻ പറഞ്ഞു.

മധ്യവയസ്കൻ കൈയുയർത്തി അതിന്റെ കാര്യമില്ലെന്നു കാണിച്ചു. അയാൾ തന്റെ കണ്ണടയൂരി മുണ്ടിൽ ഒന്നു തുടച്ചശേഷം വീണ്ടും അണിഞ്ഞു. യാത്ര പറയാനെന്നതുപോലെ മോട്ടോർ സൈക്കിളിന്മേൽ പതുക്കെ തട്ടി.

ചെറുപ്പക്കാരൻ ഡയറിയെടുത്ത് പഴയതുപോലെ പാന്റ്സിന്റെ പോക്കറ്റിൽ വച്ചു. ബൈക്കിന്മേൽ കയറിയിരുന്ന് പോവുകയാണെന്ന് ആംഗ്യം കാണിച്ചു.

"ഒന്നു നിൽക്കൂ." മധ്യവയസ്കൻ അയാളോട് അങ്ങനെ പറഞ്ഞ ശേഷം വീട്ടിനുള്ളിലേക്ക് കയറിപ്പോയി. ചെറുപ്പക്കാരൻ എന്താണെന്ന റിയാതെ അയാളെ നോക്കിക്കൊണ്ട് ബൈക്കിൽത്തന്നെയിരുന്നു.

അല്പം കഴിഞ്ഞപ്പോൾ കറുത്ത നിറത്തിലുള്ള ഒരു ഹെൽമറ്റുമായി അയാൾ തിരിച്ചുവന്നു. അതിന്റെ പട്ടയുടെ കൊളുത്തുകൾ വിടുവിച്ചു കൊണ്ട് അയാൾ അതു ചെറുപ്പക്കാരനു നേരേ നീട്ടി.

"ഇതുകൂടി വച്ചുകൊള്ളൂ." അയാൾ പറഞ്ഞു.

ചെറുപ്പക്കാരൻ അതു വാങ്ങി തിരിച്ചും മറിച്ചും പരിശോധിച്ചു. പിന്നെ എന്തോ പറയാൻ തുനിഞ്ഞു.

"വില പറയരുത്." അയാളെ വിലക്കിക്കൊണ്ട് മധ്യവയസ്കൻ പറഞ്ഞു: "നിങ്ങൾ ഇതു ധരിച്ചിട്ടു വേണം പോകാൻ. പാകമാകാതിരിക്കില്ല."

അയാൾ ചെറുപ്പക്കാരന്റെ തലയിലേക്കു നോക്കിക്കൊണ്ട് മനസ്സിൽ അളവെടുത്തു.

"ബൈക്കു വേണമെന്നു ശാഠ്യം പിടിച്ചപ്പോൾ അതിന്റെയൊപ്പം വാങ്ങിച്ചതാണ്. എന്റെയൊരു ആശ്വാസത്തിന്." അയാൾ ദുർബലമായ ശബ്ദത്തിൽ തുടർന്നു: "അന്നും ഹെൽമറ്റു വയ്ക്കാൻ പറഞ്ഞിരുന്ന താണ്. കുട്ടികളല്ലേ, നമ്മൾ പറയുമ്പോൾ കേട്ടെന്നു വരില്ല." അയാളുടെ കണ്ണുകൾ നനയുന്നത് ചെറുപ്പക്കാരൻ കണ്ടു.

ചെറുപ്പക്കാരൻ ഹെൽമറ്റ് തലയിൽ വച്ചു. തന്റെ തലയ്ക്കു കൃത്യമായ അളവായിരുന്നിട്ടും ശ്വാസം മുട്ടുന്നതായി അയാൾക്കു തോന്നി.

"പാകമാണല്ലോ അല്ലേ?" മധ്യവയസ്കൻ അയാളെ നോക്കി ക്കൊണ്ടു ചോദിച്ചു.

ആണെന്നു പറയാനായി ശ്രമിച്ചെങ്കിലും ചെറുപ്പക്കാരന്റെ തൊണ്ട യിൽ നിന്നും അപ്പോൾ ശബ്ദം പുറത്തുവന്നില്ല. ■

തടാകം

തിരുത്തുകളുള്ള മേൽവിലാസത്തിൽ വന്ന മുത്തച്ഛന്റെ കത്ത് ഒരുമാസ ത്തിലേറെ വൈകിയാണ് എനിക്കു കിട്ടുന്നത്. അദ്ദേഹത്തിനു നിശ്ചയ മുള്ള അഡ്രസ്സിൽനിന്നും ഞാൻ അപ്പോഴേക്കും രണ്ടു താമസസ്ഥലങ്ങൾ മാറിയിരുന്നു. അതിനെക്കുറിച്ചെല്ലാം അപ്പപ്പോൾ അറിയിച്ചിരുന്നു വെന്നാണ് ഓർമ്മ. എഴുതിവയ്ക്കാൻ ഒരുപക്ഷേ, വിട്ടുപോയിരിക്കും. മുത്തച്ഛന്റെ ഓർമ്മശക്തി കുറഞ്ഞു വരികയാണെന്നും കേൾക്കുന്നുണ്ട്. പേരുകളും ബന്ധങ്ങളും സ്ഥലങ്ങളും സന്ദർഭങ്ങളുമെല്ലാം ഒരു വഴു ക്കൻ പ്രതലത്തിലെന്നപോലെ തെന്നുന്നു. പഴയ പല കാര്യങ്ങളും ഓർത്തെടുക്കാനാവുന്നില്ല. സംഭവങ്ങൾ പറയുമ്പോൾ ക്രമം തെറ്റുന്നു. പലപ്പോഴും നീണ്ട മൗനത്തിലേക്കു മാറിക്കളയുന്നു.

"ഫോൺ ചെയ്യുമ്പോഴൊന്നും അച്ഛനല്ല എടുക്കുന്നത്. ആ തമിഴൻ ചെക്കൻ എന്തൊക്കെയോ പറയുന്നു." കഴിഞ്ഞ തവണ ചെന്നപ്പോൾ അമ്മ പരാതിമട്ടിൽ പറഞ്ഞു: "അവന്റെ വർത്തമാനം എനിക്കു പണ്ടേ പിടികിട്ടാറില്ല. ഫോൺ കൊടുക്കാൻ പറഞ്ഞാൽ കേൾക്കേണ്ടേ? എനിക്കു തോന്നുന്നത് അച്ഛനു സുഖമില്ലെന്നാണ്. നീയൊന്നു ചെന്ന് അന്വേഷിക്ക്. എനിക്കാ കുന്നു കയറാൻ വയ്യാഞ്ഞിട്ടാണ്. ആ ചെക്കനെ കണക്കിനു പറയണം. അവനിപ്പോൾ കുറച്ചു കൂടുന്നുണ്ട്."

അതു കേട്ടിട്ടും ഞാനത്ര തിടുക്കപ്പെട്ടില്ല. വല്ലതും നിസ്സാരമായ അസുഖങ്ങൾ കാണുമായിരിക്കും. ഉയർന്ന പ്രദേശത്തു ജീവിക്കുന്നതു കൊണ്ട് മുത്തച്ഛന് ആരോഗ്യസംബന്ധമായ ബുദ്ധിമുട്ടുകൾ കുറവാണെ ന്നാണ് എന്റെ വിചാരം. കുറച്ചു മാസങ്ങൾക്കു മുൻപായിരുന്നു ഞങ്ങൾ അവസാനം കണ്ടത്. അന്ന് അദ്ദേഹം തികച്ചും ഉന്മേഷവാനായിരുന്നു. ചെരിവുകളിലൂടെ ഇറങ്ങി കുന്നുകളെ ചുറ്റിക്കൊണ്ടുപോകുന്ന ഒറ്റയടി പ്പാതയിലൂടെ നടന്ന് ഞങ്ങൾ നിരപ്പിലുള്ള കൊച്ചു പട്ടണത്തിലെത്തി. ചെറിയൊരു വിനോദസഞ്ചാരകേന്ദ്രമാണ് ഈ മലയും പരിസരവും. നിരത്തുകളിലെ കച്ചവടക്കാർ ആളുകളെ ആകർഷിക്കുന്നതിന്റെ തിരക്കുകളിലാണ്. അവർ ഉറക്കെ വിളിച്ചു പറഞ്ഞുകൊണ്ടിരുന്നു. നേരിയ തണുപ്പുണ്ട്. വഴിവക്കിലിരുന്ന വൃദ്ധയാചകർ ഞങ്ങൾക്കു നേരെ കൈ നീട്ടി.

ഇ. സന്തോഷ്കുമാർ

അവിടെനിന്നും തടാകത്തിലേക്കു പോകുന്ന ഇടുങ്ങിയ വഴിയിലൂടെ ഞങ്ങൾ നടന്നു. സഞ്ചാരികൾ മടങ്ങുകയാണ്. ഉയരം തേടിപ്പോകുന്ന മരങ്ങൾക്കിടയിലൂടെ വൈകുന്നേരങ്ങളുടെ ചുവന്ന വെളിച്ചം കാണാമായിരുന്നു. "ഇവിടെ ഒരു ബോട്ടു കൊണ്ടുവരാൻ പോകുന്നുണ്ട്." മുത്തച്ഛൻ പറഞ്ഞു: "കുറേക്കൂടി വലിയൊരു ടൂറിസ്റ്റുകേന്ദ്രമാക്കാനാണ് പരിപാടി."

"മഹാശല്യമാകും." വിനോദകേന്ദ്രങ്ങളിലെ തിരക്കുകളെ ഓർമ്മിച്ചുകൊണ്ട് ഞാൻ പറഞ്ഞു.

മുത്തച്ഛൻ പ്രതികരിച്ചില്ല.

തടാകത്തിന്റെ കരയിൽനിന്നും ഞങ്ങൾ തിരിച്ചുനടന്നു. പട്ടണത്തിലെത്തിയപ്പോൾ കച്ചവടക്കാർക്കു മുന്നിൽ ചിലർ കുടിച്ചു ബഹളംവയ്ക്കുന്നതു കണ്ടു. വഴിവിളക്കുകൾ തെളിയിച്ചുകഴിഞ്ഞിരിക്കുന്നു. ബസ്സുകളും ജീപ്പുകളും നിർത്തിയിട്ടിരിക്കുന്നതിനടുത്ത് ഒരു പുതിയ കുതിരവണ്ടി നിൽക്കുന്നുണ്ടായിരുന്നു.

"ഇതു മൂന്നാമത്തേതാണ്," മുത്തച്ഛൻ കുതിരവണ്ടിയെ ചൂണ്ടിക്കാട്ടി. "പകൽ കുറച്ചു നേരത്തേ വന്ന് തടാകത്തിനു ചുറ്റും എനിക്കൊന്ന് കറങ്ങണം." അദ്ദേഹം ആവേശം കാണിച്ചു. മുത്തച്ഛന്റെ കുതിരവണ്ടിയിലെ സവാരിയെക്കുറിച്ച് എനിക്കു കൗതുകം തോന്നി.

തിരിച്ചു വീട്ടിലേക്കു കയറ്റംകയറുമ്പോൾ ഞാനാണ് കിതച്ചിരുന്നത്. മുത്തച്ഛൻ ഒരു കൊച്ചു കുട്ടിയെപ്പോലെ മലഞ്ചെരിവിലൂടെ ഓടിക്കയറി. മുകളിലെത്തിയപ്പോൾ കാൽമുട്ടിൽ കൈകളൂന്നി മെല്ലെമെല്ലെ കയറി വരുന്ന എന്നെനോക്കി അദ്ദേഹം പുഞ്ചിരിച്ചു. തണുപ്പുള്ള കാറ്റു വീശുന്നുണ്ടായിരുന്നു.

ഇപ്പോൾ ഉരുണ്ട വലുപ്പമുള്ള കൈപ്പടയിൽ മൂന്നോ നാലോ വരി മാത്രമെഴുതിയ കത്തു കാണുമ്പോൾ ഞാൻ ആ വൈകുന്നേരത്തെ വീണ്ടും ഓർമ്മിക്കുന്നു. പക്ഷേ, ആ നടത്തത്തിന്റെ ശാന്തമായ ആഹ്ലാദമല്ല, മനുഷ്യന്റെ ഏകാന്തതയെക്കുറിച്ചുള്ള വിവരണസാധ്യമല്ലാത്ത ഒരു വിഷാദമാണ് എന്നിൽ നിറയുന്നത്.

എല്ലാവിധത്തിലും ഒറ്റപ്പെട്ട ജീവിതമായിരുന്നു മുത്തച്ഛന്റേത്. ഞങ്ങളുടെയെല്ലാം ചെറുപ്പത്തിൽത്തന്നെ അദ്ദേഹത്തിന്റെ ഭാര്യ മരിച്ചുപോയി. അവരെ കണ്ട ഓർമ്മ എനിക്കില്ല. മരിക്കുന്നതിനുമുൻപ് ദീർഘനാൾ കിടപ്പിലായിരുന്നുവെന്നു കേട്ടിട്ടുണ്ട്. കുട്ടികളെല്ലാം മുതിർന്നു വലുതായ ഒരാൾക്ക് തന്റെ ഭാര്യ മരിച്ചുപോകുന്നതിനെക്കാൾ കവിഞ്ഞൊരു ദുരന്തം സംഭവിക്കാനില്ലെന്ന് മുത്തച്ഛൻ ഒരിക്കൽ എന്നോടു പറഞ്ഞു. വാർദ്ധക്യത്തിന്റെ ഏറ്റവും വലിയ കെടുതിയാണത്. യുവാക്കളും മദ്ധ്യവയസ്കരുമായ മക്കൾ അവരുടേതായ ജീവിതങ്ങൾക്കു പിന്നാലെ പായുകയായിരിക്കും. സ്വന്തം തിടുക്കങ്ങൾക്കിടയിൽ പ്രായംചെന്നവർക്കായി

45

നീക്കിവയ്ക്കാനുള്ള സമയവും സന്ദർഭങ്ങളും അവർക്കു കുറവായിരിക്കും. സ്ത്രീകളുടെ കാര്യം കുറച്ചു ഭേദമാണ്. ചുറ്റുപാടുകളോടു പൊരുത്തപ്പെടാൻ മിക്കപ്പോഴും അവർക്കു കഴിഞ്ഞെന്നു വരാം. പക്ഷേ, അനാവശ്യമായ ശാഠ്യങ്ങളും തീർപ്പുകളുമെല്ലാം മാറാപ്പുകൾപോലെ ചുമന്നുനടക്കുന്ന പുരുഷന്മാർ അപ്പോൾ കൂടുതൽ ഒറ്റപ്പെടുന്നു. ഒറ്റപ്പെടുന്നവരെക്കാൾ ദുഃഖിതരായി നമുക്കിടയിൽ വേറെ ആരുണ്ട്?

ഇത്തരം ചില കാര്യങ്ങളെല്ലാം മുത്തച്ഛൻ എന്നോടു പങ്കുവയ്ക്കുമായിരുന്നു. അതിനെപ്പറ്റി ഞാൻ അദ്ഭുതപ്പെട്ടിട്ടുണ്ട്. ഞങ്ങൾ തമ്മിലുണ്ടായിരുന്ന പൊതുതാല്പര്യങ്ങളായിരിക്കാം ഈ സ്വരച്ചേർച്ചയ്ക്കു കാരണം. അദ്ദേഹത്തിനുണ്ടായിരുന്ന പഴയ നാണയങ്ങളുടെ ശേഖരമാണ് അതിലൊന്ന്. അപൂർവമായേ മുത്തച്ഛൻ അതെനിക്കു കാണിച്ചുതന്നിട്ടുള്ളു. നാണയങ്ങളും രേഖകളും ഉൾക്കൊള്ളുന്ന ചരിത്രസാമഗ്രികളെക്കുറിച്ച് യൂണിവേഴ്സിറ്റിയിൽ ഗവേഷണം-ഞാനതു പൂർത്തിയാക്കിയില്ല - നടത്തുകയാണ് ഞാനക്കാലത്ത്. സ്വാഭാവികമായും ആ ശേഖരത്തിൽ എനിക്കൊരു കണ്ണുണ്ടെന്ന് അദ്ദേഹത്തിനറിയാം. ചുവരിനോടു ചേർത്തിട്ട അലമാരയ്ക്കുള്ളിൽ ഒരു പെട്ടിയിൽനിന്നും കുറച്ചുവീതം എടുത്താണ് അദ്ദേഹം എന്നെ കാണിക്കാറ്. അവയുടെ കാലത്തെ സംബന്ധിച്ച ചില സംശയങ്ങൾ എനിക്കു തീർക്കാനാവുമോ എന്നറിയാൻ വേണ്ടിയാണ് അങ്ങനെ കാണിക്കുന്നത്. ഞാൻ അവ നോക്കുന്ന സമയത്തെല്ലാം നിധി കാക്കുന്ന ഒരു വയസ്സൻഭൂതത്തെപ്പോലെ അദ്ദേഹം അലമാരയ്ക്കരികിൽ നിൽക്കും. ഇത്രത്തോളം സൂക്ഷ്മതയിലും അതിലുപരി സ്വാർത്ഥതയോളമെത്തുന്ന സ്വകാര്യതയിലും എനിക്കു പരിഹാസം തോന്നുമായിരുന്നു.

"എന്തിനാണ് ഇങ്ങനെ ആർക്കും ഉപകരിക്കാത്ത മട്ടിൽ അടച്ചുവച്ചിരിക്കുന്നത്?" ആയിടയ്ക്ക് ഞാൻ ചോദിച്ചതാണ്. തന്റെ നിധിപ്പെട്ടിക്കരികിൽ കുനിഞ്ഞിരിക്കുകയായിരുന്നു അദ്ദേഹം. ഒരു രഹസ്യം കണ്ടുപിടിച്ചു എന്ന മട്ടിൽ മുത്തച്ഛൻ തിരിഞ്ഞ് എന്നെ ഉറ്റുനോക്കി.

"ആർക്കെങ്കിലും ഉപകരിക്കാനാണോ ഞാനിതെല്ലാം സൂക്ഷിച്ചിട്ടുള്ളത്?" അദ്ദേഹം സ്വയം ചോദിച്ചു: "നീ കരുതുംപോലെ ഇവയൊന്നും എനിക്കു വെറും നാണയങ്ങളല്ല. ഓർമ്മകളാണ്. ഞാൻ പിന്നിട്ടുപോന്ന ജീവിതത്തിന്റെ പ്രമാണങ്ങൾ."

അദ്ദേഹം എഴുന്നേറ്റു മുറിയിൽ സാവധാനം നടന്നു.

"ഇതിന്റെയെല്ലാം പിന്നിലുള്ള കഷ്ടപ്പാട് നിനക്കറിയില്ല. നിനക്കെന്നല്ല, ഒരുപക്ഷേ ആർക്കും. ചിലതെല്ലാം ഒത്തുവരാൻ എവിടെയെല്ലാം പോകണം? എത്രനേരം കാത്തുനില്ക്കണം. പ്രിയപ്പെട്ട എന്തൊക്കെ സാധനങ്ങൾ കൊടുത്താലാണ് ചിലപ്പോൾ കാലണ വലുപ്പമുള്ള ഒരു ചെമ്പുതുട്ടു കൈയിൽ കിട്ടുക. ഇതെല്ലാം ഒരൊറ്റ വെളുപ്പാൻകാലത്ത്,

ഒരു പണിയുമെടുക്കാതെ അർഹനല്ലാത്ത ഒരാൾക്കു കിട്ടുകയെന്നു വെച്ചാൽ!"

"അതങ്ങനെത്തന്നെയല്ലേ?" ഞാൻ തർക്കിച്ചു: "മുൻപേ ചെയ്തു വെച്ച പലരുടെയും പണിക്കൂലിയാണല്ലോ ഓരോ തലമുറയും അനുഭവിക്കുന്നത്."

"എന്തനുഭവം? അങ്ങനെയൊന്നുമില്ല. ആരു പറഞ്ഞു അവർ അനുഭവിക്കുന്നുണ്ടെന്ന്? എനിക്കങ്ങനെ തോന്നിയിട്ടേയില്ല. ഇതാ ഈ നാണയങ്ങൾ മുഴുവൻ നിനക്കിപ്പോൾ ഒരുപക്ഷേ ഒറ്റദിവസംകൊണ്ട് നോക്കിത്തീർക്കാം. നീയൊരു ഗവേഷണവിദ്യാർത്ഥിയായതുകൊണ്ടാണ് ഞാൻ ഒരുദിവസം എന്നൊക്കെ നീട്ടിപ്പറഞ്ഞത്. വേറെ ചിലർക്ക് ഒരു മണിക്കൂർ തന്നെ മതിയാവും. പലർക്കും ഇതെന്താണ് ഒളിപ്പിച്ചുവെച്ചിരിക്കുന്നത് എന്നറിയാനുള്ള കൗതുകമേ കാണൂ. അതുകൊണ്ട് അനുഭവിക്കുന്നു എന്നു പറയുന്നതിൽ പിശകുണ്ട്." ഒന്നു നിർത്തിയശേഷം മുത്തച്ഛൻ തുടർന്നു:

"ഒന്നു ചോദിക്കട്ടെ. നീയെന്താണ് ഈ നാണയങ്ങളിൽ തിരയുന്നത്?"

"ചരിത്രം." പുസ്തകങ്ങളിൽനിന്നും കാണാപ്പാഠം കിട്ടിയ തലയെടുപ്പുള്ള ചില വാക്കുകൾ ഞാൻ ആവർത്തിച്ചു: "ഭൂതകാലങ്ങളിലേക്കുള്ള താക്കോലുകളാണ് ഞങ്ങൾക്ക് ഇത്തരം വസ്തുക്കൾ."

അതിലെ കൃത്രിമത്വം ശ്രദ്ധിച്ചിട്ടാവണം മുത്തച്ഛൻ വിടർന്നുചിരിച്ചു.

ഞാൻ വിശദീകരിക്കാൻ ശ്രമിച്ചു:

"ഞങ്ങൾ ഒരു നാണയമെടുത്ത് അതിനെ അതിന്റെ കാലവുമായി ബന്ധപ്പെടുത്താൻ നോക്കുന്നു. അതുണ്ടാക്കിയ ലോഹം, അതിൽ എഴുതിയിരിക്കുന്ന ഭാഷ, ആശയം കൊത്തിവെച്ചിട്ടുള്ള മുദ്രകൾ, അതുപയോഗിച്ചിരുന്ന ദേശങ്ങൾ, രാജാക്കന്മാരുടെയും രാജ്ഞിമാരുടെയും ചിഹ്നങ്ങൾ, മുഖങ്ങൾ..."

"കുതിരകളുടെ മുഖങ്ങളുള്ള ഒരുപാടു നാണയങ്ങളുണ്ട്." മുത്തച്ഛൻ എന്റെ വാക്കുകളെ പിൻതുടർന്നുകൊണ്ടു പറഞ്ഞു. പിന്നെ തന്റേതു മാത്രമായ ഒരു രഹസ്യം പുറത്താവുന്നതുപോലെ നിർത്തി.

"അതേ. കുതിരകളുടെയും മറ്റു മൃഗങ്ങളുടെയും മുഖങ്ങൾ,"ഞാൻ നിസ്സാരമായി പറഞ്ഞു: "നാണയങ്ങൾ കൈമാറ്റം ചെയ്യപ്പെടുമ്പോൾ കിട്ടുന്ന സാധനങ്ങൾ. അതിലൂടെ പണത്തിന്റെ മൂല്യം. സമ്പദ്‌വ്യവസ്ഥ, കച്ചവടരീതികൾ."

"ഓരോ ചക്രവർത്തിയും അയാളുടെ മാത്രമായ ചില നാണയങ്ങളിറക്കാറുണ്ട്," മുത്തച്ഛൻ ആലോചിച്ചുകൊണ്ടു തുടർന്നു: "സ്വന്തം നിലയ്ക്കുള്ള ഒരു കളി. ആ ഒരർത്ഥത്തിൽ ഇവയെല്ലാം അവരുടെ ആത്മകഥകൂടിയാണ്. അങ്ങനെയും കാണാമല്ലോ."

"ഇത്തരം അനേകം ആത്മകഥകളെ ഇണക്കിക്കൊണ്ടാണ് ഞങ്ങൾ ചരിത്രം പഠിക്കുന്നത്." ഞാൻ തേച്ചു മിനുക്കിയ വാക്കുകൾ വീണ്ടും പ്രയോഗിച്ചു.

"വലിയ ആളുകളുടെ ഓർമ്മകൾ ചേർത്തുവയ്ക്കുന്നതു നല്ലതാണ്. അതു വലിയ കാര്യംതന്നെ. നമ്മുടെ ചുറ്റുപാടുകളിൽനിന്നുകൊണ്ട് അവരുടെ കാലത്തെ വായിക്കാനും മനസ്സിലാക്കാനും കഴിയുക എന്നാൽ അത്രയേയുള്ളൂ. അതിനുമപ്പുറത്ത് നമ്മെ തൊടുന്ന ചിലതെല്ലാമില്ലേ? തുച്ഛമെങ്കിലും നമ്മുടേതു മാത്രമായ ഓർമ്മകൾ." അദ്ദേഹം തന്റെ നിധിപ്പെട്ടി തുറന്ന് ആ നാണയശേഖരം മൊത്തമായും പുറത്തെടുത്തു. പിന്നെ ഒരെണ്ണം മാത്രം ഉയർത്തിക്കാട്ടി: "ഞാനാണെങ്കിൽ ഇതാ ഈ നാണയമെടുക്കുമ്പോൾ വേറെയും ചില കാര്യങ്ങൾ ആലോചിക്കും. ഉദാഹരണത്തിന് അവ ലഭിക്കുവാനായി സഞ്ചരിച്ച സ്ഥലങ്ങൾ, തീർത്ഥാടനങ്ങൾ, തീവെയിൽകൊണ്ട് അലഞ്ഞുതിരിഞ്ഞു നടന്ന തെരുവുകൾ. വലഞ്ഞു നടക്കുമ്പോൾ കിട്ടുന്ന ഉപ്പുകലർന്ന ദാഹജലം, വിലപേശിത്തളർന്ന വൈകുന്നേരങ്ങൾ. ഒടുവിൽ ഇത്രയും കൂടിയ വിലയ്ക്ക് വേണ്ടെന്നുവെച്ച് നിരാശയോടെ മടങ്ങിവരാനുള്ള ഒരുക്കം. നാണയങ്ങൾ കൈയിലുള്ളവർക്ക് നമ്മേപ്പറ്റി ഒരുറപ്പുണ്ട്. ഇവരൊന്നും ഇവയുപേക്ഷിച്ച് അങ്ങനെ പോവില്ലെന്നും വൈകാതെതന്നെ തിരിച്ചു ചെല്ലുമെന്നും. ശരിയാണത്. അവർക്ക് നമ്മുടെ മനസ്സു വായിക്കാനറിയാം.

ഇരുട്ടു പടരുന്ന, പൊടികലർന്ന തെരുവുകളിലൂടെ നാം തിരിച്ചു നടക്കുന്നു. നമ്മെ കടന്നുപോകുന്ന തീർത്ഥാടകരെ കയറ്റിയ കുതിരവണ്ടികളുടെ ചിലമ്പിച്ച ഒച്ച എനിക്കിപ്പോഴും കേൾക്കാം. മുല്ലയുടെയും കനകാംബരത്തിന്റെയും വാടിയ ഗന്ധം. പൂമാല വില്ക്കുന്ന പെൺകുട്ടികൾ. പഴയ കോവിലിൽ നിന്നും മണിനാദം ഉയരുന്നു. രാത്രിയിലെ പൂജ നടക്കുകയാണ്. പാതയോരത്തെ വൈദ്യുതവിളക്കുകൾ പ്രകാശിക്കുന്നു. തീരെ കുറഞ്ഞ വെളിച്ചമേ ഉള്ളൂ. നാണയം കൈയിലുള്ളവർ വലിയൊരു കോട്ടയ്ക്കു പുറത്ത് നമ്മെത്തന്നെ കാത്തിരിക്കുകയാണ്; വളരെ സമയമായി ചൂണ്ടയിട്ടിരിക്കുന്ന ശാന്തനായ ഒരു മുക്കുവനെപ്പോലെ. ഒരർത്ഥത്തിൽ നാം പണംകൊടുത്ത് ദരിദ്രരാവുന്നു. ആളുകൾക്കു തോന്നാം; ഏതോ കാലത്ത് ഏതോ കമ്മട്ടങ്ങളിൽ ചൂടും തണുപ്പും പകർത്തിയുണ്ടാക്കിയ ചെമ്പിന്റെയും പിത്തളയുടെയും വക്കു തേഞ്ഞ ചെറിയൊരു കഷ്ണം. എന്തൊരു നഷ്ടം! പക്ഷേ, അതു നേടിക്കൊണ്ട് നാം ആത്മാവിൽ സമ്പന്നരാകുന്നു." അദ്ദേഹം കിതച്ചു. പിന്നെ ആ ലോഹത്തിന്റെ തണുപ്പനുഭവിക്കുന്ന മട്ടിൽ കുറച്ചുനേരം അങ്ങനെ നിന്നു.

മുത്തച്ഛന്റെ ശേഖരം ഞാൻ അപ്പോൾ മാത്രമാണ് മുഴുവനായും കാണുന്നത്. അവ വളരെയേറെ ഉണ്ടായിരുന്നു. വിചിത്രംതന്നെ. ആ നാണയങ്ങളിലൊക്കെയും ആലേഖനം ചെയ്യപ്പെട്ടിരുന്നത് കുതിരത്തലകളായിരുന്നു. ഒരുപാടു ദേശങ്ങളിലെ കുതിരകൾ. ഒരു ചരിത്ര

വിദ്യാർത്ഥിയുടെ കാലബോധത്തിനനുസൃതമായിട്ടല്ല അവ അടുക്കി വെച്ചിരുന്നത്. മുത്തച്ഛന് ഒരുപക്ഷേ, അറിയാവുന്നതും എനിക്കു മനസ്സിലാക്കാൻ കഴിയാത്തതുമായ ഏതോ ഒരു ക്രമം അവയിൽ ഒളിച്ചിരിപ്പുണ്ടായിരിക്കണം. ചിലതിനൊപ്പമെല്ലാം ചെറിയ കുറിപ്പുകളുണ്ടായിരുന്നു. ആ കുറിപ്പുകൾ പക്ഷേ, നിഗൂഢമായൊരു പദപ്രശ്നംപോലെ എന്നെ കുഴക്കി. കുറച്ചുനേരത്തെ പരിശോധനകൊണ്ടുതന്നെ എനിക്കു വിരസത അനുഭവപ്പെട്ടു. ഒരു നിലയ്ക്ക് ആ ക്രമരാഹിത്യം എന്നെ പിന്തിരിപ്പിച്ചിരിക്കാം. അതല്ലെങ്കിൽ പഠനഗവേഷണത്തിന്റെ കൗതുകത്തിനപ്പുറത്തുള്ള ഉള്ളിൽത്തട്ടിയുള്ള ഒരിഷ്ടം എനിക്ക് അവയോട് ഉണ്ടായിരുന്നിരിക്കുകയില്ല. അതെന്തുതന്നെയായാലും ഈ അശ്വങ്ങളുടെ ഏകതാനത എന്നെ മടുപ്പിക്കുന്നു. എന്താണ് ഇത്രയേറെ കുതിരകൾക്കു സൂചിപ്പിക്കുവാനുള്ളത്? അവയുടെ രഹസ്യം എന്താണെന്നറിയാനുള്ള ഒരു ജിജ്ഞാസ മാത്രം എന്നിൽ അവശേഷിച്ചു.

അതിനുശേഷമായിരിക്കുമോ ആ ഓർമ്മയിൽ തേയ്മാനം സംഭവിക്കാൻ തുടങ്ങുന്നത്? അതോ അക്കാലത്തുതന്നെ അത് ആരംഭിച്ചുകഴിഞ്ഞിരുന്നുവോ? അതിന്റെ സൂചനയല്ലേ അദ്ദേഹം നാണയങ്ങൾക്കൊപ്പം എഴുതിയ കുറിപ്പുകൾ?

അതെന്തോ, വല്ലപ്പോഴുമൊക്കെ അദ്ദേഹം അയയ്ക്കുമായിരുന്ന ഹ്രസ്വമായ കത്തുകളും ആശംസാകാർഡുകളും നിലച്ചു. ഫോൺ ചെയ്യുമ്പോൾ കുറെ നേരത്തേക്കെങ്കിലും അപരിചിതരോടെന്നപോലെ പെരുമാറി. അതല്ലെങ്കിൽ പേരു തെറ്റി വിളിച്ചു. സംസാരിച്ചുകൊണ്ടു നിൽക്കേ, ഓർമ്മ തിരിച്ചുകിട്ടുമ്പോൾ വലിയൊരു കുറ്റം ചെയ്തതുപോലെ മാപ്പു ചോദിച്ചു. മുത്തച്ഛനെ ഒന്നു പോയി കാണണമെന്ന് ഞാൻ അപ്പോഴെല്ലാം വിചാരിച്ചിരുന്നു. പല തരത്തിലുമുള്ള അസൗകര്യങ്ങൾ അത്തരമൊരു യാത്രയെ നീട്ടിക്കൊണ്ടുപോയി. അതിനെക്കുറിച്ചെല്ലാം ഓർത്തിരിക്കുമ്പോഴാണ് ഇപ്പോൾ ഇതാ പരിചിതമായ ആ കൈപ്പടയിലെഴുതിയ കത്ത് ഒന്നോ രണ്ടോ വിലാസങ്ങളിൽ ചെന്നുമുട്ടിയശേഷം തിരുത്തപ്പെട്ട്, എന്നെത്തേടിവന്നത്. വളരെ ചെറിയ ഒന്നായിരുന്നു അത്. പതിവുള്ളതിലും തീരെച്ചെറുത്.

'ഒഴിവുപോലെ ഒന്നു വരണം. എനിക്കു ചില കാര്യങ്ങൾ നിന്നെ ഏല്പിക്കാനുണ്ട്. പിന്നെ നാണയങ്ങളെക്കുറിച്ചുള്ള ചില സംഗതികൾ. ചെറിയ രഹസ്യങ്ങൾ എന്നുതന്നെ വയ്ക്കുക. പക്ഷേ, അധികം വൈകരുത്. പഴയപോലെ ഓർമ്മ കിട്ടുന്നില്ലിപ്പോൾ. എടുത്തുവെച്ച സാധനങ്ങൾപോലും പലപ്പോഴും മറക്കുന്നു.' അദ്ദേഹം എഴുതി.

എഴുത്തു കിട്ടിയതിനുശേഷവും കുറെനാൾ വൈകി. ജോലിസംബന്ധമായ ദൂരയാത്രകൾ വേണ്ടിവന്നു. തമിഴ്നാട് സർവീസിലുണ്ടായിരുന്നപ്പോൾ മരിച്ചുപോയ അച്ഛന്റെ ചില ഔദ്യോഗിക രേഖകൾ സംഘടിപ്പിക്കാനുള്ള ചില തിരക്കുകളും അതിനോടൊപ്പം വന്നപ്പോൾ മുത്തച്ഛന്റെ

കത്തിനെക്കുറിച്ചുതന്നെ ഞാൻ മറന്നു. ഇനിയും വൈകരുതെന്ന് കഴിഞ്ഞയാഴ്ച അമ്മ വിളിച്ചു നിർബന്ധിച്ചതുകൊണ്ടാണ് ധൃതിപ്പെട്ടുള്ള ഈ യാത്ര.

ഞങ്ങൾ താമസിക്കുന്ന സ്ഥലത്തുനിന്നും ഏകദേശം ഒരുദിവസത്തെ ദൂരമുണ്ട്. ബസ്സിറങ്ങുന്നിടത്തുനിന്നു നോക്കിയാൽ കുന്നിനു മുകളിൽ കരിങ്കല്ലുകൊണ്ടു നിർമ്മിച്ച മുത്തച്ഛന്റെ വീടു കാണാമായിരുന്നു; ഏകാന്തമായൊരു ബുദ്ധക്ഷേത്രംപോലെ. കുറെക്കാലം ഇവിടെയുള്ള വാനനിരീക്ഷണകേന്ദ്രത്തിൽ ജോലി ചെയ്യുന്ന കാലത്ത് അദ്ദേഹം വാങ്ങിച്ചതാണ് കുന്നിനു മുകളിലുള്ള ആ ഭൂമി. മുത്തച്ഛൻതന്നെ പിന്നീട് പണികഴിപ്പിച്ചതായിരുന്നു ആ വീട്. അവിടത്തെ കാടും പടലവും വെട്ടിമാറ്റി അദ്ദഹം കുറച്ചു നാട്ടുമരങ്ങൾ നട്ടു. അവയൊന്നും ആ കുളിരുള്ള കാലാവസ്ഥയിൽ കാര്യമായി വളർന്നില്ല. മുൻപെല്ലാം വേനൽക്കാലത്ത് രണ്ടുമൂന്നു മാസങ്ങൾ മാത്രമാണ് മുത്തച്ഛൻ അവിടെ വന്നു താമസിക്കാറ്. ഇപ്പോൾ കുറെക്കാലമായി സ്ഥിരം അവിടെത്തന്നെയാണ്. കൊടും തണുപ്പുള്ള മാസങ്ങളിൽപ്പോലും.

ഡിസംബർ. പകൽനേരങ്ങളിൽപോലും കട്ടികൂടിയ വസ്ത്രങ്ങൾ വേണ്ടി വരുന്നു. പട്ടണത്തിൽക്കണ്ട വിനോദസഞ്ചാരികളെല്ലാം കമ്പിളി യാത്രയ്ക്കുള്ളിൽ ബഹിരാകാശസഞ്ചാരികളെപ്പോലെ തോന്നിച്ചു.

വീട്ടിനുള്ളിൽ അശ്രദ്ധമായി വലിച്ചിട്ട കസേരകൾ, ചിതറിക്കിടക്കുന്ന മാസികകൾ, വായിക്കാത്ത മട്ടിൽ മടങ്ങിക്കിടക്കുന്ന ദിനപത്രങ്ങൾ. കടന്നു ചെല്ലുന്ന മുറിയിൽത്തന്നെ മുഷിഞ്ഞ വസ്ത്രങ്ങൾ കൂട്ടിയിട്ടിരിക്കുന്നു. അമ്മ പറഞ്ഞതു ശരിയാണ്. ആ തമിഴൻ പയ്യൻ ഒന്നും ചെയ്യുന്നുണ്ടാവില്ല.

മുത്തച്ഛൻ ടി.വി കാണുകയാണ്. നടീനടന്മാർ ചാടിമറിയുന്ന തെലുങ്കു സിനിമാഗാനങ്ങളിലാണ് അദ്ദേഹത്തിന്റെ ശ്രദ്ധ. എനിക്കു നേരെ ഒരു നോട്ടമയച്ചുകൊണ്ട് മുത്തച്ഛൻ ടി.വിയുടെ ബഹളങ്ങളിലേക്കു തിരിച്ചു പോയി. എന്നെ മനസ്സിലായിട്ടില്ല. നേരിയ വിഷമം തോന്നി.

ആ സിനിമാഗാനം തീർന്നു. മുത്തച്ഛൻ എഴുന്നേറ്റ് എന്റെ അരികിലേക്കു വന്ന് അടുത്തുള്ള കസേര ചൂണ്ടി ഇരിക്കാൻ ആവശ്യപ്പെട്ടു.

"എന്താ വേണ്ടത്?" അദ്ദേഹം ചോദിച്ചു.

"എന്നെ മനസ്സിലായില്ലേ?" ഞാൻ ആകാംക്ഷയോടെ തിരക്കി.

"ആരാ?" അദ്ദേഹം ഇടതുകൈത്തലം കണ്ണിനു മറപിടിച്ചുകൊണ്ട് വെയിലിലേക്കു നോക്കുംപോലെ എന്നെ നോക്കി.

ഞാൻ പേരു പറഞ്ഞു. വരാൻ വൈകിയതിന്റെ കാരണങ്ങൾ വിശദീകരിച്ചു: "ലീവ് കിട്ടാഞ്ഞിട്ടാണ്."

സഹായിയായ തമിഴൻ പയ്യൻ ഒരു ഫ്ളാസ്കുമായി വന്നു.

"ഇവിടെ അടിച്ചുവാരലൊന്നുമില്ലേ?" ഞാൻ അവനോടു ചോദിച്ചു: "ഒരു തൊഴുത്തുപോലുണ്ടല്ലോ."

"രൊമ്പ കുളിര് സാർ." അവൻ മനസ്സിലാകാത്തതുപോലെ എന്നോടു പറഞ്ഞു.

"അതിനു നീയൊരു കമ്പിളി പുതച്ചേക്ക്. മുറിയും മുറ്റവും ഒരേ പോലെയുണ്ടിപ്പോൾ."

അവൻ രസിക്കാത്ത മട്ടിൽ അകത്തേക്കു പോയി.

മുത്തച്ഛൻ കൈത്തലം താഴ്ത്തി. പിന്നെ എന്റെ കൈകളിൽ ബലമായി പിടിച്ചു. ബലിഷ്ഠമായ ആ കൈകളിൽ ചൂടനുഭവപ്പെട്ടു.

"പെട്ടെന്ന് എനിക്ക് പിടികിട്ടിയില്ല," മുത്തച്ഛൻ ഖേദിച്ചു: "ഈയിടെ അങ്ങനെയൊരു പിശകുണ്ട്. ആട്ടെ, എന്താ വിശേഷിച്ച്?"

"കത്തു കിട്ടിയിട്ട് വന്നതാണ്."

"കത്തോ? ആരാണ് കത്തയച്ചത്?"

"എന്നെ കാണണമെന്നും എന്തോ പറയാനുണ്ടെന്നും സൂചിപ്പിച്ച് ഒരു കത്തയച്ചിരുന്നില്ലേ?" ഞാൻ ഓർമ്മിപ്പിച്ചു. അദ്ദേഹം പിന്നെയും എന്നെ നോക്കി. പൊടിക്കാറ്റു നിറഞ്ഞിടത്തേക്കു നോക്കുന്നതുപോലെ. ഇനിയും വ്യക്തമാകുന്നില്ല.

ഞാൻ ടെലിവിഷൻ ഓഫ് ചെയ്തു. ഉമ്മറത്ത് അടിച്ചുവാരുന്നതിന്റെ ശബ്ദം കേൾക്കാം. ഫ്ളാസ്കിൽനിന്നും ചായ പകർന്ന് ഞങ്ങൾ കുടിച്ചു. ഉച്ചനേരമായിരുന്നു. തണുപ്പ് ഒരല്പം കുറവുണ്ട്.

ഉച്ചഭക്ഷണത്തിനുശേഷം വരാന്തയിലെ ചൂരൽക്കസേരകളിലിരുന്ന് ഞങ്ങൾ സംസാരിച്ചു. ഞാനാണ് അധികവും സംസാരിച്ചിരുന്നത്. എന്റെ ജോലിയുടെ കാര്യങ്ങളായിരുന്നു കൂടുതലും. ചില വീട്ടുവിശേഷങ്ങൾ, നാട്ടിലെ മാറ്റങ്ങൾ. മുത്തച്ഛൻ പ്രത്യേകിച്ചൊന്നും ചോദിച്ചില്ല.

"ആ നാണയങ്ങളൊക്കെ നമുക്കൊന്നു നോക്കണം." അദ്ദേഹത്തെ തിരിച്ചുകൊണ്ടുവരാനെന്നോണം ഞാൻ പറഞ്ഞു.

"ഏതു നാണയങ്ങൾ?" മുത്തച്ഛൻ നിർവികാരനായി എന്നെ നോക്കി.

"കുതിരത്തലയുള്ളവ. ഒരുപാടില്ലേ ഇവിടെ? അതെല്ലാം കാണാനും കൂടിയാണ് ഞാൻ വന്നത്." അതും മറന്നുപോയെന്നുവരുമോ? കത്തിൽ പ്രത്യേകം സൂചിപ്പിച്ചിരുന്നല്ലോ.

അശ്വമുദ്രയുള്ള നൂറുകണക്കിന് നാണയങ്ങൾ. അവമാത്രം ശേഖരിക്കുന്നതിൽ അദ്ദേഹം കണ്ടെത്തിയിരുന്ന ആഹ്ലാദം എന്തായിരുന്നു?

വർഷങ്ങൾകൊണ്ടു സമ്പാദിച്ചതാണ്. മ്യൂസിയങ്ങൾക്കും കോട്ടകൾക്കും അടുത്തുനിന്ന്, പനനൊങ്കു മണക്കുന്ന ഗ്രാമങ്ങളിൽനിന്ന്, കണ്ണീർച്ചാലുമാത്രമായി വരണ്ടൊഴുകുന്ന നദികൾ കടന്നുചെന്നാൽ

കാണുന്ന പ്രാചീനമായ തെരുവുകളിൽനിന്ന്, കച്ചവടക്കാരിൽനിന്നും നാടോടികളിൽനിന്നും. അതെല്ലാം മറന്നുകളയാൻ മുത്തച്ഛനാവുമോ?

"ഒരിക്കൽ നമ്മളതെല്ലാം എടുത്തുനോക്കിയതാണ്," ഞാൻ പറഞ്ഞു: "ചിലതിലെല്ലാം കുറിപ്പുകളുണ്ട്."

മുത്തച്ഛൻ ഒന്നും പറഞ്ഞില്ല. കുറച്ചു നേരത്തെ മൗനം ഞങ്ങളെ ബാധിച്ചു.

"ഇലകൾ വീഴുന്നു." ഉയരംകൂടിയ ഒരു മരത്തിലേക്കു ചൂണ്ടിക്കൊണ്ട് മുത്തച്ഛൻ താഴ്ന്നശബ്ദത്തിൽ പറഞ്ഞു.

മഞ്ഞബാധിച്ച ഇലകൾ മരിച്ച ശലഭങ്ങളെപ്പോലെ ഉതിർന്നുവീഴുന്നതു കണ്ടു.

പടികളിറങ്ങുന്ന നാലുമണി നേരത്തെ വെയിൽ. മഞ്ഞൊഴിഞ്ഞുപോയ താഴ്‌വാരത്തിലൂടെ ഞങ്ങൾ താഴേക്കു നടക്കുകയാണ്. നടപ്പാതയിൽ ഉതിർന്നുവീണ ഇലകളുടെ പതുപതുത്ത പരവതാനി. നിർത്താതെ ചിലച്ചുകൊണ്ടിരിക്കുന്ന കുഞ്ഞുപക്ഷികൾ. കൊഴിഞ്ഞുവീഴാറായ പൂക്കൾ.

ഞങ്ങളും കട്ടികൂടിയ കമ്പിളിയുടുപ്പുകൾ ധരിച്ചിരുന്നു. പട്ടണത്തിൽനിന്നും തടാകത്തിലേക്കു തിരിയുന്ന വഴിയരികിൽ ഒരു കോളജിന്റെ ബാനർ കെട്ടിയ ചെറിയ ബസ്സ് നിർത്തിയിട്ടിരുന്നു. സഞ്ചാരികൾ കുറഞ്ഞ ദിവസമാണ്. കടകളിലൊന്നും ആൾത്തിരക്ക് കാണാനില്ല.

ബോട്ടുയാത്രയ്ക്കു പോകാനായി ഒരുങ്ങുന്ന വിദ്യാർത്ഥികളൊഴിച്ചാൽ തടാകവും പരിസരവും മിക്കവാറും വിജനമായിരുന്നു. കരയിൽ ഷാമിയാന കൊണ്ടുണ്ടാക്കിയ ഒരു ടെന്റിൽ അവർ കൂട്ടുചേർന്നു നിൽക്കുകയാണ്. പോപ്കോണുകളും പഴങ്ങളും വില്ക്കുന്ന ചില കുട്ടികൾ അവർക്കടുത്തേക്കു നീങ്ങുന്നതു കണ്ടു.

തടാകത്തിന്റെ ചുറ്റുമുള്ള വീതികുറഞ്ഞ പാത ചുറ്റിക്കൊണ്ട് ദൂരെനിന്നും ഒരു കുതിര വരുന്നുണ്ട്. കുതിരപ്പുറത്ത് രണ്ടുപേർ ഇരിക്കുന്നു.

നേരിയ മഞ്ഞുപടർന്ന തടാകം നിശ്ചലമായിരുന്നു. മുത്തച്ഛൻ കുറെ നേരം അതിലേക്കു നോക്കിനിന്നു.

"ഞാനും ഒന്നു ബോട്ടിങ്ങിനു പോകുന്നു." പൊടുന്നനെ മുത്തച്ഛൻ എന്നോടു പറഞ്ഞു. എനിക്കു തമാശ തോന്നി. അദ്ദേഹം കൈയിലെ ഒരു പെൻടോർച്ചും വായിക്കാനുള്ള മെലിഞ്ഞ കണ്ണടയും കീശയിൽനിന്നും കുറച്ചു നോട്ടുകളും ചില്ലറത്തുട്ടുകളും എന്നെ ഏല്പിച്ചു: "ഇതൊക്കെയൊന്നു പിടിക്ക്. വെള്ളത്തിൽ വീണാലോ എന്നുവെച്ചിട്ടാണ്."

മുത്തച്ഛൻ ബോട്ടിൽ കയറാൻ ചെല്ലുന്നത് വിദ്യാർത്ഥികൾക്കു നന്നേ രസിച്ചു. അവർ ആഹ്ലാദത്തോടെ ഒച്ചവയ്ക്കാൻ തുടങ്ങി. ബോട്ടിൽനിന്നും കുറെ കൈകൾ അദ്ദേഹത്തിന്റെ നേരെ നീണ്ടുവന്നു. ഒരു പെൺകുട്ടി തന്റെ കൂർമ്പൻ തൊപ്പി മുത്തച്ഛന്റെ ശിരസ്സിൽ വെച്ചുകൊടുത്തു.

മൂന്നു തവണ കുടഞ്ഞു വലിച്ചപ്പോഴാണ് ബോട്ട് സ്റ്റാർട്ടായത്. അതു പുറപ്പെട്ടപ്പോൾ തടാകത്തിലെ ജലം വല്ലാതെ ഇളകി. രണ്ടുപേർ മാത്രം -പ്രണയികളായിരിക്കണം-ബോട്ടിൽ പോകാതെ ടെന്റിനു കീഴെയിട്ട കസേരകളിൽ സംസാരിച്ചുകൊണ്ടിരുന്നു.

ഇപ്പോൾ കുതിര അടുത്തെത്തിയിരിക്കുന്നു. അതിന്റെ മുകളിലിരുന്ന പെൺകുട്ടികളുടെ മുഖത്ത് നേരിയ ഭയമുണ്ട്. കുതിരയുടെ ചലനത്തോടൊപ്പം ഒരു ചഷകത്തിലെ ജലംപോലെ ആ പെൺകുട്ടികൾ തുളുമ്പിക്കൊണ്ടിരുന്നു. കുതിരക്കാരൻ കുതിരയോടും പെൺകുട്ടികളോടുമായി എന്തോ സംസാരിക്കുന്നുണ്ട്. കേൾക്കാൻമാത്രം വ്യക്തമല്ല.

കുതിര നിന്നു. പെൺകുട്ടികൾ മെല്ലെ ഇറങ്ങി. പിന്നെ ഒരു പ്രത്യേക താളത്തിൽ ചുവടുവെച്ച് അവർ ഷാമിയാനയുടെ താഴെയിരിക്കുന്ന കൂട്ടുകാർക്കടുത്തേക്ക് ഓടിപ്പോകുന്നതു കണ്ടു. വലിയൊരു സാഹസ കൃത്യം ചെയ്തമട്ടിലുള്ള ഒട്ടൊരു വിജയഭാവമായിരുന്നു അവരുടെ മുഖത്ത്.

ഞാൻ തനിച്ചായി. കുതിരക്കാരൻ എന്നെ നോക്കി. 'വരുന്നോ' എന്ന് ആംഗ്യം കാണിച്ചു. കുതിരയുടെ ശിരസ്സിൽ കിരീടംപോലെ കെട്ടി വെച്ചിരുന്ന പലനിറമുള്ള തൂവലുകൾ പതുക്കെ ഇളകിയാടുന്നുണ്ടായിരുന്നു.

മുത്തച്ഛൻ കയറിയ ബോട്ട് അങ്ങകലെ എത്തിയിരിക്കുന്നു. അതിന്റെ ഇരമ്പങ്ങൾ ഇല്ലാതായി. കാഴ്ചയിൽനിന്നും മാറുന്ന വളവുകളിലേക്ക് അതു നീങ്ങുകയാണ്.

കുതിരക്കാരൻ തിരിഞ്ഞ് ഇലപൊഴിഞ്ഞ ഒരു മരത്തിനടുത്തേക്കു നടന്നു. പോപ്കോൺ വില്ക്കുന്ന കുട്ടികൾ അയാൾ കാണാതെ ഇടയ്ക്ക് കുതിരയെ തൊട്ടുകൊണ്ട് പിന്തുടർന്നു.

തടാകം മൂകമായിരിക്കുന്നു. ഗാഢമായൊരു മൗനം അതിനെ ചൂഴ്ന്നു.

ഞാൻ മുത്തച്ഛനെക്കുറിച്ച് ആലോചിച്ചു: ആരാണ് എനിക്കീ മനുഷ്യൻ? പഴയ ഓർമ്മകൾ മുഴുവൻ ചോർന്നുപോയ ഒരു ശരീരം മാത്രമോ?

പ്രതീക്ഷിക്കാതെ മഞ്ഞുപെയ്യാൻ തുടങ്ങി. പെട്ടെന്നായിരുന്നു അത്. തടാകത്തിനുമേൽ മഞ്ഞുപെയ്യുന്നത് ഭംഗിയുള്ള കാഴ്ചയാണ്. ഞാൻ മുത്തച്ഛന്റെ കണ്ണടയും ടോർച്ചും പണവും കീശയിൽ വയ്ക്കാൻ നോക്കി. ആ ചില്ലറകൾ കണ്ട് ഞാൻ വല്ലാതെ അമ്പരന്നു. ഇപ്പോഴാണ് ശ്രദ്ധിക്കുന്നത്, അതെല്ലാം ആ കുതിരത്തലയുള്ള പഴയ നാണയങ്ങളായിരുന്നു. തേഞ്ഞ കുതിരത്തലകൾക്കുമേൽ മഞ്ഞുതുള്ളികൾ പാറിവീണു. ഞാൻ കൈകൾകൊണ്ട് തല മറച്ചുപിടിച്ചു.

ഇപ്പോൾ എല്ലാം മറഞ്ഞിരിക്കുന്നു. നിശ്ചലമായ തടാകവും ഷാമിയാനയുടെ കൂടാരവും പിന്നിലെ കുതിരക്കാരനും അയാളുടെ കിരീടം

വെച്ച കുതിരയും പോപ്കോൺ വിൽക്കുന്ന കുട്ടികളും എല്ലാം നൊടിയിടയിൽ മഞ്ഞിന്റെ വെളുത്ത ശിരോവസ്ത്രത്തിനു കീഴിലായി. മഞ്ഞുതുള്ളികൾ ഇറ്റുവീഴുന്നതിന്റെ നേർത്ത ഒച്ചയൊഴിച്ചാൽ എല്ലാം നിശ്ശബ്ദമായിരുന്നു. ഒന്നും കാണാനില്ല. എനിക്കു പേടിതോന്നി. മുത്തച്ഛനെ ഒറ്റയ്ക്കു വിടരുതായിരുന്നു. ഞാൻ കൈകൾ ചുണ്ടുകളോടടുപ്പിച്ചുപിടിച്ച് ഉറക്കെ കൂവി. തടാകം പ്രതിധ്വനിയില്ലാതെ അതു സ്വീകരിച്ചു. അതോ മുത്തശ്ശിക്കഥകളിലെന്നോണം ആ തടാകവും മാഞ്ഞുപോയിരിക്കുന്നുവോ?

പിറകിൽനിന്നും കുതിരയുടെ ശബ്ദം കേട്ടു.

ഒരു കാറ്റു വീശി. മഞ്ഞിന്റെ തിരശ്ശീലയെ അതു തെല്ലിട വകഞ്ഞു മാറ്റി. ദൂരെ ഒരു നിഴൽപ്പൊട്ടുപോലെ ആ ബോട്ട് തെളിഞ്ഞുവരുന്നതായി ഞാൻ ഊഹിച്ചു.

അത്രമാത്രം. ഇപ്പോൾ ആ കാറ്റും ഒഴിഞ്ഞുപോയിരിക്കുന്നു. ശ്രദ്ധിച്ചാൽ മഞ്ഞുവീഴുന്നതിന്റെ ഒച്ച കേൾക്കാം. പുൽപ്പരപ്പിനു മുകളിൽ, വീണുകിടക്കുന്ന ഇലകൾക്കു മുകളിൽ, കൂടാരത്തിനു മുകളിൽ, കാഴ്ചയിൽനിന്നും മാഞ്ഞുകിടക്കുന്ന തടാകത്തിനു മുകളിൽ എല്ലാം അതിന്റെ തുള്ളികൾ നിരന്തരം വീണുകൊണ്ടേയിരുന്നു.

∎

പാശുപതം

“ചില കാര്യങ്ങൾ നമുക്ക് തീരെ നിസ്സാരമായി തള്ളിക്കളയാം. അങ്ങനെ ചെയ്യാൻ സത്യത്തിൽ ആർക്കും ഒരധികാരവുമില്ലെങ്കിലും. ഒരു പക്ഷേ, തുച്ഛമെന്നു കരുതി നാം ഉപേക്ഷിക്കുന്നതിലായിരിക്കും മറ്റു ചിലരുടെയെങ്കിലും ജീവിതം തൂങ്ങിനില്ക്കുന്നത്.” മദ്യപിച്ചതിന്റെ പുറത്തുള്ള ദാർശനിക പ്രശ്നമൊന്നുമല്ല ഇതെന്ന മുഖവുരയോടെ ഇപ്പോൾ ടൗൺ സ്റ്റേഷനിലുള്ള എന്റെ സുഹൃത്ത് മോഹനൻ അവൻ കുറച്ചു കാലം മുൻപ് ജോലിനോക്കിയിരുന്ന അത്തിപ്പെട്ടി എന്ന കാട്ടുപ്രദേശത്തെ സ്റ്റേഷനിലെ ഒരനുഭവം പറഞ്ഞു.

ഞങ്ങൾ നാലു പേർ ഒരു ബാറിനു പുറത്തെ പുൽത്തകിടിയിൽ നിരത്തിയിട്ടിരുന്ന ചൂരൽക്കസേരകളിലിരുന്നു മദ്യപിക്കുകയായിരുന്നു. മോഹനന്റെ കൂടെയുള്ള ഒരു പൊലീസുകാരനും അയാളുടെ സുഹൃത്തായ മൃഗഡോക്ടറുമായിരുന്നു മറ്റു രണ്ടുപേർ. ഞങ്ങളാരുംതന്നെ സ്ഥിരമായി കാണുന്നവരോ കൂട്ടുചേർന്ന് മദ്യപിക്കുന്നവരോ ആയിരുന്നില്ല. പലതരത്തിലുമുള്ള ജീവിതത്തിരക്കുകൾക്കിടയിൽ വല്ലപ്പോഴും കണ്ടാൽത്തന്നെ ഉപചാരവാക്കുകൾക്കപ്പുറം പോകാത്തവർ. ബാറിനു പുറത്തുവെച്ച് ഇന്ന് അവിചാരിതമായി കണ്ടുമുട്ടിയപ്പോൾ ഒന്നു കൂടാമെന്നു തീരുമാനിച്ചുവെന്നേയുള്ളൂ. ഇവരിൽത്തന്നെ മോഹനനുമായി എനിക്കു ദീർഘനാളത്തെ സൗഹൃദമുണ്ട്. കോളജിൽ ഞങ്ങൾ ഒരുമിച്ചു പഠിച്ചതാണ്. അക്കാലത്ത് അവൻ വലിയൊരു കായികാഭ്യാസിയായിരുന്നു. എൻ.സി.സി.യിൽ ക്യാപ്റ്റനോ മറ്റോ ആയിരുന്നെന്നാണ് ഓർമ്മ. പഴയതുപോലല്ല, ഇപ്പോൾ വല്ലാതെ ക്ഷീണിച്ചിരിക്കുന്നു. കഷണ്ടി കയറിയിട്ടുമുണ്ട്. ഇന്ന് ട്രാഫിക്കിലായിരുന്നതുകൊണ്ടാണ് കൂടുതൽ വയ്യാത്തതെന്ന് അവൻ സൂചിപ്പിച്ചു.

“ഒരൂന്നുവടിയെക്കുറിച്ചാണ്... ഒരു വെറും ഊന്നുവടി.” അയാൾ ഗ്ലാസ്സിൽ ബാക്കിവന്ന മദ്യം അവസാനിപ്പിച്ച് നിവർന്നിരുന്നുകൊണ്ട് ആ വാചകത്തിൽ ഒന്നുകൂടി ഊന്നി. അവൻ പണ്ടേ സംഭാഷണപ്രിയനാണ്. കാര്യങ്ങളെ അതിന്റെ പൊലിമയോടെ അവതരിപ്പിക്കുന്നതിൽ ചിലർക്ക് വിരുതുണ്ടായിരിക്കുമല്ലോ. ഊന്നുവടിയെക്കുറിച്ചു പറയുന്നതും ഒരു തുടക്കത്തിനുവേണ്ടിയാവുമെന്നു ഞാൻ ധരിച്ചു.

അവൻ തുടർന്നു: "അതിനുവേണ്ടിയാണ് ആ കിഴവൻ ഒരു മല മുഴുവൻ ഇറങ്ങിവന്നത്. അയാൾ ഒരു പകലും രാത്രിയും കാത്തിരിക്കുകയും ചെയ്തു."

"ആശാൻ പറ. എന്നിട്ട് അതിയാന് ആ ഊന്ന് കിട്ടിയോ?" രണ്ടു പെഗ്ഗു കഴിക്കുമ്പോഴേക്കും സ്വബോധം നഷ്ടപ്പെട്ടുതുടങ്ങിയ മോഹനന്റെ സഹപ്രവർത്തകനായ പൊലീസുകാരൻ തിരക്കി. അച്ചാർ നുണയാനെടുത്ത കൈകൊണ്ട് തൊട്ടതിനാൽ അയാൾക്കു കണ്ണുനീറുന്നുണ്ടായിരുന്നു.

"കൊടുക്കാമായിരുന്നു. അന്നെന്തുകൊണ്ടോ അങ്ങനെ തോന്നിയില്ല." മോഹനൻ നിരാശയോടെ ഞങ്ങളെ നോക്കി.

"പിന്നെയെന്തുവാ, മടക്കിവിട്ടോ?" ആ സംഭവത്തെക്കുറിച്ചറിയാനുള്ള ആകാംക്ഷയൊന്നുമില്ലെങ്കിലും മൃഗഡോക്ടർ വെറുതെ ചോദിച്ചു.

"തിരിച്ചുകൊണ്ടു ചെന്നാക്കി എന്നതാണ് ശരി. പക്ഷേ, ഈ പൊലീസുകാരുടെ ഒരു വിധി! ഒരു ശവം ദേഹത്തു ചാരിയിരിക്കുമ്പോൾ സഞ്ചരിക്കുന്നത് പ്രയാസമല്ലേ?"

"ശവമോ?" മരണത്തെക്കുറിച്ചുള്ള രഹസ്യഭീതിയിൽ എല്ലാവരും ഒരുമിച്ചു ചോദിച്ചു.

"ഉം. ആ കാത്തിരിപ്പിൽനിന്നും അയാൾ എഴുന്നേറ്റില്ല." മോഹനൻ കൈകൾകൊണ്ട് മുഖം മറച്ചു. കണ്ണിൽ എരിവു പറ്റിയ ആൾ നാവു പുറത്തേക്കു നീട്ടി പട്ടികളെപ്പോലെ വിചിത്രമായ ഒരു ശബ്ദമുണ്ടാക്കി.

അപ്പുറത്തുള്ള മദ്യപന്മാരിൽ ചിലർ ശോകച്ഛായയുള്ള ഒരു പാട്ടു പാടാനാരംഭിച്ചു.

അരുമമൃഗങ്ങളെയും കിളികളെയും വളർത്തിയിരുന്ന ഒരു ബാറായിരുന്നു അത്. ഒരു മൂലയിലൊരുക്കിയിരിക്കുന്ന കിളിക്കൂട്ടിൽനിന്നും കുഞ്ഞുപക്ഷികളുടെ ശബ്ദം കേട്ടു. തുറന്നുവിട്ട വെളുത്ത മുയൽക്കുഞ്ഞുങ്ങൾ ഞങ്ങളുടെ കാലുകളിലുരുമ്മിക്കൊണ്ട് ചുറ്റുപാടും നടന്നുനീങ്ങുന്നുണ്ടായിരുന്നു. മോഹനൻ ഒരു സിഗരറ്റു കത്തിക്കാൻ ശ്രമിച്ചു. ഓരോ തവണ തീപ്പെട്ടിയുരയ്ക്കുമ്പോഴും ഒരു കളിക്കാറ്റു വന്ന് ആ കൊള്ളി അണച്ചുകളഞ്ഞു. അപ്പോൾ ഡോക്ടറാണെന്നു തോന്നുന്നു പാതി വലിച്ച തന്റെ സിഗരറ്റ് അയാളുടെ ചുണ്ടുകളിൽ വെച്ചുകൊടുത്തു. ഒരു കവിൾ പുകയെടുത്തുകൊണ്ട് മോഹനൻ ഞങ്ങളെ ഉറ്റുനോക്കി.

വിചിത്രമായൊരു ഊന്നുവടിയായിരുന്നു അത്. ഒരുപക്ഷേ, ഊന്നുവടി എന്നുതന്നെ പറഞ്ഞുകൂടാ. ഏതാണ്ട് ഒരാൾപ്പൊക്കം നീളം വരും. ചെത്തിയുഴിഞ്ഞു മിനുസം വരുത്തിയിരുന്ന അതിന്റെ മദ്ധ്യത്തിലായി ചൂരൽവള്ളികൾ ചേർത്തു ചുറ്റിക്കെട്ടിയിട്ടുണ്ട്. അടുത്തു പിടിക്കുമ്പോൾ പച്ചമരുന്നുകളുടെ നേർത്ത ഗന്ധം അനുഭവപ്പെട്ടിരുന്നു. മുകളിൽ അറ്റത്തായി വരഞ്ഞുകൊത്തിയ ഒരു പക്ഷിത്തല. ഏതു പക്ഷിയാണെന്നു കൃത്യമായി മനസ്സിലാക്കാനാവില്ല. പരുന്താവണം. കണ്ണുകൾ തുറന്നു

ചുറ്റുപാടും നോക്കുന്ന, പറക്കാൻ തയ്യാറെടുക്കുന്ന മട്ടിലാണ് അതിന്റെ രൂപകല്പന. കീഴറ്റം ഉരുട്ടി ഗോളാകൃതി വരുത്തിയിരിക്കുന്നു. അത്തരം ഒരൂന്നുവടി ഞങ്ങൾ ആദ്യമായിട്ടാണ് കാണുന്നത്. കാഴ്ചയിൽ ഒരു കൗതുകമൊക്കെ തോന്നുമെങ്കിലും അതു കൈയിലെടുക്കണമെന്ന് ആർക്കും വിചാരമില്ലായിരുന്നു. ഒന്നാമത് അതിന്റെ നീളം. പിന്നെ എടുത്താൽത്തന്നെ ഇതെല്ലാം സൂക്ഷിക്കാൻ ആർക്കു കഴിയും?

- അതു ജീപ്പിലിട്ടു കൊണ്ടുപോകുന്നതിൽ അസൗകര്യമുണ്ടായിരുന്നു.

എന്നിട്ടും അതെടുക്കാമെന്ന് ഞാനാണ് പറഞ്ഞത്. കൈയിലിരുന്നോട്ടെ. ഇന്നത്തെ കഷ്ടപ്പാടിന്റെ ഓർമ്മയ്ക്ക്.

അതെടുക്കേണ്ട. നത്തൻ ശഠിച്ചു. ആരെങ്കിലും അന്വേഷിച്ചു വന്നാലോ?

മലമുകളിൽ വന്ന് ആളുകൾ ചാരായം വാറ്റുന്നതും കഞ്ചാവുകൃഷി ചെയ്യുന്നതുമൊക്കെ പിടികൂടാൻവേണ്ടി ഞങ്ങൾ സഹായത്തിനു നിർത്തിയിരിക്കുന്ന ആദിവാസി യുവാവാണ് അവൻ.

"പിന്നേ, ഈ ഒണക്കക്കമ്പും കൊണ്ടുപോയാൽ അന്വേഷിച്ചുവരാൻ പോകുന്നു!" എസ്.ഐ. പടിക്കലെസ്സാറ് പുച്ഛത്തോടെ ചിരിച്ചു: "ഇവനാ കാട്ടു ജാതിയല്ലേ, അവറ്റയുടെ സകല പ്രാന്തും കാണും." അയാൾക്ക് നത്തനോട് ദേഷ്യമുണ്ട്. തന്റെ സാഹസികദൗത്യം പരാജയപ്പെട്ടതിൽ മുഖ്യപ്രതി അവനാണെന്ന് അയാൾ കരുതി.

അതിനൊന്നും നത്തൻ മറുപടി പറഞ്ഞില്ല. ആ വടിയെടുക്കുന്നതിൽ കുഴപ്പമുണ്ടെന്ന് അവൻ വീണ്ടും പറഞ്ഞു. അവന്റെ കണ്ണുകൾ എന്തോ കണ്ടു ഭയക്കുന്നതുപോലുണ്ടായിരുന്നു.

"താനതെടുക്കടോ. അന്വേഷിച്ചുവന്നവന്മാരുടെ ചീട്ടു ഞാൻ കീറിക്കോളാം." പടിക്കല പറഞ്ഞതിന്റെ ധൈര്യത്തിൽ ഞാൻ ഊന്നുവടിയുമായി പുറകിലെ സീറ്റിലിരുന്നു. ആ ദണ്ഡിൽ തട്ടാതിരിക്കാൻ പാടുപെട്ടുകൊണ്ട് നത്തൻ ഒരു മൂലയിലേക്കു ചുരുങ്ങിക്കൂടി.

ഈ നത്തനിതെന്തു പറ്റി? ഞാൻ ആലോചിച്ചു. ഒന്നിലും ഒരഭിപ്രായവുമില്ലാത്ത ആളാണ്. കൂടെ വരുന്നു. പറയുന്നതു ചെയ്യുന്നു. അത്രയേയുള്ളൂ. ഇതിലും വലിയ കാര്യങ്ങൾ കണ്ടിട്ട് ഇളകാത്ത കക്ഷിയാണ്. ജന്മനാ മികച്ചൊരു മടിയൻ.

മടക്കയാത്രയിൽ ആരും അധികമൊന്നും സംസാരിച്ചില്ല. രാവിലെ മുതൽക്കുള്ള അദ്ധ്വാനംകൊണ്ട് ഏവരും ക്ഷീണിച്ചിരുന്നു. ഒരുപക്ഷേ, നത്തൻ മാത്രമേ തളരാതുള്ളൂ. എസ്.ഐ. പറഞ്ഞത് ആ നിലയ്ക്കു ശരിയാണ്, കാട്ടുജാതിയായതിന്റെ കരുത്ത് ഏതായാലും അവനു കാണും. ഈയിടെയായി കാടും മലയും കയറിയിറങ്ങുന്നതെല്ലാം അപൂർവമാണെങ്കിലും.

നത്തൻ ഞങ്ങൾക്കൊപ്പം വന്നിട്ട് ഏതാണ്ട് ഒരു വർഷമായിക്കാണും. അവനെക്കൊണ്ട് പറയത്തക്ക ഉപകാരമൊന്നും ഇതുവരെയില്ല. എന്തു കേട്ടാലും ഒരു പൊട്ടൻചിരിയോടെ കേട്ടിരിക്കുമെന്നു മാത്രം. മറിച്ച് ഉപദ്രവവുമില്ല. ഏതെങ്കിലും സുപ്പീരിയർ ഓഫീസർമാർ വന്നാൽ അതിനു തക്ക ബഹുമാനമൊന്നും കാട്ടില്ലെന്നു തോന്നാറുണ്ട്. ഇരുന്നിടത്തുനിന്നും ചിലപ്പോൾ അനങ്ങിയെന്നുകൂടി വരില്ല. കുറേക്കാലം പാതിരിമാർ നടത്തുന്ന ഒരു സ്ഥാപനത്തിൽ പണിയെടുത്ത ആളാണ്. പക്ഷേ, അതിന്റെ ചിട്ടവട്ടങ്ങളൊന്നും പോരാ. അവസരം നോക്കി പെരുമാറാൻ അറിഞ്ഞുകൂടാ. സാധുവാണെന്നേ ഇടവകയിൽ മുമ്പുണ്ടായിരുന്ന അച്ചൻ നത്തനെ ഇങ്ങോട്ടേല്പിക്കുമ്പോൾ പറഞ്ഞുള്ളൂ.

മലയിലെ വാറ്റും കഞ്ചാവുകൃഷിയുമൊക്കെ കണ്ടുപിടിക്കാൻ ഡിപ്പാർട്ട്മെന്റിനു കണക്കു കാണിക്കേണ്ടതില്ലാത്ത ചില ഫണ്ടുകളുണ്ടായിരുന്നു. അതിൽ കണക്കെഴുതി എന്തെങ്കിലും കൊടുത്ത് കൂടെ നിർത്തിക്കൊള്ളാൻ വേണ്ടിയാണ് അച്ചന്റെ ശുപാർശ. “ഈ മലയും ചെരിവുകളുമെല്ലാം നല്ല പരിചയമുള്ള ആളാണ്. പള്ളിക്കൂടത്തിലും മൂന്നുനാലുകൊല്ലം പോയിട്ടുണ്ട്. എഴുത്തും വായനയും കഷ്ടി അറിയാം.” അച്ചൻ അവന്റെ ഗുണങ്ങൾ വിവരിച്ചു പറഞ്ഞു: “കക്കുകയോ നുണ പറയുകയോ കണ്ടിട്ടില്ല. ഇനിയിപ്പോ അതു നിങ്ങളായിട്ടു പഠിപ്പിക്കാതിരുന്നാൽ മതി.” അച്ചൻ കളിമട്ടിൽ തുടർന്നു.

“അച്ചൻ ഇവനെപ്പിടിച്ച് മാർക്കംകൂട്ടിക്കളഞ്ഞല്ലോ.” അവന്റെ കഴുത്തിൽ തൂങ്ങിക്കിടക്കുന്ന നീളൻകൊന്തയിൽ നോക്കിക്കൊണ്ട് അന്നത്തെ ഇൻസ്പെക്ടർ പറഞ്ഞു. അവന്റെ കറുമ്പൻശരീരത്തിൽ അതൊരു തെറ്റിയണിഞ്ഞ ആഭരണംപോലുണ്ടായിരുന്നു.

“ഞാനായിട്ടു ചെയ്തതൊന്നുമല്ല എന്റെ സാറേ. ഇവൻ അപ്പൻ വഴിക്കേ സത്യക്രിസ്ത്യാനിയാ,” അച്ചൻ ചിരിച്ചു: “അയാൾക്ക് പണ്ട് കനാൽപ്പണിക്കാലത്ത് വാച്ചറായിട്ടു ജോലിയുണ്ടായിരുന്നു. ഊരിൽ നിന്നു സർക്കാരുവേലയ്ക്കു പോകുന്ന ആദ്യത്തെ മലയൻ. അതോണ്ട് പ്രയോജനമൊന്നുമില്ല. കിട്ടുന്ന കാശിനൊക്കെ പട്ടയടിക്കും. അതിനിടയ്ക്കാരോ കൊണ്ടുപോയി പെന്തക്കോസ്താക്കി. അവിടെ പ്രാർത്ഥന തീർന്നിട്ടു വെള്ളമടിക്കാനെവിടന്നു നേരം? മുഖ്യധാരയിലേക്കു വന്നതങ്ങനെയാണ്.”

“ദൈവരാജ്യം ചാരായത്തിന്റെ രൂപത്തിലും വരും.” ആരോ കളിയാക്കി പറഞ്ഞു.

“യഥാർത്ഥ പേരും കേമമാണ്. യേശുനാഥൻ. നാഥൻ എന്നാണ് വിളിച്ചു തുടങ്ങിയതും. അവന്റെ വായിൽനിന്നു പക്ഷേ, നത്തൻ എന്നേ വരൂ.”

“അപ്പപ്പോൾ കാണുന്നവനെ അപ്പാ എന്നു വിളിക്കും എന്നു പറയാറില്ലേ? അതുപോലാ നമ്മള് നസ്രാണികളുടെ കാര്യം.” പാലാക്കാരനായ

കോൺസ്റ്റബിൾ തങ്കച്ചൻ സ്വയം പരിഹസിച്ചു ചിരിച്ചു. "ഒരാളെക്കിട്ടുമെന്നു കണ്ടാൽ കർത്താവിന്റെ പേര് അയാൾക്ക്! ഫലത്തിൽ കർത്താവ് ഔട്ട്."

"അന്യവിശ്വാസികൾക്കിടയിൽവച്ച് ദൈവദോഷം പറയരുത് കുഞ്ഞേ." പ്രാർത്ഥന ചൊല്ലുന്ന ഈണത്തിൽ അച്ചൻ അയാളെ സ്നേഹത്തോടെ ശാസിച്ചു.

അദ്ദേഹം ഞങ്ങൾ പൊലീസുകാരുടെ ഒരടുത്ത കക്ഷിയായിരുന്നു. ഒഴിവു സമയം മുഴുവൻ പാതിരി സ്റ്റേഷനിലാണ്. കുറ്റംചെയ്തവരെ ഉപദേശിക്കാൻ വരുന്നതെന്നാണ് പറയുക. ചീട്ടുകളിയായിരുന്നു യഥാർത്ഥ ലക്ഷ്യം. അതിൽ മൂപ്പർക്ക് ആസക്തിപോലുമുണ്ട്.

ഇതൊന്നും തന്നെ ബാധിക്കുന്ന കാര്യങ്ങളല്ല എന്ന മട്ടിലാണ് നത്തൻ നിന്നിരുന്നത്. ഉയരം കുറഞ്ഞ് തടിച്ചിട്ടായിരുന്നു അവൻ. ബുദ്ധിവളർച്ചയില്ലാത്ത കുട്ടികളുടെ മുഖച്ഛായ ഉണ്ടായിരുന്നു അവന്. കനമുള്ള ചുണ്ടുകൾ, തിളക്കം കെട്ടുപോയ കണ്ണുകൾ. മുടി സവിശേഷമായ രീതിയിൽ സ്പ്രിങ്ങുപോലെ ചുരുണ്ടിരിക്കുന്നു. അച്ചൻ വാങ്ങിക്കൊടുത്തതാവണം, പുതിയൊരു ചെരുപ്പിട്ടിട്ടുണ്ട്. അച്ചന്റെ ളോഹപോലെതന്നെ പഴക്കമുള്ള ഒരു ഷർട്ടും ഒരു മുറിപാന്റും കിട്ടിയിട്ടുണ്ട്. നത്തൻ വന്നതിനു ശേഷവും കാടുകയറുന്നതൊക്കെ കുറവായിരുന്നു. എക്സൈസുകാരോ മറ്റോ വിളിച്ചാൽ കൂടെപ്പോയെങ്കിലായി. അവന് എസ്. ഐ.യുടെ വീട്ടിലെ എന്തെങ്കിലും പണികളുണ്ടാവും. ഈ വാറ്റുകാരും മയക്കുമരുന്നുകാരുമെല്ലാം ഞങ്ങളുടെ വിദ്യതന്നെയാണ് പ്രയോഗിച്ചിരുന്നത്. അവരും കാവലിന് ആദിവാസികളെ നിയോഗിച്ചു. കാക്കിയുടെ ഒരു രാശി കണ്ടാൽ മതി, അവർ മാനുകളെപ്പോലെ ഓടിപ്പോയി ആവശ്യക്കാർക്ക് വിവരമെത്തിക്കും. ഊരിലെ ഈ കാവല്ക്കാർ നത്തനെ ഒറ്റുകാരനായാണ് കണക്കാക്കിയിരുന്നതെന്നു തോന്നുന്നു. അവർക്കു മുന്നിലെത്താൻ അവൻ ഭയന്നു.

മലയുടെ താഴ്വാരത്തിലായിരുന്നു പൊലീസ് സ്റ്റേഷൻ. അതു താരതമ്യേന പുതിയ സ്റ്റേഷനാണ്. ചെലവു കുറഞ്ഞ വീടുകളുടെ മാതൃകയിൽ തേക്കാത്ത ഇഷ്ടികകൾകൊണ്ട് നിർമ്മിച്ച സ്റ്റേഷനും ചുറ്റുപാടുമുള്ള അത്തരം പല വീടുകളും ചെറിയൊരു ടൗൺഷിപ്പിനെ ഓർമ്മിപ്പിച്ചു. അവിടേക്കുള്ള വഴിയരികിൽ കാട്ടുമരങ്ങൾ തണൽനിന്നിരുന്നു. സ്റ്റേഷന്റെ മുറ്റത്തെ വയസ്സൻ പേരയുടെ കൊമ്പുകളിൽ വരണ്ട തൊലിയടർന്നു നിൽക്കുന്നതു കാണാം. പരിസരത്തുള്ള വലിയ മരങ്ങളുടെ മേൽ ഒരുതരം പശയൊട്ടിച്ചുവച്ച് കിളികളെ പിടികൂടുകയാണ് നത്തന്റെ ഇഷ്ടവിനോദം. ആ പശക്കെണിയിൽ വന്നു കിളികൾ കുടുങ്ങുന്നതുവരെ എത്ര നേരം വേണമെങ്കിലും കാത്തിരിക്കാൻ അവനു മടിയില്ലായിരുന്നു. കുറച്ചുകാലം കഴിഞ്ഞപ്പോൾ എല്ലാവർക്കും അവന്റെ രീതികൾ പരിചയമായി. മറ്റൊരു മരമെന്നമട്ടിൽ ഞങ്ങളവനെ അവന്റെ പാട്ടിനു വിട്ടു.

ചാക്കോ പടിക്കല ചാർജ്ജെടുത്തപ്പോൾ പക്ഷേ, അത്തരം ഇളവുകൾ അവസാനിച്ചു. അയാൾക്കു പിരിയാൻ അധികം കാലമില്ലാത്തപ്പോൾ കിട്ടിയ പോസ്റ്റിങ്ങാണ്. ടൗണിൽത്തന്നെ ഒരു 'കിടിലൻ എസ്.ഐ.' എന്ന പേരിൽ തിളങ്ങണമെന്നായിരുന്നു താല്പര്യമെങ്കിലും നിയമനം കിട്ടിയത് ഈ കാട്ടുപ്രദേശത്തായിപ്പോയി. പാതിയിലേറെ ആദിവാസികളാണിവിടെ. ബാക്കിവരുന്നവരിൽ കുടിയേറ്റക്കാരുണ്ട്, ഒളിച്ചുകഴിയുന്ന തനി കുറ്റവാളികൾപോലുമുണ്ട്. സകലവനും ഏതെങ്കിലുമൊരു രാഷ്ട്രീയകക്ഷിയുടെ ജില്ലാക്കമ്മറ്റിയിൽ കയറിപ്പറ്റിയിരിക്കും. ഏവർക്കും സ്ഥിരം ഗുണ്ടാസംഘങ്ങളും ആയുധങ്ങളുമൊക്കെ സാധാരണമായിരുന്നു. ആദിവാസികൾക്കാണെങ്കിൽ അവർ ഇഷ്ടംപോലെ മദ്യം വിളമ്പി. കാട്ടിനുള്ളിൽ ലഹരി പടർന്നുനിന്നിരുന്നു. ഊരുകളിലെ ആണുങ്ങൾ ഒരു പണിയും ചെയ്യാതെ ആ നിത്യലഹരിയിൽ വിരാജിച്ചു. പൊലീസുകാർക്കും കാര്യമായൊന്നും ചെയ്യാനുണ്ടായിരുന്നില്ല. എസ്.ഐയുടെ കൈപ്പിടിയിൽ ഒതുങ്ങാവുന്നതല്ല വരുന്ന കേസുകളിൽ പലതും.

പടിക്കല ചാർജെടുത്ത് അധികം കഴിയുന്നതിനു മുമ്പ് ഒരു ദിവസം കാലത്ത് ഞങ്ങൾക്ക് ഒരു അജ്ഞാതസന്ദേശം ലഭിക്കുന്നു. കാട്ടിനുള്ളിൽ ചോലയുടെ ഭാഗത്ത് വൻതോതിൽ വാറ്റു തുടങ്ങിയിട്ടുണ്ടത്രേ. ഏതോ എതിരാളികൾ ഒറ്റുന്നതാണ്. പിന്നാലെതന്നെ രാഷ്ട്രീയക്കാരിൽ ചിലരും ഫോൺചെയ്തു. അന്വേഷിച്ചില്ലെങ്കിൽ ഈ സന്ദേശം തന്നവർതന്നെ അതു പത്രമാധ്യമങ്ങളിലൂടെ പ്രശ്നമാക്കുമെന്നതും ഉറപ്പായിരുന്നു. എക്സൈസുകാർ വരാൻ ഇനിയും സമയമെടുക്കും.

ചോലയുടെ പ്രദേശം അത്ര പരിചിതമല്ല. നത്തനെയും കൂട്ടിപ്പോകേണ്ടിവരും. വഴിയിൽ എത്ര ദൂരം ജീപ്പു പോകുമെന്നറിഞ്ഞുകൂടാ. അവനാണെങ്കിൽ ഒപ്പം വരാൻ പേടികൊണ്ടുള്ള ഒരു മടിയുമുണ്ട്.

"അവനെ വിളിക്ക്. അല്ലെങ്കിൽപ്പിന്നെ ഈ കാട്ടുപന്നിക്ക് തിന്നാൻ കൊടുക്കുന്നതെന്തിനാണ്?" പടിക്കല രോഷത്തോടെ പറഞ്ഞു.

മടിപിടിച്ചുനിന്നാലൊന്നും ഇനിയിവിടെ അധികകാലം നിൽക്കാനാവില്ലെന്ന കാര്യം നത്തനു വിശദീകരിച്ചുകൊടുക്കുമ്പോൾ വാസ്തവത്തിൽ അവന്റെ പശക്കെണിയിൽ ഒരു കിളി വന്നുപെട്ടിട്ടുണ്ടായിരുന്നു. "എടാ മരക്കഴുതേ, ഇതും ഒട്ടിച്ചു കാത്തിരിക്കുന്ന നേരംകൊണ്ട് നിനക്കെന്തെങ്കിലുമൊന്ന് എടുത്തുവയ്ക്കാൻ സഹായിച്ചുകൂടേ?" ജീപ്പിലേക്ക് വേണ്ട സാധനങ്ങൾ കയറ്റിക്കൊണ്ടിരുന്ന വഹാബ് ഉറക്കെ വിളിച്ചു ചോദിച്ചു.

പഴയ ജീപ്പുവഴികൾ കുറെ ഭാഗത്തൊന്നും സഞ്ചാരയോഗ്യമായിരുന്നില്ല. വഴികളിലെല്ലാം പുല്ലും കുറ്റിച്ചെടികളും വളർന്നുനിന്നിരുന്നു. ഇടയ്ക്കൊരിടത്തുവച്ച് ടയർ പഞ്ചറായതുകൊണ്ട് അരമണിക്കൂർ വൈകി. ചോലയുടെ ഭാഗത്തേക്ക് ഒറ്റയടിപ്പാതയായിരുന്നു. സാധനങ്ങളെല്ലാമേറ്റി ഞങ്ങൾക്ക് ഒട്ടുദൂരം നടക്കേണ്ടിവന്നു. മുള്ളുകളുള്ള ചെടികൾകൊണ്ട് ഞങ്ങളുടെ കാലുകൾ മുറിഞ്ഞ് ചോര പൊടിഞ്ഞിരുന്നു.

മടിച്ചുമടിച്ചാണെങ്കിലും നത്തൻ മുന്നിൽത്തന്നെ നടന്നു. കുറെ ദൂരമെത്തിയപ്പോൾ അകലെനിന്നും ആളുകളുടെ സംഭാഷണം അവ്യക്തമായി കേട്ടുതുടങ്ങി. ഞങ്ങൾ നിശ്ശബ്ദരായി അതു ശ്രദ്ധിച്ചു.

പൊടുന്നനെ അലറിക്കരയുന്ന മട്ടിൽ നത്തൻ ശബ്ദമുണ്ടാക്കി. കാടിന്റെ നിശ്ശബ്ദതയെ പിളർത്തുംപോലായിരുന്നു ആ കരച്ചിൽ. എല്ലാവരും ഞെട്ടിപ്പോയി.

നോക്കുമ്പോൾ കറുത്തു തടിച്ച വിചിത്രമായ ആകൃതിയിലുള്ള ഉറുമ്പുകൾ അവനെ കടിച്ചിരിക്കുന്നു. അവൻ നിന്നു തുള്ളുകയാണ്.

"കെടന്നു കീറാതെ അവിടെനിന്നു മാറിപ്പോടാ." ഒരാൾ പറഞ്ഞു. ഞങ്ങൾ ഒരല്പം ദിശമാറി നടന്നു. നടക്കുമ്പോഴും നത്തൻ കാലുയർത്തുകയും ചാടിക്കൊണ്ട് കുടയുകയും ചെയ്തുകൊണ്ടിരുന്നു.

"ഇതൊക്കെ അവന്റെ സൂത്രമല്ലേ! സിഗ്നൽ കൊടുക്കുകയാവും," പടിക്കല ആക്രോശിച്ചു: "കള്ളക്കഴുവേറിമോനേ, നിന്റെ വേഷംകെട്ട് എന്റടുത്തുവേണ്ടാ." നത്തന്റെ കരച്ചിൽ ചെറുതായി. ഇടയ്ക്കെല്ലാം തേങ്ങലുകളിലൊതുങ്ങി.

പിന്നെ എല്ലാവരും നിശ്ശബ്ദരായി. എങ്കിലും നത്തനെക്കുറിച്ച് ഒരവിശ്വാസം മറ്റാർക്കുമില്ലായിരുന്നു. നിർഭാഗ്യവശാൽ പടിക്കലയുടെ ഭയത്തെ ശരിവയ്ക്കുന്നതുപോലായിരുന്നു പിന്നീടു നടന്ന സംഗതികൾ. ആ കരച്ചിൽ കേട്ടിട്ടാവണം, കിട്ടാവുന്നതൊക്കെ പെറുക്കിക്കൂട്ടി ചോലയുടെ ഭാഗത്തുനിന്നും വാറ്റുകാരെല്ലാം ഓടിപ്പോയി. കത്തിക്കൊണ്ടിരിക്കുന്ന ഒരടുപ്പും അപൂർവം ചില പിഞ്ഞാണങ്ങളും കലങ്ങളും മാത്രം അവിടെ അവശേഷിച്ചു. കാഴ്ചയിൽനിന്നും തെന്നിമാറുന്ന ചിലരെ ഞങ്ങൾ ദൂരത്തുനിന്നും കണ്ടു.

"കണ്ടില്ലേ ഇവന്റെ പണി. ഞാൻ പറഞ്ഞതെന്തായി?" പടിക്കല നിരാശയോടെ ചോദിച്ചു. ഉറുമ്പുകടിയേറ്റ് ചുവന്നുതടിച്ച കാലുകൾ നോക്കി നത്തൻ ശബ്ദമുണ്ടാക്കാതെ കരഞ്ഞു. അവൻ അങ്ങനെ കരയുന്നത് ഞങ്ങൾ ആദ്യമായി കാണുകയായിരുന്നു.

അപ്പോഴാണ് ആ ഭംഗിയുള്ള ഊന്നുവടി കാണുന്നത്. തിടുക്കം കാരണം അതെടുത്തുകൊണ്ടുപോകാൻ മറന്നതാവാം. അല്ലെങ്കിൽ മറ്റു സാധനങ്ങളെടുത്തു കൊണ്ടുപോകുന്നതിന്റെ തിരക്കിൽ സാവകാശം കിട്ടിക്കാണില്ല. ഒരു മരത്തിന്മേൽ ചാരിവെച്ചിരിക്കുകയായിരുന്നു അത്. തുടക്കത്തിന്റെ കൗതുകംകൊണ്ട് ഏവരും അതു കൈയിലെടുത്തു കുറച്ചുനേരം പരിശോധിക്കുന്നുണ്ടായിരുന്നു. തന്റെ ലക്ഷ്യം നിറവേറാതെ വന്നതിന്റെ നിരാശ എല്ലാവരെയും ശകാരിച്ചും ഒച്ചവച്ചും പടിക്കല തീർത്തുകൊണ്ടിരുന്നു.

ഊന്നുവടി കൈയിലിരിക്കട്ടെ എന്നു വിചാരിച്ചത് ഏതു ദുരിതം പിടിച്ച നേരത്താണാവോ! നത്തൻ കരയുന്ന മട്ടിൽ അപേക്ഷിച്ചു:

"അതെടുക്കണ്ട. അത് ഊരിലെ ആരുടേയോ ആയിരിക്കും. അവർ തേടി വരാതിരിക്കില്ല."

-എങ്കിൽപ്പിന്നെ അതെടുത്തേ മതിയാവൂ എന്ന് പടിക്കലയ്ക്കു വശി കയറി.

വരുന്നവനെ ശരിക്കുമൊന്ന് പെരുമാറണം. ഇനി ആരു വേണ്ടെന്നു പറഞ്ഞാലും അയാൾ സമ്മതിക്കില്ല.

നത്തൻ പറഞ്ഞതു ഫലിച്ചു. പിറ്റേന്നു കാലത്തുതന്നെ ഒരാൾ അതന്വേഷിച്ചുവന്നു. കാലത്ത് പടിക്കല ഇല്ലാത്ത സമയത്താണ് അയാൾ വന്നത്.

വന്ന ആൾ ശരിക്കും പറഞ്ഞാൽ ഞങ്ങളെ നിരാശപ്പെടുത്തി: മുഷിഞ്ഞ ഒരൊറ്റമുണ്ടുമാത്രം ധരിച്ച, മേല്ക്കുപ്പായമൊന്നുമില്ലാത്ത ഒരു പടുകിഴവൻ. വായിൽ ആകെ ഒന്നുരണ്ടു മഞ്ഞച്ച പല്ലുകൾ മാത്രമേ അവശേഷിച്ചിട്ടുള്ളൂ. പൊതുവേ കൂനുള്ള ശരീരം പൊലീസുകാരെ കാണുമ്പോൾ കൂടുതൽ കുനിഞ്ഞു. എഴുന്നേറ്റു നിൽക്കാൻപോലും പര സഹായം വേണമെന്നു തോന്നിച്ച ഇയാളെങ്ങനെ ഈ മല മുഴുവൻ ഇറങ്ങിവന്നു?

നത്തനെ കാണണമെന്നാണ് അയാൾ പറയുന്നത്. വേറെയൊന്നും ചോദിക്കുന്നില്ല. നത്തൻ പക്ഷേ, അയാളുടെ നിഴൽ കാണുമ്പോഴേക്കും മാറിക്കളഞ്ഞു.

കുറച്ചു നേരം അങ്ങനെ നിന്നശേഷം അയാൾ സ്റ്റേഷന്റെ വരാന്ത യിൽ കുന്തിച്ചിരുന്നു. പടിക്കല വന്നാൽ ഇയാളെ ഉപദ്രവിക്കുമോ? അതാ ലോചിച്ചപ്പോൾ അയാളെ നിർബന്ധിച്ചു പറഞ്ഞുവിടാൻ ഞങ്ങൾ തീരു മാനിച്ചു.

-ഊന്നുവടി കിട്ടിയാലേ അയാൾ പോകൂ.

ആദിവാസികളുടെ ഭാഷ നന്നായിട്ടറിയാവുന്ന തങ്കച്ചൻ അതു ചോദി ച്ചറിഞ്ഞു. ഊരിലെ പെരുമനാണ് കിഴവൻ. അയാളുടെ അംശവടി യാണത്രേ അത്. തലമുറകളായി കൈമാറ്റം ചെയ്തുകിട്ടിയതാണ്.

"പെരുമന്മാർക്കിപ്പോൾ കള്ളവാറ്റുകാർക്കു കാവൽനിൽക്കുന്ന തൊഴി ലാണോ?" വഹാബ് പരിഹാസത്തോടെ ചോദിച്ചു. ഏതോ ലഹരിയുടെ ഓർമ്മയിൽ കിഴവൻ ഒരു തോറ്റ ചിരി ചിരിച്ചു. പടിക്കല വരാതെ ഊന്നു വടികൊടുക്കാൻ പറ്റില്ല. എന്തു പറഞ്ഞാണ് അയാളെ തിരിച്ചയയ്ക്കുക? നത്തനുണ്ടെങ്കിൽ പറഞ്ഞുവിടാമായിരുന്നു. അതിന് അവൻ എവിടെ പ്പോയി?

അവന്റെ കെണിയിലും ഇന്നൊന്നും പെട്ടിട്ടില്ലെന്നു കണ്ടു.

കിഴവൻ അനങ്ങാതെ തന്റെ ഇരിപ്പു തുടർന്നു. അനന്തകാലത്തോളം അതു തുടർന്നേക്കുമെന്ന് ഞങ്ങൾക്കു തോന്നി. മരങ്ങൾക്കിടയിലൂടെ

ഊർന്നുവന്ന പുള്ളിക്കുത്തുകളുള്ള വെളിച്ചം അയാളുടെ മെലിഞ്ഞ ശരീരത്തിൽ ചിത്രങ്ങൾ നെയ്തു.

വൈകുന്നേരം എസ്.ഐ. വന്നപ്പോഴും അയാൾ അതേ ഇരിപ്പായിരുന്നു.

"ആ വടി കിട്ടാനാണ് തന്ത വന്നിരിക്കുന്നത്." ആരോ വിശദീകരിച്ചു കൊടുത്തു.

"ഏതു വടി?" പടിക്കല മറന്നിരിക്കുന്നു. ഓർമ്മിപ്പിച്ചപ്പോൾ അയാൾക്കു രോഷം ഇരച്ചുകയറി.

"ഇയാളെ എങ്ങും വിടണ്ടാ. കാര്യങ്ങൾക്ക് ഒരു തുമ്പുണ്ടാക്കാമോയെന്ന് ഞാനൊന്നു നോക്കട്ടെ." പടിക്കല എല്ലാവരോടുമായി പറഞ്ഞു.

കിഴവൻ പതുക്കെ എഴുന്നേറ്റ് അയാളെ വണങ്ങി വിറയലോടെ കൈകൂപ്പി.

"അവിടെനിന്നും മാറിനില്ക്കെടോ!" പടിക്കല അയാളെ തള്ളിക്കൊണ്ട് അകത്തേക്കു പോയി. തള്ളലിന്റെ ഊക്കിൽ വയസ്സൻ താഴെ വീണു. അയാൾ പിന്നെ എഴുന്നേല്ക്കാൻ ശ്രമിച്ചില്ല. ശബ്ദമുണ്ടാക്കാതെ അവിടെത്തന്നെ കിടന്നു.

ഞങ്ങൾ ചീട്ടുകളിയിൽ മുഴുകി. പാതിരായ്ക്ക് പടിക്കല ഉറങ്ങാൻ പോകുന്നതുവരെ ഇരുപത്തെട്ടും അതിനുശേഷം കാശുവച്ച് റമ്മിയും കളിച്ചു. ചീട്ടുകൾ ചതിച്ചു. ഒറ്റയടിക്ക് എന്റെ ഇരുന്നൂറു രൂപയോളം പോയി.

...നത്തന്റെ പശക്കെണിയിൽപ്പെട്ട ഒരു കിളി ദീനമായി കരയുന്നത് രാത്രി മുഴുവൻ കേട്ടു. പിറ്റേന്നു കാലത്ത് തൂപ്പുകാരിയാണ് പറഞ്ഞത്, ആ തന്ത അതേ കിടപ്പാണ്. എഴുന്നേല്ക്കുന്നില്ലല്ലോ. ഞങ്ങൾ ചെന്ന് തൊട്ടു നോക്കുമ്പോൾ തണുത്തിരിക്കുന്നു. അനക്കമില്ല. തിളക്കമില്ലാത്ത, പീള കെട്ടിയ കണ്ണുകൾ പാതി തുറന്നിരിക്കുന്നു.

പടിക്കല വെളുപ്പാൻകാലത്തെ തണുപ്പിലും നിന്നു വിയർക്കാൻ തുടങ്ങി. "എന്റെ പെൻഷൻ മൊടക്കാൻ വന്നിരിക്കുകയാണ് കിഴട്ടു തന്ത." അയാൾ നിരാശയോടെ പറഞ്ഞു.

"നിങ്ങളിങ്ങനെ പേടിച്ചിരുന്നാലെങ്ങനാ? അടുത്ത പണി നോക്ക്." അടുത്തിടെ മാറ്റം കിട്ടി വന്ന ഹെഡ് കോൺസ്റ്റബിൾ രാമചന്ദ്രൻ എഴുന്നേറ്റ് എല്ലാവരെയും നോക്കി. എന്താണ് ചെയ്യേണ്ടതെന്ന് ഞങ്ങൾക്ക് ഒരൂഹവുമുണ്ടായിരുന്നില്ല.

"അയാളെക്കൊണ്ടുപോയി അവിടെത്തന്നെ തള്ളണം സാറേ. ആളുകളറിഞ്ഞുവന്നാൽ ലോക്കപ്പ് മരണമാണെന്നേ പറയൂ. അതും ഒരാദിവാസി. നമ്മളിതെത്ര കണ്ടതാ."

ജീപ്പിന്റെ പിറകിലെ സീറ്റിൽ ഇരിക്കുന്ന വിധത്തിലാണ് അയാളെ ചാരിവച്ചത്. ചെരിഞ്ഞുപോകാതിരിക്കാൻ ഇരുവശത്തുമായി രണ്ടു

പൊലീസുകാർ ഇരുന്നു. കാട്ടുവഴികളിലെ കുണ്ടിലും കുഴിയിലും പെട്ട് ശരീരം ഉലയുമ്പോൾ മരണത്തിന്റെ തണുത്ത സ്പർശമേറ്റ് ഞങ്ങൾ പിടഞ്ഞു.

ശവംപോലെതന്നെ തണുത്ത ഒരു പ്രഭാതമായിരുന്നു അത്. ഇട തൂർന്ന കാട്ടുമരങ്ങൾ നിറഞ്ഞ പാതയിൽ ഒരു തുരങ്കത്തിലൂടെന്നവിധം ജീപ്പു നീങ്ങി. വെളിച്ചം കുറവായിരുന്നു. ജീപ്പിന്റെ ശിരോവിളക്കുകൾ തെളിയിച്ചുകൊണ്ടാണ് ഞങ്ങൾ സഞ്ചരിച്ചിരുന്നത്.

ഞങ്ങൾ ചെല്ലുമ്പോൾ ചോലയുടെ പ്രദേശം വിജനമായിരുന്നു. ഉപേ ക്ഷിച്ചുപോയ പാത്രങ്ങളെല്ലാം അതേപോലെ കിടപ്പുണ്ട്. അടുപ്പിൽ പാതി കരിഞ്ഞ വിറകുകഷ്ണങ്ങൾക്കുമേൽ ചാരം മൂടിയിരിക്കുന്നു.

കിഴവനെ അവിടെ ഒരു മരത്തിന്മേൽ ചാരിവച്ച് ഒട്ടൊരു ആശ്വാസ ത്തോടെ മടങ്ങുമ്പോഴാണ് ഓർത്തത്: ആ വടികൂടി കൊണ്ടുപോകാമാ യിരുന്നു.

"ഇനി അതൊന്നും പറഞ്ഞിട്ടു കാര്യമില്ല. അതു നശിപ്പിച്ചു കളഞ്ഞേ ക്കണം." രാമചന്ദ്രൻ ദൃഢമായി പറഞ്ഞു: "നമ്മളിങ്ങനെ ഒരു കാട്ടിൽ വന്നിട്ടുമില്ല. കിഴവനെ തൊട്ടിട്ടുമില്ല. തീർന്നല്ലോ."

രാത്രി തണുപ്പു മാറ്റാനായി ചെയ്യുന്നതുപോലെ തീയിട്ട് ഞങ്ങൾ ആ വടി കത്തിച്ചുകളയാൻ തീരുമാനിച്ചു. അപ്പോൾ ഒരു മഴ ആർത്ത ലച്ചു വന്നു. ഞങ്ങൾ തീക്കുണ്ഡം നിർമ്മിക്കുന്നത് പുറകിൽ വല്ലപ്പോഴും ഉപയോഗിക്കാറുള്ള വയ്പുപുരയിലേക്കു മാറ്റി.

ഊന്നുവടി നാലഞ്ചു കഷണങ്ങളായി വെട്ടിനുറുക്കി, ഓരോരു ത്തരായി ഹോമം ചെയ്യുന്നതുപോലെ ഓരോ കഷണവും തീയിലേക്കെ റിഞ്ഞു. അന്ന് എല്ലാവരും നന്നായി മദ്യപിച്ചിരുന്നതായാണ് ഓർമ്മ. ഒന്നു മുണ്ടായിട്ടല്ല, പക്ഷേ, ആരും കാണരുതേയെന്നു വിചാരിച്ചിരുന്നു.

അതു കത്തിത്തുടങ്ങിയപ്പോൾ അസാധാരണമായൊരു ഗന്ധം അവിടെ പടർന്നു. കാടിന്റെ മണം. കാട്ടുപുഷ്പങ്ങളുടെയും വള്ളികളു ടെയും വയസ്സൻ മരങ്ങളുടെയും പ്രാകൃതമായൊരു വാസന ആ അഗ്നി യിൽനിന്നും ഉണർന്നു വരുന്നത് ഞാനറിഞ്ഞു. ചുറ്റിക്കെട്ടിയ ചൂരൽവള്ളികൾ തരുണാസ്ഥികളെപ്പോലെ തീയിൽ വെന്തുടഞ്ഞു. പൊള്ളലേറ്റ കാട്ടുമൃഗങ്ങൾ ഓരിയിടുന്നുണ്ടോ? മരങ്ങൾക്കിടയിൽ ഒളിച്ചിരിക്കാറുള്ള തണുത്ത വെളിച്ചവും മഴയും മഞ്ഞും കാറ്റും വന ങ്ങളുടെ ഉടയാടകളെ നിറമണിയിക്കുന്ന പൂക്കളുമെല്ലാം ആ ദാഹ കാഗ്നിയിൽ എരിഞ്ഞമർന്നുപോയി. ഒരു കൊടുങ്കാറ്റിന്റെ വിദൂരമായ ഒച്ച കേട്ടു. നൂറു മഴക്കാലങ്ങളെ വിറകൊള്ളിക്കാൻ പോന്ന ഭയങ്കരമായ ഒരിടി മുഴങ്ങി.

ഊന്നുവടി ചാരം മാത്രമായി. മഴ നിലച്ചു. അങ്ങകലെനിന്നും ഏതോ കാവൽദൈവത്തിന്റെ നിരാലംബമായ നിലവിളി മാത്രം ഉയർന്നു കേൾക്കാമായിരുന്നു.

പിറ്റേന്നു കാലത്താണ് നത്തൻ പ്രത്യക്ഷപ്പെട്ടത്. ഒരു ദിവസം കൊണ്ടുതന്നെ അവനാകെ മാറിയിരിക്കുന്നതായി എനിക്കു തോന്നി. ശിരസ്സിൽ കാട്ടിലകൾ പറ്റിപ്പിടിച്ചിരിക്കുന്നു. മുള്ളുകൊണ്ടു കീറിയ മേൽക്കുപ്പായം. ശരീരത്തിൽ മുറിപ്പാടുകൾ.

"നിന്റെ കുരിശെവിടേടാ ചെറുക്കാ?" തങ്കച്ചൻ അവനെയൊന്നുഴിഞ്ഞു നോക്കിക്കൊണ്ടു ചോദിച്ചു. ശരിതന്നെ, ആ കൊന്ത കാണുന്നില്ല. അവൻ ഞങ്ങൾക്കു നേരെ നെഞ്ചുയർത്തിക്കാണിച്ചു. കിളിത്തൂവൽകൊണ്ട് അവനൊരു വികൃതമായ മാലയണിഞ്ഞിരിക്കുന്നു.

ഞങ്ങൾ ചോദിച്ചതിനൊന്നും ഉത്തരംപറയാതെ അവൻ എല്ലാവരെയും തുറിച്ചു നോക്കിക്കൊണ്ട് അതേപടി കുറെ നേരം നിന്നു. ഏതോ ഒരു വലിയ പശക്കെണിവെച്ച് അവൻ ഞങ്ങളെ കാത്തിരിക്കുന്നതു പോലെ. അസ്വസ്ഥത തോന്നി. 'എനിക്കറിയാം' എന്നൊരു ഭാവമുണ്ടായിരുന്നു ആ നോട്ടത്തിൽ. ഞങ്ങൾ മറ്റു പണികളിൽ മുഴുകുന്നതായി ഭാവിച്ചു.

ഉച്ചകഴിഞ്ഞു നോക്കുമ്പോൾ അവനവിടെയില്ല. പശക്കെണിയിൽ നിന്നും രക്ഷപ്പെട്ട ഒരു പക്ഷി അതിന്റെ ചിറകുകൾ വിടർത്താൻ ശ്രമിക്കുന്നത് ഞങ്ങൾ കണ്ടു.

അന്നു രാത്രി ഒരപകടമുണ്ടായി. സ്റ്റേഷന്റെ മുന്നിലുണ്ടായിരുന്ന വിറകുകളുടെ ഒരു കൂന ഒന്നായി കത്തി. എന്താണ് സംഭവിച്ചതെന്ന് ആർക്കും അറിഞ്ഞുകൂടാ. തലേന്നാളത്തെ മഴയിൽ നനഞ്ഞിട്ടുണ്ടായിരുന്ന വിറകാണ്. അതൊരു ദുഃസൂചനപോലെ ഞങ്ങൾക്കു തോന്നി.

പിന്നീടാണ് അതെല്ലാം സംഭവിക്കുന്നത്. ബന്ധമില്ലാത്ത കാര്യങ്ങളെന്നു പറഞ്ഞ് നിങ്ങൾക്ക് ഒരുപക്ഷേ, അതു തള്ളിക്കളയാം.

ഞാൻ വെറുതെ ഓരോന്ന് ആലോചിച്ചുകൂട്ടുകയാണെന്നുംവരാം.

എങ്കിലും ഒത്തുചേർത്തു നോക്കുമ്പോൾ ഗൂഢമായൊരു ഇണക്കം കാണുന്നില്ലേ? ഏതോ അദൃശ്യമായ ഒരു ചങ്ങലപ്പിടുത്തം. അതെല്ലാം വെറുതെയങ്ങനെ പുച്ഛിച്ചു കളയാമോയെന്ന് ഇപ്പോൾ തോന്നുന്നു.

മോഹനൻ കഥ പറയുന്നതു നിർത്തി ഞങ്ങളെ നോക്കി. അയാളുടെ സഹപ്രവർത്തകൻ നിലംപരിശായിരുന്നു. നേരം ഒരുപാടു വൈകിയിരിക്കുന്നതായി തോന്നി. ബാറിലെ പരിചാരകന്മാരിലൊരാൾ കൊതുകുകളെ അകറ്റാനായി സുഗന്ധദ്രവ്യങ്ങൾ പുകയുന്ന ഒരു പാട്ടയുമെടുത്ത് അവിടെയെല്ലാം നടന്നു. കട്ടിയുള്ള വെളുത്ത പുക ചുറ്റുപാടും ഉയർന്നു.

"കാടു കത്തുന്ന മണം." മോഹനൻ ഒരു ഞെട്ടലോടെ പിറുപിറുത്തു.

"എന്തെങ്കിലും പറഞ്ഞോ?" മൃഗഡോക്ടർ അവനെ നോക്കി.

മോഹനൻ അതു കേട്ടില്ല.

"പിന്നെ ആ ചങ്ങാതി–എന്തുവാ അവന്റെ പേര്? ആ, നത്തൻ. അവനെ പിന്നെ കണ്ടോ?" ഡോക്ടർ തിരക്കി.

"മരിച്ചവരുടെ ആസ്തികൾ കൈകാര്യംചെയ്യുമ്പോൾ വളരെ സൂക്ഷിക്കണം. ജീവിച്ചിരിക്കുന്നവരുമായുള്ള ഇടപാടുകളെക്കാൾ കുഴപ്പംപിടിച്ച സംഗതിയാണ് അത്," മോഹനൻ ദീർഘമായി ശ്വസിച്ചുകൊണ്ട് തുടർന്നു: "കുറേക്കാലത്തേക്ക് അവന്റെ ഒരു വിവരവുമില്ലായിരുന്നു. ഞങ്ങളവനെ മറന്നുതുടങ്ങിയതാണ്. ഒന്നുരണ്ടു മാസങ്ങൾക്കുശേഷം എസ്.ഐ. പടിക്കലസാർ അവനെ സ്വപ്നം കണ്ടത്രേ. ആ വിചിത്രമായ ഊന്നുവടിയുമായി അവനുണ്ട് മലയിറങ്ങിവരുന്നു! അവനെ ഏല്പിച്ച അച്ചന്റേതുപോലൊരു ളോഹയുമിട്ടുകൊണ്ട്. നീട്ടിവളർത്തിയ മുടി. തൂവൽ കൊണ്ടുള്ള തൊപ്പി. സ്വപ്നമാണെങ്കിലും ആ ദൃശ്യമോർത്ത് ഞങ്ങൾ കുറെ ചിരിച്ചു."

"ആ ഉത്സാഹം അധികനേരം നിന്നില്ല. പിറ്റേന്നു പകൽതന്നെ എസ്.ഐ. ആശുപത്രിയിലായി. മുമ്പിരുന്ന സ്റ്റേഷനിലെ പഴയൊരു കേസിലെ പ്രതി പരോളിലിറങ്ങിയപ്പോൾ കണക്കു തീർത്തതാണ്. അർദ്ധപ്രാണനായി പടിക്കല ഇപ്പോഴും കിടക്കുന്നുണ്ട്."

"നമ്മളാ ചെറുക്കനെ പരിഹസിച്ചു കുറെ ചിരിച്ചു," വഹാബ് രഹസ്യമായി ഞങ്ങളോടു പറഞ്ഞു: "എനിക്കെന്തോ വല്ലായ്മ തോന്നുന്നു."

"നത്തനെ പിന്നെ ആദ്യം നേരിൽ കണ്ടതും വഹാബാണ്, കാട്ടിൽ വെച്ച്. അവനൊരു കുന്തവും പിടിച്ചുകൊണ്ട് ഒരു നായാട്ടുകാരനെപ്പോലെ നിൽക്കുകയായിരുന്നെന്ന് അയാൾ പറഞ്ഞു. പക്ഷിത്തലയുള്ള വടിയല്ല, വെറുമൊരു മുനകൂർത്ത കുന്തം. നേർക്കുനേരെ കണ്ടിട്ടും അവനൊന്നും പറഞ്ഞില്ല. ഒന്നു തറപ്പിച്ചു നോക്കിയത്രേ. വഹാബ് പകച്ചു നിന്നെന്നാണ് കേട്ടത്. അയാളോട് പക്ഷേ, കൂടുതൽ ചോദിച്ചറിയാൻ കഴിഞ്ഞില്ല," മോഹനൻ ഒന്നു നിർത്തിക്കൊണ്ടു തുടർന്നു: "അതിനുള്ള സമയം കിട്ടിയില്ലെന്നതായിരുന്നു വാസ്തവം. ആ കൂടിക്കാഴ്ചയുടെ മൂന്നാംപക്കം വഹാബിനെ ഒരു കാട്ടാന കുത്തിക്കൊന്നു."

വീണ്ടും മരണത്തെക്കുറിച്ചുതന്നെയാണ് മോഹനൻ പറയുന്നത്. ഞങ്ങൾ മൗനംപാലിച്ചു.

"എല്ലാവരും നത്തനെ ഭയക്കാൻ തുടങ്ങി. അവന്റെ പേരു പറയാൻ പോലും പേടിയായിരുന്നു. നത്തനെ കാണാതിരിക്കണേ എന്നായിരുന്നു പിന്നെ ഞങ്ങളുടെ പ്രാർത്ഥന. എന്നിട്ടും അവൻ ദുരന്തങ്ങളുമായി വന്ന് ഞങ്ങളെ എതിരിടാൻ തുടങ്ങി. എക്സൈസുകാരുടെയൊപ്പം പതിവുപോലെ തുണ പോയതായിരുന്നു രാമചന്ദ്രൻ. വാറ്റുകാരെല്ലാം ഓടിപ്പോയിട്ടും നത്തൻ മാത്രം അവിടെ കൂസലില്ലാതെ നില്ക്കുന്നത് അയാൾ കണ്ടു. വാറ്റുകാരുമായി ഇവനെന്തു ബന്ധം? രാമചന്ദ്രൻ വിചാരിച്ചു. അവൻ രാമചന്ദ്രനെ തറപ്പിച്ചു നോക്കിക്കൊണ്ട് നില്പാണ്. മുമ്പ് വഹാബിനെ നോക്കിയതുപോലെതന്നെ. അയാൾ വല്ലാതായി. നോട്ടത്തിൽനിന്നും രക്ഷ തേടി അയാൾ തിരിഞ്ഞോടിക്കളഞ്ഞു. അയാളെ നോക്കി വന്ന എക്സൈസുകാരുടെ ജീപ്പ് മറിഞ്ഞതായിരുന്നു ഒരു സൂചന. ആർക്കും കാര്യമായ പരിക്കൊന്നും പറ്റിയില്ല."

അതിനെക്കാൾ വലിയ ദുരന്തം പക്ഷേ, രാമചന്ദ്രനെ കാത്തിരിക്കുന്നുണ്ടായിരുന്നു. ഒഴുക്കിൽപ്പെട്ട അയാളുടെ ഇരട്ടക്കുട്ടികൾ മുങ്ങിമരിച്ച ദുഃഖവാർത്തയുമായി വന്ന ഫോൺ. അതെങ്ങനെ പറയുമെന്നോർത്തിരിക്കുമ്പോഴാണ് അയാൾ കിതച്ചുകൊണ്ട് പടികയറുന്ന കണ്ടത്.

"നത്തനുമായി ഇതിനെല്ലാം എന്തു ബന്ധമാണെന്ന് വീണ്ടും നമുക്കു സംശയിക്കാം. പക്ഷേ, കാര്യങ്ങൾ തീരുന്നില്ല. തങ്കച്ചനു പിടിപെട്ട ഭ്രാന്തിനു മറ്റെന്തു വിശദീകരണമാണ്? പ്രൊമോഷനായി സ്ഥലം മാറിപ്പോകുന്ന കാലത്തുതന്നെ അയാൾക്ക് അസ്വസ്ഥതകൾ തുടങ്ങിയിരുന്നു. അയാൾ പൂർണ്ണമായും ഒരു ഭക്തനെപ്പോലെ പെരുമാറി. പ്രതികളോട് ഉപദേശം, അവർക്കുവേണ്ടിയുള്ള പ്രാർത്ഥനകൾ, മണിജപങ്ങൾ, ദൂരത്തുള്ള ഒരു സ്റ്റേഷനിൽവെച്ച് അയാളുടെ 'ഭക്തിക്കായ്' മൂത്തു പഴുത്തു, പൊട്ടി, മുഴുഭ്രാന്തായി. ഇപ്പോൾ ആശുപത്രിയിലാണ്. വീട്ടുകാരെല്ലാം ഉപേക്ഷിച്ചിരിക്കുന്നു."

"അയാളും ആ ആദിവാസിയെ കണ്ടിരുന്നുവെന്നാണോ?" ഞങ്ങൾ ചോദിച്ചു.

"അതറിഞ്ഞുകൂടാ. കാരണം, തങ്കച്ചൻ ഒടുവിൽ കാണുമ്പോൾ വല്ലാത്ത മൗനിയായിരുന്നു. പ്രാർത്ഥിക്കുന്നതിനല്ലാതെ അയാൾ വാ തുറന്നില്ല."

ഞങ്ങൾ ബില്ലിനുവേണ്ടി കാത്തിരിക്കുകയാണ്. ഉറക്കച്ചടവുള്ള കണ്ണുകൾകൊണ്ട് പരിചാരകർ അലോസരത്തോടെ ഞങ്ങളെ നോക്കുന്നതു കണ്ടു.

മോഹനൻ വിറയ്ക്കുകയാണെന്ന് അടുത്തിരിക്കുന്നതുകൊണ്ട് എനിക്കു മനസ്സിലായി.

"ഇതെല്ലാം ഒരു വിശ്വാസമല്ലേ മോഹനാ. നീ ധൈര്യമായിരിക്ക്," ഞാൻ അവനു ധൈര്യം പകർന്നുകൊണ്ടു പറഞ്ഞു: "ഇതെല്ലാം നടന്നിട്ടും കുറച്ചായിക്കാണില്ലേ?"

"രണ്ടു വർഷം," അയാൾ കണക്കു കൂട്ടി: "ഞാൻ രണ്ടു സ്റ്റേഷനും മാറി."

ബില്ലും തുകയുമായി വെയ്റ്റർ പോയി. മോഹനന്റെ കൂട്ടുകാരനെ ഞങ്ങൾ തട്ടിയുണർത്താൻ ശ്രമിച്ചു.

"നശിച്ച കാലം," മോഹനൻ പിറുപിറുത്തു: "എല്ലാം മറന്നിരിക്കുകതന്നെയായിരുന്നു. ഇന്നെന്തോ, ഒരുപക്ഷേ, എന്റെ വെറും തോന്നലായിരിക്കാനാണിട."

"നത്തനെക്കുറിച്ചു വല്ലോമാണോ?" എഴുന്നേല്ക്കാൻ ശ്രമിച്ചുകൊണ്ട് ഡോക്ടർ തമാശമട്ടിൽ അവനെ നോക്കി.

"ഉം. അവനെക്കുറിച്ചുതന്നെയാണ്. പക്ഷേ, ഈ പട്ടണത്തിൽ അവനെങ്ങനെ വന്നുവെന്നാണ് എനിക്കു മനസ്സിലാവാത്തത്."

"ഇവിടെയോ? നിനക്കെന്തു പറ്റി മോഹനാ?" എനിക്ക് അവൻ പറയുന്നതു മനസ്സിലാവുന്നില്ല. അയാൾ നിസ്സഹായനായി എന്റെ നേരെ നോക്കി. "സത്യമാണ് ചങ്ങാതീ, കണ്ണുകളെ അവിശ്വസിക്കുന്നതെങ്ങനെ? ഒരു കറുത്ത കോട്ടും തൊപ്പിയുമൊക്കെ ധരിച്ച്... ഞാൻ ട്രാഫിക്ഡ്യൂട്ടിയിൽ നിൽക്കുകയായിരുന്നു. നല്ല തിരക്കുള്ള സ്കൂൾ സമയം. നിലച്ച വണ്ടികളുടെ നിരകൾ കടന്ന് അവൻ നടന്നു വരുന്നു."

"അതവനായിരിക്കുകയില്ല."

"അതവൻതന്നെയാണ്. എനിക്കു തെറ്റിയിട്ടില്ല." മോഹനൻ ഉറപ്പിച്ചു: "സ്പ്രിങ്ങുപോലുള്ള തലമുടി തൊപ്പിക്കപ്പുറത്തേക്കു നീണ്ടുനിൽക്കുന്നതു ഞാൻ കണ്ടു. എന്റെ ശ്രദ്ധ പാളി. മണിക്കൂറുകളോളം നീണ്ട ട്രാഫിക്ബ്ലോക്ക് തീർക്കാൻ സ്റ്റേഷനിൽനിന്നും രണ്ടുപേർ വരേണ്ടിവന്നു."

"ഒരുപക്ഷേ, ഭയംകൊണ്ട് തോന്നിയതാവും," ഞാൻ പറഞ്ഞു: "എന്നിട്ട് അവൻ നിന്നെ കണ്ടോ?"

മോഹനൻ എന്തോ ഓർത്തെടുക്കുംപോലെ കുറച്ചുനേരം നിർത്തി: "അവൻ തൊപ്പിയുയർത്തി അലക്ഷ്യമായി എന്നെ നോക്കുന്നതായി ഓർക്കുന്നു. അവനെ നോക്കാൻ എനിക്കു പേടിയായിരുന്നു. ഞാൻ കണ്ണുകൾ പിൻവലിച്ചു."

"നന്നായി. ഭാഗ്യംതന്നെ. അവനാണെങ്കിൽക്കൂടി പേടിക്കാനില്ല. തിരക്കിൽ നിന്നെ മനസ്സിലായിക്കാണില്ല."

"അതു വെറുതേ. ഇനി ഞാൻ മാത്രമേ ബാക്കിയുള്ളൂ." മോഹനൻ പതുക്കെ പറഞ്ഞു: "അവൻ എന്നെത്തിരക്കിത്തന്നെ വന്നതാണെന്ന് ഉറപ്പാണ്."

ഞങ്ങൾ ഒന്നും പറഞ്ഞില്ല. രാത്രി വല്ലാതെ നിശ്ശബ്ദമായിരിക്കുന്നു. ചുറ്റുപാടുമുള്ള ഇരിപ്പിടങ്ങളിൽനിന്നും ആളുകൾ മിക്കവാറും ഒഴിഞ്ഞു പൊയ്ക്കഴിഞ്ഞു.

"ആശാനെ, ഞാൻ ജീവിച്ചിരിപ്പുണ്ടോ?" മറ്റേ പൊലീസുകാരൻ കണ്ണു തുറന്നുകൊണ്ട് ചുറ്റുപാടും സൂക്ഷിച്ചുനോക്കി. പിന്നെ ഒരു കാര്യവുമില്ലാതെ ഒന്നു പൊട്ടിച്ചിരിച്ചു.

"ഞാൻ ക്വാർട്ടേഴ്സിലേക്ക് ഒറ്റയ്ക്കു പോവില്ല." മോഹനൻ പതർച്ചയോടെ എഴുന്നേറ്റു.

"നിങ്ങളാരെങ്കിലും എനിക്കു തുണ വരണം."

അവൻ വല്ലാതെ ക്ഷീണിച്ചിരിക്കുന്നു. ഞാൻ അവനെ സഹതാപത്തോടെ നോക്കി.

അധികനേരം നിൽക്കാനാവാതെ മോഹനൻ പിന്നെയും കസേരയിൽ തന്നെയിരുന്നു. ഇരിക്കുമ്പോൾ അവന്റെ കൈ തട്ടി ഒരു ഗ്ലാസ്സ് മറിഞ്ഞ് താഴേക്കു വീണു. കാലിൽ നനവു പറ്റുന്നതു ഞാനറിഞ്ഞു.

-അപ്പോൾ വൈദ്യുതി നിലച്ചു.

ബാറിലെയും പുൽത്തകിടിയിലെയും ഉറങ്ങാതെ അവശേഷിച്ച സമീപത്തെ ഫ്ളാറ്റുകളിലെയും വെളിച്ചങ്ങൾ കെട്ടു. ഞങ്ങൾക്കു പരസ്പരം കാണാൻ കഴിയാതെയായി.

ഞാൻ മോഹനന്റെ കൈപ്പടം അമർത്തിപ്പിടിച്ചു. കിളിഹൃദയംപോലെ അതു പിടയ്ക്കുന്നുണ്ടായിരുന്നു.

ആരും ഒന്നും മിണ്ടിയില്ല. വെളിച്ചമില്ലെന്നത് ആരും അറിഞ്ഞിട്ടില്ലെന്നു തോന്നി.

കുറച്ചുനേരം കഴിഞ്ഞപ്പോൾ ദൂരെനിന്നും കാട്ടുപക്ഷികൾ കരയുന്നതുപോലെ ഒരു ശബ്ദം കേട്ടു.

-അതും ഒറ്റത്തവണ മാത്രം.

പിന്നെ വനാന്തരങ്ങളിലെ ഘോരമായ നിശ്ശബ്ദത എമ്പാടും മുഴങ്ങി. ■

നീലനിറമുള്ള കുട്ടി

ആശുപത്രിയിൽ വന്നതിന്റെ മൂന്നാം ദിവസമാണ് ഞാൻ അവനെ ആദ്യമായി കണ്ടത്. ആറോ ഏഴോ വയസ്സു തോന്നിക്കുന്ന ഒരു കുട്ടി. മേലാസകലം കരിനീലം പൂശിയതുപോലുണ്ട്. വിരൽത്തുമ്പുവരെ നീല. ശക്തമായൊരടിയേറ്റ് ശരീരത്തിൽ രക്തം കല്ലിച്ചതുപോലെ; അതല്ലെങ്കിൽ ദേഹമൊന്നായി വലിയൊരു യന്ത്രഭാഗത്തിനടിപ്പെട്ടു ചതഞ്ഞതുപോലെ. രണ്ടാമതൊന്നു നോക്കാൻ അജ്ഞാതമായൊരു ഭയം എന്നെ വിലക്കി.

രോഗിയായ എന്റെ വലിയമ്മാവനെ- ലഫ്റ്റനന്റോ മറ്റോ ആയി റിട്ടയർ ചെയ്ത കുങ്കൻനായർ- പരിചരിക്കാനായി വന്നതായിരുന്നു ഞാൻ. ബോധം തെളിഞ്ഞ ഒരു പകൽസമയത്ത് അമ്മാവൻ എന്നെ അടുത്തേക്കു വിളിച്ച് പതുക്കെ സംസാരിച്ചു.

"ഉണ്ണിത്താനെ പിന്നെ കണ്ടില്ലല്ലോ. ഇടയ്ക്കു വരാമെന്നു പറഞ്ഞിട്ടു പോയതല്ലേ? നീ ഒന്നു ചെന്നു തിരക്ക്."

ഞാനും ഓർത്തു: ശരിതന്നെ. അമ്മാവൻ ബോധമറ്റു കിടക്കുമ്പോഴൊന്നും അദ്ദേഹം മുറിയിൽ വന്നിട്ടില്ല. ആശുപത്രിയുടെ ഡയറക്ടർ എന്ന നിലയിൽ തിരക്കുകൾ കാണും. എന്നാലും ബാല്യകാല സുഹൃത്താണല്ലോ. ഉണ്ണിത്താന്റെ ആശുപത്രിയിൽത്തന്നെ പോകണമെന്നും സാധിച്ചാൽ അവിടെക്കിടന്നു മരിക്കണമെന്നുമൊക്കെ അമ്മാവന്റെ ആഗ്രഹങ്ങളാണ്. അദ്ദേഹത്തിന്റെ രോഗത്തിനു വിദഗ്ധചികിത്സ നല്കാവുന്ന പല ആശുപത്രികളും നഗരത്തിലുണ്ടായിരുന്നിട്ടും ഇവിടേക്കുതന്നെ പോന്നത് ആ നിർബന്ധം കൊണ്ടുമാത്രമായിരുന്നു. സർക്കാർ ഒരു ഗവേഷണസ്ഥാപനമായി അംഗീകരിച്ചിട്ടുണ്ടെന്നതൊഴിച്ചാൽ ഉണ്ണിത്താന്റെ ആശുപത്രിയോട് ജനങ്ങൾക്കു വലിയ പ്രതിപത്തിയുണ്ടായിരുന്നില്ല. "പഠിക്കാൻ വന്ന ചെക്കന്മാരൊക്കെ കുത്തിയും അമർത്തിയും നോക്കും.. അവറ്റ തൊട്ടാപ്പിന്നെ ആ അസുഖം ജന്മത്ത് മാറില്യ." അതായിരുന്നു പരാതി. പക്ഷേ, രാജ്യസേവനത്തിൽ മുഴുകിയതുകൊണ്ടുമാത്രം കുടുംബംപോലുമില്ലാതിരുന്ന കുങ്കനമ്മാവൻ അതൊന്നും വകവെച്ചില്ല. തന്റെ ശരീരംകൊണ്ടും ആർക്കെങ്കിലും ഗുണമുണ്ടാവുന്നതിൽ സന്തോഷിക്കുന്ന ഒരു ആദർശവാനായിരുന്നു അദ്ദേഹം.

ഒരാഴ്ച മുമ്പാണ് അമ്മാവൻ എന്നെ ആളയച്ചു വരുത്തിയത്. ഇട യ്ക്കിടെ ഓർമ്മ പോകുന്നു. കിതപ്പുണ്ട്. പ്രത്യക്ഷത്തിൽ അത്രയൊന്നും തോന്നില്ലെങ്കിൽക്കൂടി സാധാരണയിൽക്കവിഞ്ഞ ക്ഷീണമുണ്ട് ആ മുഖത്ത്. ഒരു ഡോക്ടറെ വരുത്തിയാലോ എന്ന് ഞാൻ ചോദിച്ചു.

"അങ്ങനെയല്ല." അമ്മാവൻ ഒരു പട്ടാളക്കാരന്റെ തീർപ്പോടെ പറഞ്ഞു: "ഇതു നിസ്സാരമാണെന്നു തോന്നുന്നില്ല. എഴുന്നേൽക്കാനും പ്രയാസമുണ്ട്. നമ്മുടെ കുടുംബത്തില് എഴുപതു കടക്കല് പറഞ്ഞിട്ടില്ല."

കാലം മാറിയെന്നും ആയുർദൈർഘ്യം കൂടിവരികയാണെന്നും ഞാൻ വാദിച്ചു.

"മരിക്കുന്ന കാര്യത്തിലുണ്ടോ കാലവും പരിഷ്കാരവും!" അമ്മാവന് ദേഷ്യം വന്നു: "നിനക്കു പറ്റുമോ എന്നു പറ."

ആശുപത്രിയിലേക്കു കൊണ്ടുപോകാനും കുറച്ചുനാൾ അവിടെ നിൽക്കാനും എനിക്കു ബുദ്ധിമുട്ടുള്ള കാര്യമല്ല. പ്രായപരിഗണനയ്ക്കപ്പുറ ത്തുള്ള ഒരടുപ്പം എനിക്ക് അമ്മാവനുമായിട്ടുണ്ടായിരുന്നു. പട്ടാളക്കഥ കളെല്ലാം മടുപ്പു കൂടാതെ കേൾക്കുന്നതുകൊണ്ടാവാം അദ്ദേഹത്തിനും എന്നെ വലിയ കാര്യമായിരുന്നു.

"അതോർത്ത് അമ്മാവൻ വിഷമിക്കണ്ട." ഞാൻ പറഞ്ഞു. ചുളിവു കൾ വീണ ആ മുഖത്ത് വയസ്സന്മാർക്കു പാകമാവാത്ത, സങ്കടം നിറഞ്ഞ ഒരു വികാരം മിന്നിമായുന്നതു കണ്ടു. അദ്ദേഹത്തിന്റെ ശബ്ദം പിന്നെയും താഴ്ന്നു.

"ഞാൻ തീർത്തും കിടപ്പിലായാലോ?"

"ഞാനുണ്ടാവും."

"പ്രമേഹമുണ്ട് എനിക്ക്... അല്ല, അതു നിനക്കും കിട്ടും. കിടക്കയിൽ കുറെ കിടന്നാൽ വ്രണം വരും. ഉണങ്ങാതെ പൊട്ടി ചലമൊലിക്കും. അപ്പോഴോ?"

"അതു സാരമില്ല." വീർത്തു വ്രണം പൊട്ടിയ ശരീരത്തെ ഓർമ്മി ക്കാതിരിക്കാൻ പാടുപെട്ടുകൊണ്ട് ഞാൻ ഉറപ്പുകൊടുത്തു.

"ശരിക്കും ആലോചിച്ചിട്ടാണോ നീ പറയുന്നത്? ഒരു വയസ്സന്റെ അപ്പികോരാൻ നിനക്കു പറ്റുമോ?"

"അമ്മാവൻ അതേപ്പറ്റിയൊന്നും ചിന്തിക്കണ്ട, ഒന്നാമത് അത്ര യ്ക്കൊന്നും ആയിട്ടില്ല. വന്നാൽത്തന്നെ ഞങ്ങളൊക്കെ ഉണ്ടാവും."

കരുണരസം തെളിഞ്ഞു കണ്ടിട്ടില്ലാത്ത ആ കണ്ണുകൾ നനയുന്നത് ഞാൻ ശ്രദ്ധിച്ചു. അദ്ദേഹം എന്റെ കൈകൾ അമർത്തിപ്പിടിച്ചു.

"നീ എന്നെ ഉണ്ണിത്താന്റെ അടുത്താണ് കൊണ്ടുപോകേണ്ടത്." അമ്മാവൻ പറഞ്ഞു: "ഞാനും ഉണ്ണിത്താനും ഒരേ ബഞ്ചിലിരുന്നു പഠിച്ച വരാ."

ഉണ്ണിത്താന്റെ ആശുപത്രിയെക്കുറിച്ചുള്ള പരാതികളെ ഓർമ്മിച്ചതുകൊണ്ട് ഞാൻ സമ്മതമില്ലാത്ത മട്ടിൽ അമ്മാവനെ നോക്കി.

അതെന്റെയൊരു ആഗ്രഹാണ്, അമ്മാവൻ തുടർന്നു: “ഉണ്ണിത്താൻ പ്രസിഡന്റിന്റെ മെഡൽ വാങ്ങിയ ആളാണ്. അയാൾക്ക് ഇവടത്തെക്കാളും പേരുണ്ട് പുറത്ത്. അവിടെയെങ്ങാനും ജനിച്ചിരുന്നെങ്കില് നോബൽസമ്മാനം തന്നെ കിട്ടുമായിരുന്നു. അവിടെള്ള കുട്ട്യോൾക്ക് പഠിക്കാൻ എന്റെ ശരീരം വിട്ടുകൊടുക്കണംന്ന്ള്ളതാ എന്റെ തീരുമാനം.”

ആ വാക്കുകളിലെ ദൃഢനിശ്ചയം കണ്ടപ്പോൾ അദ്ദേഹം യഥാർത്ഥമായും മരിക്കാൻ പോവുകതന്നെയാണോയെന്ന് ഞാൻ സംശയിച്ചു. മാത്രവുമല്ല, പതിവിൽനിന്നും ഭിന്നമായി അദ്ദേഹം മാതൃഭാഷയിലാണ് സംസാരിക്കുന്നത്. മരണഭയമില്ലാത്ത ഒരാൾ, അതും സൈനികൻ, സ്വന്തം ഭാഷയിൽ സംസാരിക്കേണ്ട കാര്യമൊന്നുമില്ലെന്നായിരുന്നു എന്റെ തോന്നൽ.

ആശുപത്രിയിൽ ചെന്ന ദിവസം ഡോ. ഉണ്ണിത്താൻ മുറിയിൽവന്ന് സൗകര്യങ്ങളൊക്കെ അന്വേഷിച്ചു. വേദന തോന്നുന്നുണ്ടെങ്കിലും അമ്മാവന് അപ്പോൾ ഓർമ്മക്കുറവുണ്ടായിരുന്നില്ല. പഴയ ചില കാര്യങ്ങൾ- ഗോട്ടി കളിച്ചതോ ഓടുമ്പോൾ വീണതോ മറ്റോ- സംസാരിച്ചിട്ട് പിന്നീടു വരാമെന്ന അറിയിപ്പോടെ അദ്ദേഹം ധൃതിയിൽ മുറിവിട്ടുപോയി. അസുഖത്തെക്കുറിച്ച് അദ്ദേഹം ഒന്നും പറഞ്ഞില്ലെന്നത് എന്നെ തെല്ലൊന്ന് അതിശയിപ്പിച്ചു. സംസാരിച്ചുകൊണ്ടിരിക്കുമ്പോൾത്തന്നെ, ആരെയോ ബോധ്യപ്പെടുത്താനെന്നമാതിരി അദ്ദേഹം സ്റ്റെതസ്കോപ്പെടുത്ത് ശരീരത്തിന്റെ ഭാഗങ്ങളിൽ അമർത്തി. തളർന്ന ഒരു ജീവി ഇരപിടിക്കാൻ നാവു നീട്ടുന്നത്രയും ലാഘവത്തോടെ ആ കുഴൽ നീണ്ടുവരുന്നത് ഞാൻ കണ്ടു. നാഡിപിടിക്കുകയോ രക്തസമ്മർദ്ദം അളക്കുകയോ ഒന്നും ചെയ്തില്ല. സുഹൃത്തിന്റെ കാര്യമല്ലേ, പിന്നീട് വിശദമായി നോക്കാം എന്നു കരുതിക്കാണുമെന്ന് ഞാൻ ആശ്വസിച്ചു. അമ്മാവന്റെ സമപ്രായക്കാരനായിരുന്നിട്ടും പ്രായം വളരെക്കുറഞ്ഞ ഒരാളെപ്പോലെയുണ്ടായിരുന്നു ഡോക്ടർ. ഒരുപക്ഷേ, ചായം തേച്ചതാവാം, ഒറ്റ മുടിപോലും നരച്ചിട്ടില്ല.

ഡോക്ടർ വന്നുപോയതിനുശേഷം ചില വിദ്യാർത്ഥികളും നഴ്സുമാരും വന്ന് പരിശോധനകൾ തുടങ്ങി. രക്തം കുത്തിയെടുത്തു. പലപ്പോഴായി ഇൻജക്ഷൻ കൊടുക്കാൻ പാകത്തിന് ഒരു നാഡി തെരഞ്ഞെടുത്ത് പ്രത്യേകരീതിയിൽ തയ്യാറാക്കിവച്ചു. അതൊക്കെ കണ്ടിട്ടാവണം അല്പം കഴിഞ്ഞപ്പോൾ അമ്മാവന് ബോധക്ഷയം വന്നു. ഒരു കുപ്പി ഗ്ലൂക്കോസ് കയറ്റി. പലതവണ കുത്തിവയ്പുകൾ നടന്നു. ആ ദിവസങ്ങളിലൊന്നും ഉണ്ണിത്താൻ ഡോക്ടർ വന്നില്ല. ഓർമ്മ തെളിഞ്ഞപ്പോൾ അതെല്ലാം അറിയാവുന്നതുപോലെ അമ്മാവൻ ഡോക്ടറെക്കുറിച്ചാണ് ചോദിച്ചതും.

അന്വേഷിച്ചു ചെന്നപ്പോൾ ഡോക്ടറുടെ മുറിയിൽ അദ്ദേഹമില്ല. മിക്കസമയത്തും പരീക്ഷണശാലയിലായിരിക്കും ഡോക്ടറെന്ന് സഹായി പറഞ്ഞു. അവിടെച്ചെന്നു കാണാൻ പക്ഷേ, പ്രത്യേക അനുമതി വേണം. അമ്മാവന്റെ പേരു കുറിച്ചെടുത്തിട്ട് അയാൾ പോയി.

"ഭാഗ്യമുണ്ട്. ഡോക്ടർ എതിരു പറഞ്ഞില്ല." അയാൾ തിരിച്ചുവന്നു: "ആരെയും കടത്തിവിടരുതെന്നാ സാധാരണ പറയാറ്."

ചില്ലുഭരണികളും അവയെ പരസ്പരം ഘടിപ്പിക്കുന്ന നീണ്ട കുഴലുകളും ഫണലുകളും നിറഞ്ഞ, ശീതീകരിച്ച ആ പരീക്ഷണശാലയിൽ കയറിയപ്പോൾ ഒറ്റപ്പെടുന്നതായി തോന്നി. നീലനിറത്തിൽ തീനാളങ്ങളുള്ള സ്പിരിറ്റ് അടുപ്പുകളിൽ ഏതൊക്കെയോ ദ്രാവകങ്ങൾ തിളയ്ക്കുന്നുണ്ടായിരുന്നു. ആശുപത്രിയുടെ സിരകളായിത്തോന്നിച്ച ചില്ലുകുഴലുകളിലൂടെ ചുവന്ന ലായനികൾ രക്തംപോലെ ഒഴുകി. ശബ്ദങ്ങളില്ലായിരുന്നു. ഏതോ അണുനാശിനിയുടെ വലിയൊരു ഭരണി തട്ടിമറിഞ്ഞു വീണതുപോലെയുള്ള രൂക്ഷമായൊരു ഗന്ധം അവിടെയാകെ പ്രസരിച്ചു. വിജനമായ ആ മുറിയുടെ ഒരറ്റത്തിരുന്ന് സൂക്ഷ്മദർശിനിയിലൂടെ നിരീക്ഷണം നടത്തുന്ന ഡോക്ടറെ ഞാൻ കണ്ടു. എന്റെ കാൽപ്പെരുമാറ്റം കേട്ടിട്ടാവണം, അദ്ദേഹം തലയുയർത്തി ഒരു പ്രത്യേകഭാവത്തിൽ എന്നെ നോക്കി. അദ്ദേഹത്തിന്റെ നിരീക്ഷണവലയത്തിൽ കുടുങ്ങിയ വലിയൊരു കോശമായി സ്വയം മാറിക്കൊണ്ട് ഞാൻ നടന്നു. ജീവനില്ലാത്ത വസ്തുക്കളോട് പെരുമാറുന്ന മട്ടിൽ കണ്ണിലേക്കു നോക്കാതെ ഡോക്ടർ ചോദിച്ചു.

"കുങ്കന്റെ മരുമകനല്ലേ? എന്താ, എന്തുപറ്റി?"

"അമ്മാവൻ ഡോക്ടറെ അന്വേഷിച്ചു..."

"വിശേഷിച്ചെന്തെങ്കിലും?"

"അതല്ല. ഇടയ്ക്ക് ബോധം മായുന്നുണ്ട്. ഉണരുമ്പോൾ വേദനയും..."

നിരീക്ഷിച്ചുകൊണ്ടിരുന്ന ചെറിയ ചില്ലുമാറ്റിവച്ചുകൊണ്ട് ഡോക്ടർ പുഞ്ചിരിച്ചു.

"കുങ്കന് പല രോഗങ്ങളുമുണ്ട്. അതിലേറെ വരും മരണഭയം." അടുത്തൊരു കസേരയിലിരിക്കാൻ അദ്ദേഹം ആംഗ്യം കാണിച്ചുകൊണ്ടു തുടർന്നു.

"എല്ലാവർക്കും സ്വന്തം ജീവിതത്തെപ്പറ്റി മതിപ്പു കാണും."

ഡോക്ടർ എന്നെ നോക്കി: "രോഗികൾക്കാവുമ്പോൾ സ്വന്തം രോഗത്തെക്കുറിച്ചും. ഏറ്റവും വലിയ രോഗം തന്റേതാണെന്ന്, ഏറ്റവും വലിയ വേദന തനിക്കാണെന്ന്... കുങ്കനുള്ളത് ഒരു വിശേഷപ്പെട്ട അസുഖമൊന്നുമല്ല. അതുകൊണ്ടു വേണമെങ്കിൽ മരിക്കാമെന്നു മാത്രം. അല്ലാ, അങ്ങനെ എന്തെങ്കിലും വേണമല്ലോ മരിക്കാൻ. സത്യം പറഞ്ഞാൽ ഇപ്പോൾ അയാളുടെ തോന്നലാണ് വലിയ രോഗം."

ഡോക്ടർ ഉണ്ണിത്താൻ സൂക്ഷ്മദർശിനി മേശയുടെ ഒരറ്റത്തേക്കു മാറ്റി.

"ഇതൊക്കെ എവിട്യേം ചികിത്സിക്കാം. ആർക്കും നോക്കാം. ഞാൻ വല്ല അസാധാരണ കേസൊക്കെ വന്നാലേ നോക്കാറുള്ളൂ. അങ്ങനെ ചെല പരീക്ഷണങ്ങളാ ഈ കാണുന്നത്."

"ചോര പോലെ." ചില്ലുകുഴലുകളിലേക്ക് നോക്കിക്കൊണ്ട് ഞാൻ സാവധാനം പറഞ്ഞു.

"പോലെയല്ല, ചോരതന്നെ." ഡോക്ടർ ചിരിച്ചു: "ചോരേല് വരുന്ന വ്യത്യാസം പഠിക്ക്യാ. പല തരത്തില്. ഓരോന്ന് കുത്തിവച്ചും എടുത്തുമാറ്റിയും അങ്ങനെ. മനുഷ്യസ്വഭാവവും രോഗങ്ങളും തമ്മിലുള്ള ബന്ധം. രോഗത്തിന്റെ പരിഷ്കാരം, ഒക്കെ." ഉണ്ണിത്താൻ ഡോക്ടർ പ്രാർത്ഥനയിലെന്നോണം കണ്ണുകളടച്ചു: "രോഗങ്ങളെക്കുറിച്ചു പഠിച്ചാൽ തീര്ല്യ." പിന്നെ കണ്ണുകൾ തുറന്ന് പുഞ്ചിരിയോടെ പറഞ്ഞു: "അതൊരു രസാ."

ഞാൻ എഴുന്നേറ്റപ്പോൾ ഡോക്ടർ ഒരു സ്വകാര്യംപോലെ പറഞ്ഞു: "കുങ്കൻ ആദർശം വിട്ടിട്ടില്യ. സ്വന്തം ശരീരം കൊണ്ടുള്ള രാജ്യസേവനം. പാവം. ഞാൻ ഇടയ്ക്ക് വരുന്നുണ്ട്. ഇവിടെ ഒരു പ്രത്യേക പരീക്ഷണ ത്തിലാ. അങ്ങനെ മാറിനിൽക്കാൻ പറ്റാത്തോണ്ടാണ്. ഒന്നാംഘട്ടം കഴി യട്ടെ. മറ്റുള്ളോരോടൊക്കെ പ്രത്യേകം ശ്രദ്ധിക്കണംന്ന് ഞാൻ പറ ഞ്ഞിട്ടുണ്ട്."

ഞാൻ പുറത്തിറങ്ങി വാർഡുകളിലേക്കു കടക്കുന്ന നീണ്ട ഇടനാഴി യിലൂടെ നടന്നു. ഉച്ച നേരമായിരുന്നു അപ്പോൾ. പുറത്തെ വെയിൽ കഠിന മായിരുന്നു. വലിയൊരാശുപത്രി ആയിരുന്നിട്ടും ഇടനാഴി ഒട്ടൊക്കെ വിജന മാണ്. പകൽ സമയമാണെങ്കിലും ഒന്നു രണ്ടു വൈദ്യുതവിളക്കുകൾ അണയാതെ നിന്നു.

അപ്പോഴാണ് അവനെ കണ്ടത്: വിചിത്രംതന്നെ. വിരലുകൾ, ചെവി, മൂക്ക്, കൺമിഴികൾപോലും നീല. ഇതെന്തൊരു നീലയാണ്! കെട്ട രക്തം നിറഞ്ഞു വീർത്ത വലിയൊരു പരുപോലെ. ചെറിയൊരു സൂചികൊണ്ടു തൊട്ടാൽ മതി അതു പൊട്ടി പുറത്തേക്കു രക്തം ചീറ്റുമെന്ന് ഞാൻ പേടിച്ചു. അവനെ നോക്കാൻ വിഷമം തോന്നി.

പഴയ ഏതോ സിനിമയിലെ രംഗംപോലുണ്ട്. ഒരു രാജകുമാരനെ യെന്നപോലെ അവനെ ആനയിച്ചു കൊണ്ടുവരുന്നു. വൃദ്ധനായ ഒരു വാർഡനും രണ്ടു നഴ്സുമാരും ചേർന്നാണ് കൊണ്ടുവരുന്നത്. വേച്ചു വേച്ചാണ് അവൻ നടന്നിരുന്നത്. പാളിനോക്കിയപ്പോൾ അവന്റെ മുഖത്തു തൂങ്ങി നിൽക്കുന്ന തൊലി ഞാൻ ശ്രദ്ധിച്ചു. വൃദ്ധന്മാരുടേതുപോലെ. കിഴവനായ ഒരാളെ ഒരു കുട്ടിയെപ്പോലെ നടത്തുന്നതാവുമോ? പക്ഷേ, ആ കണ്ണുകൾ. അവ കുഞ്ഞുങ്ങളുടേതുതന്നെയായിരുന്നു. അതുകൂടി

നീലച്ചതായിരുന്നെങ്കിൽ ഒരു കുള്ളൻ കിഴവനെന്ന് തീർച്ചയായും കരുതാമായിരുന്നു. അവന്റെ മുന്നിൽ രണ്ടു മഞ്ഞത്തുമ്പികൾ പാറി നടന്നിരുന്നു.

ഇടനാഴിയുടെ അറ്റത്തുള്ള ചുറ്റുഗോവണിയിലൂടെ ഇറങ്ങി അവർ ആശുപത്രിക്കെട്ടിടങ്ങൾക്കപ്പുറത്ത് തണൽമരങ്ങൾ വച്ചുപിടിപ്പിച്ചിട്ടുള്ള ചെറിയൊരു പാർക്കിലേക്കു പോകുന്നത് ഞാൻ മുകളിൽനിന്നും കണ്ടു. ആ ചെറിയ പാർക്കിൽ തണൽമരങ്ങളും അപൂർവ്വം ചില മരങ്ങളിന്മേൽ പക്ഷിക്കൂടുകളും ഉണ്ടായിരുന്നു. ചില്ലകളിലൂടെ പനി ബാധിച്ച കാറ്റ് അസ്വാസ്ഥ്യത്തോടെ സഞ്ചരിക്കുന്നതുപോലെ തോന്നും. കളിക്കാനുള്ള പ്രായമായതുകൊണ്ടാവാം ആ കുട്ടിയെ അങ്ങോട്ടു കൊണ്ടുപോയത്. അതെന്തായാലും രോഗികളോടുള്ള സമീപനത്തിൽ ആശുപത്രിയോട് എനിക്കു മതിപ്പുതോന്നി.

ഡോക്ടർ ഉണ്ണിത്താൻ പരീക്ഷണങ്ങളുടെ തിരക്കിലാണെന്നും എന്നിട്ടും അമ്മാവന്റെ കാര്യത്തിൽ ശ്രദ്ധവയ്ക്കുന്നുണ്ടെന്നും ഞാൻ അദ്ദേഹത്തെ ധരിപ്പിച്ചു. അമ്മാവന്റെ മുഖത്ത് ചിരി പരന്നു.

"എന്താണ് ഉണ്ണിത്താന്റെ പുതിയ പരീക്ഷണം?"

"രക്തംവച്ചുള്ള ചില ടെസ്റ്റുകളാണെന്നു തോന്നുന്നു."

അമ്മാവൻ കുറച്ചുനേരം ആലോചിച്ചുകൊണ്ട് എന്നോടു പറഞ്ഞു.

"അവർ സമ്മതിക്കുമോ ആവോ? ഇനി കാണുമ്പോൾ എന്തായാലും നീ ചോദിക്കണം. ഉണ്ണിത്താനു പരീക്ഷിക്കാൻ എനിക്കൊരു കുപ്പി രക്തം കൊടുക്കണംന്ന്ണ്ട്."

ഞാൻ നേരിയൊരമ്പരപ്പോടെ അമ്മാവനെ നോക്കി.

"പ്രമേഹവും പ്രഷറുമൊക്കെയുള്ള വയസ്സന്മാരുടെ ചോര ഒന്നിനും കൊള്ളില്ലായിരിക്കും." ഒരു നെടുവീർപ്പോടെ അമ്മാവൻ ഖേദം പറഞ്ഞു.

നീലനിറമുള്ള കുട്ടിയുടെ വിസ്മയകരമായ കാഴ്ച പിറ്റേന്നും ഉണ്ടായി. സന്ധ്യയ്ക്ക് അവനെ പാർക്കിൽനിന്നും തിരിച്ചുകൊണ്ടു വരികയായിരുന്നു. സൂക്ഷിച്ചുനോക്കിയാൽ അവന്റെ കൈത്തണ്ടയിൽ സൂചികുത്തിയ നിരവധി പാടുകളും നെറ്റിയിലെ വിയർപ്പുകണങ്ങളും കാണാമായിരുന്നു. ഇളംകാറ്റിലും അവൻ നന്നായി വിയർക്കുന്നുണ്ട്. എന്തിനെന്നറിയാതെ കുറച്ചുനേരം ഞാൻ അവരെ പിന്തുടർന്നു. ആ മഞ്ഞത്തുമ്പികൾ ഇപ്പോഴും അവനോടൊപ്പമുണ്ട്.

വിചിത്രരോഗികൾക്കായുള്ള വാർഡിലേക്കാണ്- അങ്ങനെ വലിയൊരു വാർഡുതന്നെയുണ്ടായിരുന്നു ആശുപത്രിയിൽ- അവനെ കൊണ്ടുപോകുന്നത്. വാർഡിലേക്കുള്ള പ്രവേശനകവാടത്തിൽ തടിയന്മാരായ കാവൽക്കാർ സ്ഥിരമായിട്ടുണ്ടായിരുന്നു. നീലനിറമുള്ള കുട്ടിക്കുവേണ്ടി അവർ വാതിൽ തുറക്കുകയും അവൻ കയറിപ്പോയതോടെ അടയ്ക്കുകയും ചെയ്തു.

വിചിത്രരോഗികളുടെ വാർഡിനെക്കുറിച്ച് ഞാൻ മുമ്പേതന്നെ കേട്ടിരുന്നു. എന്തെല്ലാംവിധം വൈകൃതങ്ങളാണ് മനുഷ്യരിൽ! ഭീമാകാരമായ തലയുള്ള ഒരു മനുഷ്യൻ, കുരങ്ങുകളെപ്പോലെ മേലാസകലം രോമം നിറഞ്ഞ മറ്റൊരാൾ, കണ്ണുകളുടെ സ്ഥാനത്ത് വെറുംകുഴികൾ മാത്രമുള്ള സ്ത്രീ, പാതിഹൃദയമുള്ള ശിശു, നെടുകെപ്പിളർന്ന തലയുള്ള ഇരട്ടമനുഷ്യൻ, വെന്തതുപോലുള്ള കൈകളുമായി ഒരു വൃദ്ധ എന്നിങ്ങനെ ക്രമംതെറ്റി ജനിച്ച് അനേകം രോഗികൾ വർഷങ്ങളായി ആ വാർഡിൽ കിടക്കുന്നുണ്ടായിരുന്നു.

അമ്മാവൻ ഉണരാൻ വൈകിയ പിറ്റേന്നു രാവിലെ ആ വാർഡിനു മുന്നിലൂടെ വെറുതെ നടക്കുമ്പോൾ മറ്റൊരു കാഴ്ചകൂടി ഞാൻ കണ്ടു. വാർഡിനു പുറത്ത്, വീതികുറഞ്ഞ പാതയിൽ ഒരു സംഘം യാചകർ വിലപിക്കുന്ന സ്വരത്തിൽ ആരെയോ ശകാരിക്കുന്നതായിരുന്നു അത്. കാവൽക്കാരിൽ ഒരു തടിയൻ ഉയർത്തിയ ചൂരൽവടിയുമായി അവർക്കു നേരേ പാഞ്ഞടുത്തു.

“പോടാ പന്നികളെ,” അയാൾ പറഞ്ഞു: “ഇല്ലെങ്കിൽ പൊലീസിന്റെ ഇടികൊണ്ട് നീയൊക്കെ ചാവും.”

“എന്റെ അപ്പൻ.” ആൾക്കൂട്ടത്തിൽനിന്നും ഒരാൾ പറഞ്ഞു.

“അപ്പനെ വിറ്റിട്ടുവേണം നിനക്കു തിന്നാൻ!” കാവൽക്കാരൻ ആക്രോശിച്ചുകൊണ്ട് ചൂരൽ വീശി. യാചകരുടെ മതിൽ പുറകിലേക്കാന്തി. തെല്ലിട മൗനം പരന്നു.

“എന്റെ കുഞ്ഞ്...” ഒരു സ്ത്രീയുടെ ശബ്ദം മാത്രം ഉയർന്നു കേട്ടു. രണ്ടു കാവൽക്കാരും വാതിൽക്കലോളം ചെന്നു. പേടിയോടെ യാചകരുടെ നിര മടങ്ങിപ്പോകുന്നതു കാണാമായിരുന്നു. അതെല്ലാം ഞാൻ കണ്ടുനിൽക്കുകയാണെന്നു തോന്നിയപ്പോൾ കാവൽക്കാർ അല്പം പതറിയെന്ന് എനിക്കു തോന്നി. പിന്നെ പരിചയം നടിച്ച് അവരിലൊരാൾ എന്നോടു ചിരിക്കാൻ ശ്രമിച്ചു.

“ആ തെണ്ടികൾ അവരെ വച്ചു കാശുണ്ടാക്കാനാണ്.” ഒരു കാവൽക്കാരൻ പറഞ്ഞു: “അപ്പനോടു പ്രേമമുണ്ടായിട്ടൊന്വല്ല. കഴിഞ്ഞമാസം ബഹളം സഹിക്കാൻ പറ്റാണ്ടായപ്പോ ആ എരട്ടത്തലയനെ വിട്ടുകൊടുത്തതാ. ഒരാഴ്ച കഴിഞ്ഞില്യ; ബസ് സ്റ്റാന്റില് തനി വെയിലത്ത് ഇരുതലേലും എണ്ണ തേപ്പിച്ച് കെടത്തി കാശുപിരിക്ക്ണു. പാവത്തിന്റെ നാലുകണ്ണീന്നും വെള്ളം കുടുകുടാന്നൊഴുകാ. അപ്പോത്തന്നെ ഒരാംബുലൻസ് വിട്ട് പൊക്കി തിരിച്ചുകൊണ്ടുന്നു.”

“ഈ രോഗൊക്കെ മാറ്വോ?” ഞാൻ ചോദിച്ചു.

“മാറ്വോ!” ഒരു നുള്ള് പൊടി വലിച്ചുകൊണ്ട് കാവൽക്കാരൻ ആശ്ചര്യപ്പെട്ടു: “അതിനിതൊക്കെ രോഗാണോ! ജന്മനാ ഉള്ള പെശകോളല്ലേ സാറേ. ഇതൊക്കെ ചാവണ വരെ ഇവിടെ കെടക്കും. ഇതിനെ

ക്കുറിച്ചൊക്ക്യാ ഡോക്ടർസാറ് പഠിക്കണേ. അറിയാലോ. സാറിന് അവാർഡ് കിട്ടീതൊക്കെ പത്രത്തില് വായിച്ചട്ട്ണ്ടാവും."

ഉവ്വെന്ന് ഞാൻ തലയാട്ടി, ആ സൗഹൃദത്തിന്റെ പുറത്താണ് ഞാൻ നീലനിറമുള്ള കുട്ടിയെക്കുറിച്ചു ചോദിച്ചത്.

"അതൊരു പാവാ." അയാൾ പറഞ്ഞു: "അതിനുമാത്രം അന്വേഷിച്ച് ഇവടെ ഇതേവരെ ആരും വന്നിട്ടില്യ. ഒരു ശല്യോം ഇല്യ. വെള്ളം കുടിക്കണം, കുടിക്കണംന്ന് പറയും. അതും ഇപ്പോ തൊടങ്ങീതാ. ഒരു സംഭ്രമം. ഡോക്ടറ് പറയാണ്ട് അങ്ങനെ വെള്ളം കൊടുക്കാൻ നമ്മക്ക് പറ്റ്വോ?"

"ഇതെന്താ ഈ നെറം? വല്ല പരുവോ മറ്റോ ആണോ?"

"ഏയ്, എന്നാപ്പിന്നെ കുത്ത്യാ ചോര വരണ്ടേ?" അയാൾ ചോദിച്ചു.

"മുമ്പെന്തായിരുന്നു ഒരു നെറം! നല്ല സായിപ്പന്മാരുടെപോലെ." മറ്റേ കാവൽക്കാരൻ അങ്ങനെ പറഞ്ഞതും ആദ്യത്തെയാൾ അയാളെ കണ്ണുകൾകൊണ്ടു പിൻവലിക്കുന്നതു ഞാൻ ശ്രദ്ധിച്ചു. അവർ രണ്ടുപേരും പിന്നീടൊന്നും പറയാതെ വാർഡിനു മുന്നിലെ കസേരകളിലിരുന്ന് അപരിചിതഭാവത്തിൽ എന്നെ നോക്കി. വാർഡിനുള്ളിൽനിന്നും ഏതോ ഒരു രോഗിയുടെ ഞരക്കം കേട്ടു.

അന്നു വൈകിട്ട് ഉണ്ണിത്താൻ ഡോക്ടർ, വിചിത്രരോഗികളുടെ വാർഡിലേക്കു വരുമ്പോൾ അമ്മാവന്റെ മുറിയിൽ കയറി. ഏറെ ദിവസങ്ങൾക്കു ശേഷമായിരുന്നു ആ സന്ദർശനം. ഇത്തവണയും സ്റ്റെതസ്കോപ്പുകൊണ്ടുള്ളൊരു കർമ്മം കഴിച്ചതല്ലാതെ ഡോക്ടർ, അമ്മാവന്റെ രോഗത്തെക്കുറിച്ചു സംസാരിച്ചതേയില്ല.

"ഉണ്ണിത്താനെ," ആസന്നമരണക്കാരന്റെ വിനയം കലർന്ന സ്വരത്തിൽ അമ്മാവൻ പറഞ്ഞു: "മരണശേഷം കണ്ണുകള് ദാനം ചെയ്യണംന്ന് ഒരാശേണ്ട് എനിക്ക്. ആർക്കേങ്കിലുംവേണ്ടി എനിക്കു പ്രകാശിക്കാലോ."

"വഴീണ്ടാക്കാം." ഡോക്ടർ ചിരിച്ചു: "കണ്ണ് മാത്രാക്കണ്ട. വൃക്ക, ചോര, കരള് ഒക്കെ ആവാം. പക്ഷേ, കുങ്കൻ മരിക്കാറായിട്ടില്യാന്ന്ള്ളതാ സത്യം. എടയ്ക്ക് ചെല ബുദ്ധിമുട്ടുണ്ടായാലും വൈകാതെതന്നെ തിരിച്ചു വീട്ടിൽപോവാം."

"ഉവ്വോ?" സംശയത്തോടെ അമ്മാവൻ ഡോക്ടറെ നോക്കി.

അമ്മാവന്റെ കേസ്ഫയലിൽ എന്തോ കുറിച്ചശേഷം ഡോക്ടർ പുറത്തുപോയി. നീലനിറമുള്ള കുട്ടിയെക്കുറിച്ച് ചോദിക്കണമെന്നുണ്ടായിരുന്നെങ്കിലും ഞാൻ മടിച്ചു.

അന്നുരാത്രി അമ്മാവന്റെ രക്തസമ്മർദ്ദം മൂർച്ഛിച്ചു. ബാധയേറ്റതുപോലെ അദ്ദേഹം പിടയാൻ തുടങ്ങി. ഡ്യൂട്ടിഡോക്ടർ വന്ന് മരുന്നുകുത്തിവച്ച് അദ്ദേഹത്തെ ഉറക്കി. മൂത്രം പോകാനായി ഒരു കുഴൽ ഘടിപ്പിച്ചിരുന്നു. ആഹാരത്തിനായി ഗ്ലൂക്കോസ്കുപ്പിയിൽനിന്നും മറ്റൊരു

കുഴൽ. കുഴലുകളിലൂടെ ഭക്ഷണം കയറുന്ന, അവശിഷ്ടങ്ങൾ കുഴൽവഴി പുറത്തു കളയുന്ന മാംസസ്വഭാവമുള്ള ഒരു മാധ്യമം മാത്രമായി ആ ശരീരം ചുരുങ്ങിയിരുന്നു. പ്രവചിച്ചതുപോലെതന്നെ, കിടപ്പിലുണ്ടായ വ്രണങ്ങൾ പൊട്ടിത്തുടങ്ങി. കുത്തിവയ്ക്കപ്പെട്ട ഉറക്കത്തിലൂടെ അമ്മാവൻ പഴയ യുദ്ധമുറകളെക്കുറിച്ചു സംസാരിക്കാൻ ശ്രമിച്ചിരുന്നു. പുറത്തുപറയാൻ പറ്റാത്തത്രയും ഭീരുവാണ് ലഫ്റ്റനന്റായി പിരിഞ്ഞ ഈ മനുഷ്യനെന്ന് ആ ഉറക്കപ്പേച്ചുകളിലൂടെയാണ് എനിക്കു മനസ്സിലായത്.

പാകപ്പിഴകൾ നിറഞ്ഞ ആ പൊയ്ഭാഷണത്തിൽനിന്നും രക്ഷപ്പെടാനായി ഞാൻ പുറത്തിറങ്ങി നടന്നു. ആശുപത്രിയെ ഇരുട്ടു ബാധിച്ചിരുന്നു. ഞാൻ ഒരു സിഗരറ്റ് കൊളുത്തിയപ്പോൾ പുറകിൽനിന്നും ഒരാൾ തീ ചോദിച്ചു. വിചിത്രരോഗികളുടെ വാർഡിലെ കാവൽക്കാരിലൊരാളാണ്. ഞാൻ കത്തിച്ച സിഗരറ്റ് നീട്ടി.

കുറച്ചുനേരം ഞങ്ങൾക്കിടയിൽ മൗനം തുടർന്നു.

“ഒരു പെഗ്ഗിനുള്ള പൈസയുണ്ടാകുമോ?” അയാളുടെ കണ്ണുകളിൽ ആർത്തിയുടെ തിളക്കം. ഞാൻ ഉണ്ടെന്നോ ഇല്ലെന്നോ പറഞ്ഞില്ല.

“പല്ലൻ ഡോക്ടറുടെ ആളാണല്ലോ?” അയാൾ തിരക്കി: “എനിക്കു കാലത്തു കണ്ടപ്പഴേ തോന്നി.”

“ആരാണ് ഡോക്ടർ പല്ലൻ?” ഞാൻ തിരിച്ചു ചോദിച്ചു. അയാൾ എന്റെ നേരേ സൂക്ഷിച്ചു നോക്കി.

“ചെലപ്പോ എനിക്കു തോന്നീതാവും.” അയാൾ പറഞ്ഞു.

“ഇവടത്തെ പരീക്ഷണങ്ങളില് താല്പര്യള്ള ഒരു ഡോക്ടറാ പല്ലൻ. അയാൾക്ക് വേറൊരു ആസ്പത്രീണ്ട്. അവാർഡ് കിട്ടണംന്ന് അയാൾക്കുംണ്ടാവൂലോ.” കാവൽക്കാരൻ വിശദീകരിച്ചു പറഞ്ഞു: “ആ കുട്ട്യേ അയാൾക്ക് നോട്ടണ്ട്. അയാൾ ഒന്നു നിർത്തി.”

“കാലത്ത് നിങ്ങള് ആ കാര്യം ചോദിച്ചൂലോ. നീല നെറത്തിന്റെ. മറ്റേ ചങ്ങാതി ഉള്ളതോണ്ടാ ഞാൻ ഒന്നും പറയാതിരുന്നത്.”

ഞങ്ങൾ ഇടനാഴിയിലെ ഇരുട്ടുള്ള ഒരു ഭാഗത്ത് മാറിനിന്നു.

“ആ കുട്ട്യേ വളർത്താനാന്ന് പറഞ്ഞിട്ടാ ഡോക്ടർ ദത്തെടുത്തത്. കന്യാസ്ത്രീകള് നടത്തണ ഒരനാഥാലയത്തീന്ന്. ദൂരെ ദിക്കീന്നാ. ഒക്കെ പറഞ്ഞുകേട്ട കാര്യങ്ങളാണ് കേട്ടോ. ഇതാരോടും പറയരുത്. ആശുപത്രിച്ചൊമരോൾക്ക് ആയിരം ചെവീണ്ട്. എന്റെ കഞ്ഞികുടി മുട്ടും.”

“ഈ മാറാരോഗികളെ പരിശോധിച്ച് ഡോക്ടറക്ക് മടിത്തിട്ടുണ്ടാവില്യേ! നല്ല ഒരു കുട്ട്യേത്തന്നെ പഠിക്കണംന്ന് ആശേണ്ടാവൂലോ. പലതരം ഭക്ഷണം കൊടുത്തു. കുത്തിവയ്പ് നടത്തി. രക്തം കേറ്റി, ചോർത്തി. അതിന്റെ പിന്നാലെയായിരുന്നു ഡോക്ടറ്.”

“എന്താ ആ നീല നെറം?” എന്റെ കൗതുകം വീണ്ടുമുണർന്നു.

"അതത്ര നാളായിട്ടില്യ. എണ്ണംപറഞ്ഞ ഒരു മൂന്ന് ഇഞ്ചക്ഷൻ. പെട്ടെന്ന് വളരാനുള്ള ചികിത്സ്യാരുന്നു. ഡോസ് കൂടീന്നാ കേൾക്കണേ."

"എന്നിട്ട് വളർന്നോ?"

"വളർച്ച കൂടീന്ന്ള്ളതാ. ശരീരാകെ ചോര കക്കീതുപോലെ. വയസ്സായ ആൾക്കാരടെ ശരീരം. പല്ലൊക്കെ കൊഴിഞ്ഞു. കഷണ്ടി കയറി. പല്ലുപോയി. തോല് തൂങ്ങിവന്നു. പെരുമാറ്റംവരെ വയസ്സന്മാരുടെ പോല്യായി."

മിന്നലേറ്റതുപോലെ നിശ്ചലനായി ഞാൻ നിന്നു.

"ഡോക്ടർക്കുതന്നെ പരിഭ്രാന്ത്യായി. ഇതെന്താ കഥ! ഒടുങ്ങാത്ത ദാഹോം. വെള്ളം കാണുമ്പോ ഒരു പെടച്ചിലാ. ദാഹം പുകയുന്നതു പോലെ ജലപ്പിശാച് പിടിച്ചെന്നു തോന്നും."

"എത്ര വെള്ളം കുടിക്കും?"

"ഒരു കടല്തന്നെ വറ്റിക്കും. അതാ ദാഹം. നെറൊക്കെ ഡോക്ടറ് തിരിച്ചുകൊണ്ടു വരുംന്നാ തോന്നണേ. പക്ഷേ, ഈ ദാഹം..."

"ആരും ഇതറിഞ്ഞിട്ടില്യേ?"

"ഉണ്ടാവും. പല്ലൻ ഡോക്ടറ് അറിയാണ്ട് വരില്യ. അയാളുടെ ആൾക്കാര് ഇവടീം കാണും. മരുന്ന് അയാള് കണ്ടെത്ത്യാപ്പിന്നെ ഉണ്ണിത്താൻസാറ് തൂങ്ങിച്ചാവ്വാ നല്ലത്."

പുറത്ത് എന്തോ വീഴുന്ന ശബ്ദം. ഒന്നു ഞെട്ടിയതുപോലെ കാവൽക്കാരൻ എഴുന്നേറ്റ് ആ വശത്തേക്കു നടന്നു.

ക്ഷാരങ്ങളും അമ്ലങ്ങളും രസായനങ്ങളും സംഭരിച്ചുവച്ച കുപ്പികളുടെയും ഭരണികളുടെയും ഇടയിലൂടെ നടന്ന് ഒരുതവണകൂടി ഞാൻ ഉണ്ണിത്താൻ ഡോക്ടറെ അന്വേഷിച്ചുപോയി. തലേന്നാളത്തെ രക്തസമ്മർദ്ദത്തെക്കുറിച്ചു പറയാനുണ്ടായിരുന്നു. അണുനാശിനികളുടെ ഗന്ധം എന്നെ ചൂഴ്ന്നു. സൂക്ഷ്മദർശിനിയിൽനിന്നും കണ്ണെടുക്കാതെ ഡോക്ടർ എന്നോടു പറഞ്ഞു. "സാരമില്ല, ഇന്നു ഞാൻ തീർച്ചയായും വരും."

ഞാൻ ഒന്നും പറയാതെ തിരിച്ചു നടക്കാൻ തുടങ്ങിയപ്പോൾ ഡോക്ടർ പുറകിൽനിന്നും ഓർമ്മിപ്പിച്ചു: "ഒന്നും തട്ടരുത്." അപ്പോഴാണ് ചില്ലുകുഴലുകളെ ഞാൻ ശ്രദ്ധിച്ചത്. എന്റെ സിരകളിലൂടെ ഭീതി പ്രസരിക്കുന്നതായി തോന്നി. കുഴലുകളിലെ പഴയ രക്തത്തിന്റെ നിറം സമുദ്രനീലമായിരിക്കുന്നു! കുറച്ചുകൂടി അടുത്തെത്തുമ്പോൾ ആ ദ്രാവകത്തിന്റെ ഉയർന്ന ഊഷ്മാവ് എനിക്കനുഭവപ്പെട്ടു.

അമ്മാവൻ ഉറക്കത്തിൽ സംസാരിക്കുന്നതു തുടർന്നു. ദഹിപ്പിക്കുമ്പോൾ കൂടെ മെഡലുകളും കത്തിക്കണമെന്ന നിർദ്ദേശമായിരുന്നു അതിലേറെയും.

ആശുപത്രിയിലെ ദിനങ്ങളിൽ പുതുമയില്ലാതാവുന്നതായി എനിക്കു തോന്നി. വിചിത്ര രോഗികളും യാചകരും കാവൽക്കാരുമെല്ലാം പഴകി. ദിവസങ്ങൾ സാധാരണതയുടെ വിരസതയിലേക്കു ചുരുങ്ങി.

അങ്ങനെയിരിക്കെ, ഒരു പകൽ അമ്പരപ്പിക്കുന്ന ആ വാർത്ത പരന്നു. ഏവരും അതു പുറത്തുപറയാൻപോലും ഭയപ്പെടുന്നതായി സംശയിച്ചു.

-നീലനിറമുള്ള കുട്ടിയെ കാണാതായിരിക്കുന്നു.

എങ്ങനെയാണ് അതു സംഭവിച്ചത്?

ആളുകൾക്കൊപ്പമല്ലാതെ അവനെ പുറത്തു കണ്ടിട്ടില്ല. അവനെ ത്തേടി വരാനും ആരുമുണ്ടായിരുന്നില്ലല്ലോ. എങ്ങനെ, എവിടേക്കാണ് ഈ സുരക്ഷയുടെ വ്യൂഹം ഭേദിച്ച് അവനെ കൊണ്ടുപോയത്? അതാരാണ്?

ഡോക്ടർ ഉണ്ണിത്താൻ വിഷംതിന്ന ഒരു കൂറ്റൻ എലിയെപ്പോലെ ഇടനാഴിയിലൂടെ ഓടിനടന്നു. കണ്ണിൽക്കണ്ടവരെയെല്ലാം കണക്കറ്റു ശകാരിച്ചു. കഷ്ടം, ആ കുട്ടിയെ സംബന്ധിച്ച പരീക്ഷണങ്ങൾ അവസാന ഘട്ടത്തിലായിരുന്നിരിക്കണം.

ഉണ്ണിത്താന്റെ ചാരന്മാർ നഗരം മുഴുവൻ അരിച്ചുപെറുക്കി. പല്ലന്റേതടക്കമുള്ള ആശുപത്രികളിൽ തിരഞ്ഞു. പഴയ അനാഥാലയത്തിൽ വരെ രഹസ്യമായി അന്വേഷിച്ചു.

-ഒരു തുമ്പുമില്ല.

അവൻ അപ്രത്യക്ഷനായത് ഒരു യാഥാർത്ഥ്യമാണെന്നതിൽ ആളുകൾ പൊരുത്തപ്പെടാൻ തുടങ്ങി.

അമ്മാവന്റെ രോഗവും കൂടിയിരുന്നു. ആശുപത്രിയിലെ പരിചരണത്തിൽ അലംഭാവമുള്ളതായി തോന്നി. കിടപ്പുവ്രണങ്ങൾ പഴുത്തൊലിച്ചു. മൂത്രക്കുഴലറ്റ് തുള്ളികളിറ്റു. മുറിയിലെ സുഗന്ധങ്ങൾക്കൊന്നും മറപിടിക്കാനെളുതല്ലാത്ത കെട്ടമണങ്ങളെ ഭയന്ന് ഞാൻ ഇടനാഴിയിലേക്കു പോന്നു. മണിക്കൂറുകളിടവിട്ട് പരിമളതൈലങ്ങൾകൊണ്ടു തുടയ്ക്കുന്നതിനാൽ, ഒരു ദേവാലയം കണക്കു വിശുദ്ധമായി തോന്നിച്ചിരുന്ന ആശുപത്രിയുടെ ഇടനാഴിയിലും പക്ഷേ, ആ ഗന്ധം ബാക്കി നിൽക്കുന്നില്ലേ?

എന്റെ തോന്നലാവുമോ? പക്ഷേ, ഏവർക്കുമുണ്ട് ഗന്ധത്തിന്റെ അനുഭവം. യാചകർപോലും മൂക്കുപൊത്തിക്കൊണ്ടാണ് വിലപിക്കുന്നത്.

ഒടുവിൽ ഗന്ധത്തിന്റെ ഉറവിടം കണ്ടെത്തി.

ആശുപത്രിയുടെ പാർക്കിൽനിന്നും കുറച്ചകലെയായി ഉപയോഗിക്കാതെ കിടന്നിരുന്ന പഴയൊരു കിണറ്റിൽ ആ തിരച്ചിൽ അവസാനിച്ചു. ഉദ്യാനത്തിൽ പുല്ലുവെട്ടുന്നവരാണ് അതു കണ്ടെത്തിയത്- നീലനിറമുള്ള ഒരു ജഡം...

പുറത്തെടുത്തപ്പോൾ, വെള്ളംകുടിച്ച് വീർത്തനിലയിൽ കാണപ്പെട്ട ശരീരത്തിന് അഴുകിയ മാംസത്തിന്റെ അറപ്പുളവാക്കുന്ന വിളർച്ചയുണ്ടായിരുന്നു. നീലപടർന്ന വിളർച്ച. അയഞ്ഞുതൂങ്ങിയ തൊലിക്കുമേൽ സൂചികുത്തിയ വ്രണങ്ങൾ കൂടുതൽ അഴുകി.

ആശുപത്രിയിലെ ജീവനക്കാരും സന്ദർശകരും ചുറ്റുംകൂടി. ആരും ഒന്നും പറഞ്ഞില്ല. ഒരാൾ മുളവടികൊണ്ട് ശവം മലർത്തിയിട്ടു. ശരിക്കും ഒരു വൃദ്ധന്റേതുപോലായിരുന്നു ആ മുഖം. അയഞ്ഞുതൂങ്ങിയ തോൽ. പല്ലുകൊഴിഞ്ഞ് ശൂന്യമായ വായ്. മുടി ശേഷിക്കാത്ത ശിരസ്സ്. ജരാനര... ഏതു യയാതിയുടെ നരകമാണ് അവൻ ഏറ്റെടുത്തിരിക്കുന്നത്?

വിചിത്രരോഗികളുടെ വാർഡിൽനിന്നും ആരോ കരയുന്നതു കേട്ടു. ആൾക്കൂട്ടം ഒന്നിളകി.

അപ്പോഴും തുറന്നു കിടന്നിരുന്ന ആ കണ്ണുകളിലേക്ക് ഞാൻ സൂക്ഷിച്ചു നോക്കി: ഇല്ല, അവയിൽ മാത്രം ആ വിഷനീലം കലർന്നിരുന്നില്ല. ആ കണ്ണുകളിൽ ഇനിയും ബാക്കിയുണ്ട്, ബാല്യത്തിന്റെ മഞ്ഞവെയിൽ പറ്റിയ ഒരു സായാഹ്നം.

അങ്ങനെ നോക്കിനിൽക്കുമ്പോൾ അണഞ്ഞിട്ടില്ലാത്ത വിചിത്രമായൊരു വെളിച്ചത്തിലൂടെ അവ എന്തൊക്കെയോ വിനിമയം ചെയ്യുന്നതായി എനിക്കു തോന്നി. പൂക്കളെയും തുമ്പികളെയും കണ്ട് അദ്ഭുതം വിടർന്ന അതേ കണ്ണുകൾ. അമ്മയെ കാത്തുനിന്ന് സങ്കടം ബോധിപ്പിക്കുന്നവ, വേച്ചു നടന്നപ്പോൾ വീണു കരഞ്ഞവ, മധുരങ്ങളിൽ പ്രസാദിച്ചവ, ഉടഞ്ഞുപോയ കളിപ്പാട്ടങ്ങളെയോർത്ത് വ്യാകുലപ്പെട്ടവ, വാത്സല്യത്തിന്റെ ചില്ലയിൽ തളിർത്തവ, ഓരോ ഉറക്കത്തിനുശേഷവും ഉണർന്ന്, ചുറ്റുപാടും പുതിയൊരു ലോകത്തെയെന്നോണം മിഴിച്ചു നോക്കിയവ. ഭാവങ്ങളുടെ പ്രപഞ്ചം അവയിൽ ഇനിയുമുണ്ട്. പക്ഷേ, ആ മഞ്ഞത്തുമ്പികൾ മാത്രം അവനെ വിട്ടു പോയിരിക്കുന്നു.

ഞാൻ ചുറ്റുപാടും നോക്കി:

ആരോ കരയുന്ന സ്വരം പിന്നെയും കേട്ടു.

ആൾക്കൂട്ടത്തിൽനിന്നാവുമോ?

അതു കൂടി വരുന്നു.

അവന്റെ ബാല്യം കടംകൊണ്ടിട്ടും ഭൂമിയെക്കാളും പ്രായമുള്ള വയസ്സന്മാരായി രൂപാന്തരപ്പെട്ട ആൾക്കൂട്ടം ചുറ്റുംനിന്ന് നിർത്താതെ നിലവിളിക്കുന്നതായി എനിക്കു തോന്നി. അസഹ്യമായ ആ നിലവിളികളെ തടയാനെന്നോണം ഞാൻ എന്റെ കൈകൾ ദുർബ്ബലമായി ഉയർത്തി. ■

മൂന്നു വിരലുകൾ

രണ്ടു ദിവസത്തെ ലീവ് കഴിഞ്ഞ് ഓഫീസിൽ ചെന്നപ്പോൾ ഞങ്ങളുടെ ബോസ് എന്നെ അദ്ദേഹത്തിൻെറ ക്യാബിനിലേക്കു വിളിപ്പിച്ച് ഒരു മടക്കിയ കത്ത് എന്റെ നേരേ നീട്ടിക്കൊണ്ടു പറഞ്ഞു:

"ഇതാ, ഇതു നിങ്ങൾക്കുള്ളതാണ്. നിങ്ങളുടെ ചങ്ങാതി മിസ്റ്റർ ജോസഫ് ഇന്നലെ ഇവിടെ വന്നിരുന്നു."

ഏതു ജോസഫ് എന്നു ചോദിക്കാൻ തുനിയുംമുമ്പുതന്നെ അദ്ദേഹം പതിവില്ലാത്തൊരു സൗഹൃദഭാവത്തോടെ ചിരിച്ചുകൊണ്ട് എന്നോട് മുന്നിലുള്ള കസേരയിൽ ഇരിക്കുവാൻ ആംഗ്യം കാണിച്ചു.

"നിങ്ങൾ എഴുത്തുകാരനാണ് അല്ലേ?" അതു പറഞ്ഞപ്പോൾ അദ്ദേഹം തൻെറ കസേരയിൽനിന്നും കുറച്ചൊന്ന് എഴുന്നൽക്കുകപോലുമുണ്ടായി.

ജോസഫ് എന്ന സ്നേഹിതൻ, അയാൾ ഏല്പിച്ചിരിക്കുന്ന ഒരു കത്ത്, പിന്നെ നിങ്ങൾ ഒരെഴുത്തുകാരനാണല്ലേ എന്ന ചോദ്യം. ആകെക്കൂടി കാര്യങ്ങളൊന്നും എനിക്കു മനസ്സിലായില്ല. നാലഞ്ചു വർഷങ്ങൾക്കു മുമ്പ് അപ്രശസ്തമായ ഒരു നോവൽ പ്രസിദ്ധീകരിച്ചിരുന്നു എന്നത് ശരിയായിരുന്നുവെങ്കിലും എഴുത്തുകാരൻ എന്ന മട്ടിൽ തിരിച്ചറിയാൻ പോന്ന ഒരു മേൽവിലാസം എനിക്കുണ്ടായിരുന്നില്ല. ഉത്തരം നിശ്ചയമില്ലാത്തതുകൊണ്ട് ഞാൻ മൗനം പാലിച്ചു.

"കോളജിൽ പഠിക്കുന്ന കാലത്ത് ഞാനും കവിതകൾ എഴുതുമായിരുന്നു." അദ്ദേഹം തുടർന്നു: "ജോലിയും കുടുംബവുമൊക്കെയായപ്പോൾ എല്ലാം നിന്നു."

പൊതുവിൽ കേൾക്കുന്ന കാര്യങ്ങളായതുകൊണ്ട് ഞാൻ അപ്പോഴും ഒന്നും പറഞ്ഞില്ല. കുറച്ചുകാലമായി ഞാൻതന്നെ മറന്നുപോയ എന്റെ സാഹിത്യത്തെക്കുറിച്ച് ഈ മനുഷ്യൻ എങ്ങനെയാണ് അറിഞ്ഞത്?

"ഒരു സ്ഥാപനത്തിൽ ജോലി ചെയ്യുന്നവരെക്കുറിച്ച് ഒന്നും അറിയുകയില്ലെന്നു വരുന്നത് നമ്മുടെയൊക്കെ പരാജയമാണ്. നോക്കൂ, ഇതു ഞാൻ ഇന്നലെയാണ് അറിഞ്ഞത്. ഇന്നലെ നിങ്ങളുടെ സുഹൃത്ത് ആ

പുസ്തകവും കൊണ്ടുവന്നപ്പോൾ. പുറംചട്ടയിൽ നിങ്ങളുടെ ഫോട്ടോ കൊടുത്തില്ലായിരുന്നുവെങ്കിൽ അപ്പോഴും വിശ്വസിക്കുമായിരുന്നില്ല." ബോസ് സ്വയം കുറ്റപ്പെടുത്തി.

ഞാൻ അദ്ദേഹത്തിനു മുന്നിൽ ഇരുന്ന് ആ മടക്കിയ കടലാസ് തുറക്കാൻ ശ്രമിച്ചു.

"ഓർമ്മയില്ലേ?" അദ്ദേഹം ചോദിച്ചു: "ജോസഫ് എന്ന സ്നേഹിതൻ? കുറച്ചു പ്രായമുള്ള കക്ഷിയാണ്. നിങ്ങൾ തമ്മിൽ കണ്ടിട്ട് കുറച്ചു കാലമായി എന്നു പറഞ്ഞു."

-ജോസഫ്? എനിക്ക് ഓർമ്മ കിട്ടുന്നില്ല. ഞാൻ നിശ്ശബ്ദനായി ബോസിൻെറ നേരേ നോക്കി.

"നിങ്ങളുടെ ചങ്ങാതി സത്യത്തിൽ ഒരു വല്ലാത്ത മനുഷ്യനാണു കേട്ടോ. ഏൻ ഇൻ്ററസ്റ്റിങ് ഫെലോ. അരമണിക്കൂറുകൊണ്ടുതന്നെ അയാൾ ഞങ്ങളെയൊക്കെ കൈയിലെടുത്തു."

ഇതാരാണ്, മധ്യവയസ്കരായ പത്തിരുപതു മനുഷ്യരെ മയക്കാൻ പോന്ന മാന്ത്രികദണ്ഡുമായി ഇവിടെ വന്നുകയറിയ ചങ്ങാതി എന്ന് എനിക്കു പിന്നെയും പിടികിട്ടിയില്ല.

"ജോസഫ് എന്ന പേരിൽ എനിക്കൊരു സുഹൃത്തുള്ളതായി തോന്നുന്നില്ലല്ലോ." ഞാൻ ഓർത്തെടുക്കാൻ ശ്രമിച്ചു.

"ഏയ്. അങ്ങനെ വരില്ല. നിങ്ങളെ അയാൾക്കു നല്ലവണ്ണം അറിയാം. നിങ്ങളുടെ പടമുള്ള നോവലല്ലേ അയാൾ കൊണ്ടുവന്നത്? എന്താണ് ആ നോവലിന്റെ പേര്?"

"മരീചിക." ഞാൻ ചെറിയ ലജ്ജയോടെ പറഞ്ഞു.

"അതുതന്നെ. പേര് വളരെ നന്നായിട്ടുണ്ട്. ഒരു നോവലെഴുതുകയാണെങ്കിൽ ഞാനും അത്തരമൊരു പേരിടുമായിരുന്നു. അദ്ദേഹം ഒരു ഫോണെടുക്കുന്നതിനുവേണ്ടി നിർത്തിയെങ്കിലും മണിയൊച്ചകൾ ഇടയ്ക്കുവെച്ചു നിലച്ചതുകൊണ്ടു തുടർന്നു: "നിങ്ങൾ ഒരിക്കലും മറക്കാനിടയില്ല. ആ ചങ്ങാതി ഒരു ഗംഭീര ചിത്രകാരനാണെന്നേ. ഒറ്റ നോട്ടത്തിൽ നമ്മുടെയൊക്കെ പടം വരച്ചു കളയും. അതും ഒരഞ്ചു നിമിഷം പോലും വേണ്ട. വണ്ടർഫുൾ."

അതിനു തെളിവായി അദ്ദേഹം തന്റെ മേശയുടെ വലിപ്പു തുറന്ന് സ്വന്തം ചിത്രം വരച്ചു കിട്ടിയതു കാണിച്ചുതന്നു.

നാലഞ്ചു വരകൾകൊണ്ട് കോറിയിട്ടിരുന്ന ആ ചിത്രത്തിൽനിന്നും തന്റെ വലിപ്പമുള്ള ചെവികളും അല്പം പതിഞ്ഞ മൂക്കുമായി ഞങ്ങളുടെ ബോസ് എഴുന്നേറ്റു വരുന്നത് ഞാൻ കണ്ടു.

ആ ചിത്രത്തിലേക്ക് ഒന്നു നോക്കിയതേയുള്ളൂ, പെട്ടെന്നു കഴിഞ്ഞ പത്തുപന്ത്രണ്ടു വർഷങ്ങൾ ആരോ മായ്ച്ചു കളയുന്നതുപോലെ എനിക്കു

തോന്നി. എന്നോ നിലച്ച നദികൾ ഉറവയെടുത്തു പ്രവഹിക്കാൻ തുടങ്ങുന്നതുപോലെ, വരണ്ടുണങ്ങിപ്പോയ ഒരു കാട്ടുമരത്തിൽനിന്നും പച്ചകൾ കിളിർത്തു തുടങ്ങുമ്പോലെ ഓർമ്മകൾ. ഓർമ്മകളുടെ മഴയിൽ ഞാൻ നിന്നു നനഞ്ഞു.

–മോനായി.

ജോസഫ് മോനായി എന്ന പൂർണമായ പേരിൽ അധികമാർക്കും അയാളെ അറിയുമായിരുന്നില്ല.

അപ്പോൾ ഒരു പഴയ ടൈപ്പ്റൈറ്ററിന്റെ ശബ്ദം ഞാൻ കേട്ടു. കുമ്മായം അടർന്നുതുടങ്ങിയ ഒരു കെട്ടിടത്തിന്റെ മൂന്നാം നിലയിലേക്കു കയറിപ്പോകുന്നതിന്റെ ഒച്ച കേട്ടു. കുറെ ദൂരെയുള്ള ഒരു പട്ടണത്തിലെ ഇരുണ്ട വൈകുന്നേരങ്ങൾ, പരസ്യപ്പലകകൾ, പൊടിക്കാറ്റു വീശുന്ന പകലുകൾ, മനുഷ്യർ, ബസ്സുകൾക്കും ഓട്ടോറിക്ഷകൾക്കും ഇടയിലൂടെ തലയുയർത്തിക്കൊണ്ടു നടന്നുപോകുന്ന കൂറ്റൻ കാളകൾ, ചാറ്റൽമഴ വന്നാൽപ്പോലും ചെളികെട്ടുമായിരുന്ന തെരുവുകൾ.

1990 മുതൽ 93 വരെയുള്ള മൂന്നു വർഷക്കാലം ഞാൻ അവിടെ ഉണ്ടായിരുന്നു. മ്യൂസിയം റോഡ് അവസാനിക്കുന്ന ട്രാഫിക് ഐലന്റിനടുത്തുനിന്നു നോക്കിയാൽ കാണാമായിരുന്ന മൂന്നു നിലകളുള്ള പഴയൊരു കെട്ടിടത്തിന്റെ ഏറ്റവും മുകളിൽ അക്കാലത്ത് നിക്ഷേപകരെ ആകർഷിക്കുന്നതിനുള്ള ചില പദ്ധതികളുമായി സിന്ധികളുടേതായ ഒരു കമ്പനി പ്രവർത്തിച്ചിരുന്നത് ചിലരെങ്കിലും ഓർമ്മിക്കുന്നുണ്ടാവും. ഈയിടെ അവിടെ ഒന്നിറങ്ങേണ്ടിവന്നു. ഇപ്പോൾ ആ കെട്ടിടം പൊളിച്ച് എത്രയോ അധികം നിലകളുള്ള ഒരു ഫ്ളാറ്റ് സമുച്ചയം പണിതിരിക്കുന്നു. കണ്ടാൽ തിരിച്ചറിയാൻ കഴിയാത്തവിധം ആ പ്രദേശംതന്നെ വല്ലാതെ മാറിപ്പോയി.

ദയാൽ ഇൻവെസ്റ്റ്മെന്റ്സ്, ഒരു കുടുസ്സു മുറിയിലായിരുന്നു അത് പ്രവർത്തിച്ചിരുന്നത്. വാതില്ക്കൽ തൂക്കിയിട്ടിരുന്ന ഒരു ചെറിയ ബോർഡ് മാത്രമായിരുന്നു ആ സ്ഥാപനം അവിടെയുണ്ട് എന്നതിനുള്ള ഏക തെളിവ്. ഓഫീസും സൗകര്യങ്ങളുമൊക്കെ ചെറുതായിരുന്നുവെങ്കിലും ആ സ്ഥാപനത്തിൽ വിശ്വസിച്ച് പണമേല്പിച്ചിരുന്നവരുടെ എണ്ണം വളരെ വലുതായിരുന്നു. അതത്രതന്നെ പേർക്ക് അറിവില്ലാത്ത കാര്യമാണ്. കച്ചവടക്കാർ, വിശേഷിച്ചും മലയാളികളല്ലാത്ത കച്ചവടക്കാരെല്ലാം അവിടെ നിരന്തരം ബന്ധപ്പെട്ടു പണം അടയ്ക്കുകയും കടമെടുക്കുകയും ചെയ്തു. ചിട്ടികൾ പിടിച്ചു. അഞ്ചുകൊല്ലത്തിൽ താഴെ മാത്രം സമയം കൊണ്ട് ഇരട്ടിയാവുന്ന ചില ബോണ്ടുകളിൽ പണം മുടക്കി.

അക്കാലത്ത് എനിക്ക് അവിടെയായിരുന്നു ജോലി. ഒരർത്ഥത്തിൽ ആ ജോലി കിട്ടിയതുകൊണ്ടുമാത്രമാണ് ഞാൻ അവിടേക്കു വന്നതുതന്നെ. അതിനു മുമ്പ് എഴുത്തുകാരനാകാൻ സാധിക്കും എന്ന വ്യാമോഹത്തിൽ ഒരു സായാഹനപ്പത്രത്തിന്റെ പ്രൂഫ് റീഡറായി വളരെ താഴ്ന്ന

ശമ്പളത്തിൽ ജോലി നോക്കിയിരുന്ന അനുഭവജ്ഞാനം മാത്രമേ എനിക്കുണ്ടായിരുന്നുള്ളൂ. ഇവിടെ ആ തിരുത്തൽജോലിയിൽനിന്നെല്ലാം വ്യത്യസ്തമായി, നേരത്തേ പറഞ്ഞ ദയാൽ ഇൻവെസറ്റ്മെന്റ്സിലെ കണക്കുകൾ നോക്കിയിരുന്നത് ഞാനാണ്. കണക്കുകൾ നോക്കുക എന്നു പറയുമ്പോൾ ശരിക്കും അതു മാത്രമല്ല ജോലി. അവിടേക്കു വരുന്ന തപാലുകൾ തുറക്കുന്നതു മുതൽ ബാങ്കിൽ പോവുക, ചില കച്ച വടക്കാരെ നേരിട്ടു ചെന്നു കണ്ടു സംസാരിക്കുക തുടങ്ങി ദിവസംതോറും ബോംബെയിലേക്കയയ്ക്കാനുള്ള നിരവധി സർട്ടിഫിക്കറ്റുകളും ഡ്രാഫ്റ്റു കളും രസീതുകളുമെല്ലാം കവറുകളിലാക്കി, സ്റ്റാമ്പ് ഒട്ടിച്ച് പോസ്റ്റ് ചെയ്യുന്നതുവരെയുള്ള എല്ലാ ജോലികളും ഞാൻതന്നെയാണ് ചെയ്തു കൊണ്ടിരുന്നത്.

എട്ടുമണിമുതൽ എട്ടുമണിവരെയായിരുന്നു ജോലിസമയം. ചില പ്പോൾ അതിലും വൈകും. കാലത്ത് ഒമ്പതുമണിയോടുകൂടി എന്നെ സഹായിക്കുന്നതിനുവേണ്ടി ഒരു ടൈപ്പിസ്റ്റ് വരുമായിരുന്നു. വൈകിട്ട് ആറുമണിയാകുമ്പോൾ അയാൾ പോകും. ടൈപ്പിസ്റ്റിനു ദിവസ ക്കൂലിയും താത്കാലിക നിയമനവുമായിരുന്നു. അതുകൊണ്ടുതന്നെ, ഇങ്ങനെ വരുന്ന ടൈപ്പിസ്റ്റുകൾ ഇടയ്ക്കിടെ മാറുന്നതു പതിവാണ്. ഞാനുള്ള കാലത്ത് നാലഞ്ചു തവണ ആളുകൾ മാറിയിട്ടുണ്ട്. ഒരു ദിവസം നൂറുകണക്കിന് സർട്ടിഫിക്കറ്റുകൾ ടൈപ്പു ചെയ്തു ശരിയാക്കണം. പേരിലോ തുകയിലോ തിയതിയിലോ ഒരു തെറ്റുപോലും വരാൻ പാടില്ല എന്നിങ്ങനെ നിശിതമായ നിബന്ധനകളുണ്ടായിരുന്നു. അവർക്കു കൊടുക്കുന്ന ശമ്പളമാണെങ്കിൽ നിസ്സാരവും. അതിൽത്തന്നെ തെറ്റു വരുത്തുന്ന സർട്ടിഫിക്കറ്റുകൾക്ക് പിഴ ചുമത്തുമായിരുന്നു. അതെല്ലാം കണിശമാണ്. ഞാൻ വിചാരിച്ചാലും ഒന്നും ചെയ്യാൻ സാധിക്കുകയില്ല. അച്ചടിച്ച് ക്രമനമ്പറിട്ട് ബോംബെയിൽനിന്നും വരുന്ന സർട്ടിഫിക്കറ്റുകൾ കൈപ്പറ്റേണ്ടതും തെറ്റുവരുന്നവ തിരിച്ചയയ്ക്കേണ്ടതുമെല്ലാം എന്റെ ദൈനംദിനജോലിയായിരുന്നു. അക്കാലത്ത് കമ്പ്യൂട്ടറുകൾക്ക് പ്രചാരം ആവുന്നതേയുള്ളൂ.

ചില മാസങ്ങൾ കഴിഞ്ഞപ്പോൾതന്നെ എനിക്ക് ഈ ജോലി കഠിന മായി മടുത്തു എന്നു പറയാം. ജോലി കഴിഞ്ഞ് മറ്റൊന്നിനും സമയം കിട്ടാനില്ലാത്ത അവസ്ഥ. എഴുത്തു പോട്ടെ, വായിക്കാൻ കൊണ്ടുവച്ച പുസ്തകങ്ങൾതന്നെ പൊടിപിടിച്ചിരിക്കുന്നു. മറ്റൊരു ജോലിക്കുവേണ്ടി ശ്രമിക്കാമെന്നു വച്ചാൽ അതിനും നേരം കിട്ടുന്നില്ല. ചിലപ്പോൾ ഭക്ഷണം കഴിക്കാൻപോലും മറന്നു പോകും. കമ്പനിയുമായി മൂന്നു വർഷത്തേക്കാണ് കരാറുണ്ടായിരുന്നത്. അതിനുവേണ്ടുന്ന തരത്തിൽ അവർ എന്നെക്കൊണ്ട് ഒരു മുദ്രപ്പത്രത്തിൽ എഴുതി വാങ്ങിയിരുന്നു. കാലാവധിക്കു മുമ്പ് ജോലി വേണ്ടെന്നുവയ്ക്കുകയാണെങ്കിൽ മാസ ശമ്പളത്തിന്റെ പത്തിരട്ടി തിരിച്ചടയ്ക്കേണ്ടതായി വരും എന്നുള്ള

നിബന്ധനയുമുണ്ട്. മാത്രവുമല്ല, ഉള്ള ജോലി വിട്ടൊഴിഞ്ഞു പോയാൽ മറ്റൊന്നു കണ്ടുപിടിക്കുക എളുപ്പവുമല്ലായിരുന്നു. ഇനി ലഭിക്കുകയാണെങ്കിൽത്തന്നെ, അതിനേക്കാൾ മോശം ശമ്പളത്തിൽ ജോലി ചെയ്യേണ്ടിവരുമെന്നും ഞാൻ പേടിച്ചു. ദോഷം പറയരുതല്ലോ, അക്കാലത്ത് മറ്റു സ്വകാര്യകമ്പനികൾ കൊടുക്കുന്നതിനേക്കാൾ കുറച്ചു ഭേദപ്പെട്ട തുകയാണ് അവർ എനിക്കു തന്നിരുന്നത്. പോരെങ്കിൽ, പ്രത്യക്ഷത്തിൽ ആരുടെയും കീഴിലല്ലാതെ പണിയെടുക്കാമെന്ന സ്വാതന്ത്ര്യവുമുണ്ട്.

ഞാൻ വന്നതിനുശേഷമുള്ള മൂന്നാമത്തെ ടൈപ്പിസ്റ്റായിരുന്നു മോനായി. അയാൾ മൂന്നു മാസത്തോളം എന്റെയൊപ്പം ജോലി ചെയ്തിട്ടുണ്ട്. അയാളാണ് ഏറ്റവും കുറച്ചുകാലം അവിടെ ജോലി ചെയ്ത ടൈപ്പിസ്റ്റ്. ഒരു ടൈപ്പിസ്റ്റ് ഒഴിഞ്ഞു പോകുമ്പോൾ-അതു കമ്പനി തീരെ ഗൗനിച്ചില്ല-പത്രത്തിലെ ക്ലാസിഫൈഡ്സിൽ ചെറിയൊരു കോളം പരസ്യം കൊടുക്കും. A reputed Financial Company needs an experienced typist എന്നോ മറ്റോ. എന്നാൽപ്പോലും പത്തിരുപതുപേർ തയ്യാറായി വരും. അവരിൽനിന്നും ഉപദ്രവകാരികളല്ലെന്ന് ഒറ്റനോട്ടത്തിൽ തോന്നുന്ന ഒരാളെ നോക്കി തിരഞ്ഞെടുക്കുക അത്ര ബുദ്ധിമുട്ടുള്ള ജോലിയായിരുന്നില്ല. ഇത്തവണ പക്ഷേ, പരസ്യം പ്രത്യക്ഷപ്പെടുന്നതിനു മുമ്പുതന്നെ ആരോ പറഞ്ഞറിഞ്ഞിട്ടാണെന്നു തോന്നുന്നു, ഒരാൾ നേരിട്ടന്വേഷിച്ചു വന്നു.

ഉച്ചനേരമായിരുന്നു അപ്പോൾ. ഞാൻ പുറത്തു പോയി ഭക്ഷണം കഴിച്ചു വരുന്ന സമയത്ത് അടച്ചിട്ട ഓഫീസിന്റെ വാതിലിനു മുന്നിൽ തൂങ്ങിക്കിടക്കുന്ന ബോർഡിൽ നോക്കിക്കൊണ്ട് ഒരാൾ നിൽക്കുന്നു.

“ജോസഫ് മോനായി.” അയാൾ പരിചയപ്പെടുത്തി. ജോലിയന്വേഷിച്ചു വന്നതാണെന്നും ടൈപ്പിങ് അറിയാമെന്നും പറഞ്ഞു.

സാധാരണയായി ജോലിയന്വേഷിക്കുന്നവരേക്കാളൊക്കെ പ്രായം തോന്നിച്ചിരുന്ന ആ മനുഷ്യൻ ഇറക്കമുള്ള ഒരു ജൂബയും മുണ്ടുമാണ് ധരിച്ചിരുന്നത്. വശങ്ങളിൽ ചെറുതായി നരച്ച മുടി നീട്ടി വളർത്തി ചെവികൾക്കു പുറകിലായി മാടിയൊതുക്കി വച്ചിട്ടുണ്ട്. കണ്ണടയുണ്ട്. അയാളുടെ കൈകൾ ജൂബയുടെ വശങ്ങളിലുള്ള കീശകളിൽ നിക്ഷേപിച്ചിരുന്നു.

“ടൈപ്പു ചെയ്യാൻ അറിയാമെങ്കിൽ നോക്കാം.” ഞാൻ പറഞ്ഞു. അയാൾക്ക് അതിനൊന്നും സാധിക്കുകയില്ലെന്ന് എന്തുകൊണ്ടോ എനിക്കു തോന്നി.

ആ ആഴ്ചയിൽ ടൈപ്പിസ്റ്റില്ലാതിരുന്നതുകൊണ്ട് കുറെ കടലാസുകൾ തീർക്കുവാനുണ്ടായിരുന്നു.

പക്ഷേ, തനിക്കു ടൈപ്പു ചെയ്യാനറിയാമെന്ന് അയാൾ ആവർത്തിച്ചു.

"ചൂണ്ടുവിരലുകൾകൊണ്ടാണ് ഞാൻ ടൈപ്പു ചെയ്യുക. പക്ഷേ, പണിയെല്ലാം പെട്ടെന്നു തീർത്തോളാം." അയാൾ പറഞ്ഞു.

ഞാൻ ചില രേഖകൾ ടൈപ്പുചെയ്യാനായി മാറ്റിവെച്ചിരുന്നത് അയാളെ സംശയത്തോടെ ഏല്പിച്ചു.

ടൈപ്പ്റൈറ്ററിന്റെ മുകളിലെ പ്ലാസ്റ്റിക് കവർ നീക്കം ചെയ്ത് അയാൾ കടലാസുകൾ തിരിച്ചു കയറ്റാൻ തുടങ്ങുമ്പോൾ ഞാൻ അയാളെത്തന്നെ നോക്കിയിരിക്കുകയായിരുന്നു.

അയാൾ തന്റെ ജോലി തുടങ്ങിയപ്പോൾ ഒരു നടുക്കത്തോടെ ഞാൻ കണ്ടു-അയാളുടെ ഇടതുകൈപ്പത്തിയിൽ മൂന്നു വിരലുകളില്ല. രണ്ടു കൈയിലെയും ചൂണ്ടുവിരൽകൊണ്ടുമാത്രമാണ് അയാൾ ടൈപ്പു ചെയ്യുന്നത്. ബാക്കി മൂന്നു വിരലുകൾ ഛേദിക്കപ്പെട്ടതുപോലെയായിരുന്നു. അവയുടെ അറ്റം മുരടിച്ചിരിക്കുന്നു. എനിക്ക് അയാളെ നോക്കാൻ വിഷമം തോന്നി. ഞങ്ങൾ രണ്ടുപേരും അതിനേക്കുറിച്ചു സംസാരിച്ചതേയില്ല.

പക്ഷേ, കടലാസിൽ അക്ഷരങ്ങൾ പറന്നുവീഴുന്നതിന്റെ ഒച്ച കേട്ടപ്പോൾ ടൈപ്പിങ്ങിൽ മോനായിക്ക് നല്ല വേഗമുണ്ടെന്ന് എനിക്കു മനസ്സിലായി. അതു മാത്രമല്ല, അയാൾക്ക് ഒരു തെറ്റും കൂടാതെ ടൈപ്പുചെയ്യാൻ അറിയാമായിരുന്നു. തിരുത്തലുകൾ തീരെ വേണ്ടിവരില്ല. അയാളുടെ പണിയിൽ എനിക്കു കാര്യമായി ശ്രദ്ധിക്കേണ്ടതില്ലെന്നു വന്നു.

ഏതാണ്ട് ഒരാഴ്ച കഴിഞ്ഞപ്പോൾത്തന്നെ അയാൾക്ക് പണികളെല്ലാം പരിചയമായി. അതിനുശേഷവും സമയം ധാരാളം ബാക്കി വന്നതുകൊണ്ട് അയാൾ എന്നെയും സഹായിച്ചു തുടങ്ങി.

"നിങ്ങൾ വന്നതു നന്നായി മോനായി." ഞാൻ പറഞ്ഞു: "അല്ലെങ്കിൽ എട്ടുമണി കഴിഞ്ഞാലും എനിക്കിറങ്ങാൻ പറ്റാറില്ല."

മോനായി എന്റെ നേരെ തിരിഞ്ഞ് ചിരിക്കുക മാത്രം ചെയ്തു. പണി തീർന്നതിനാൽ നിശ്ശബ്ദനായി ജനാലയിലൂടെ താഴേക്കു നോക്കി നിൽക്കുകയായിരുന്നു അയാൾ.

സമയം കിട്ടുന്നതുകൊണ്ട് ഞാൻ മുമ്പെഴുതിയ ചില കഥകൾ പകർത്തി പലവിധ മാസികകൾക്കയച്ചു. അവ മുറയ്ക്ക് തിരിച്ചു കിട്ടിക്കൊണ്ടിരുന്നു. ഉച്ചസമയങ്ങളിൽ മോനായി പുറത്തിറങ്ങും. അയാൾ എന്നും വീട്ടിൽ പോയിട്ടാണ് ഭക്ഷണം കഴിക്കുന്നത്. കൊണ്ടുവരുന്ന പതിവില്ല. കുറച്ചു ദൂരെയാണ് അയാൾ താമസിച്ചിരുന്നതെന്ന് എന്നോടു സൂചിപ്പിച്ചിരുന്നു. ബസ്സുപിടിച്ച് പോവുന്നുണ്ടാവും. ഊണുകഴിഞ്ഞു വരുമ്പോൾ മിക്കപ്പോഴും കുറച്ചു വൈകും. അത്തരം ചില ദിവസങ്ങളിൽ മോനായി ഉച്ചയ്ക്കുശേഷം പിന്നെ ജോലി ചെയ്യുകയില്ല. ചിലപ്പോൾ വെറുതെ കൂനിക്കൂടിയിരിക്കും. അല്ലെങ്കിൽ വിശദമായി മുറുക്കും. തുടങ്ങിയാൽപ്പിന്നെ തീരുകയില്ലെന്നു തോന്നിച്ച ആ മുറുക്കിന്റെ

ആഘോഷത്തിനിടയിൽ അയാൾ അനേകം വെറ്റിലകൾ അരച്ചുതള്ളിക്കൊണ്ടിരിക്കും. ഒന്നു കഴിയുമ്പോഴേക്കും മറ്റൊന്ന്. മുറുക്കുന്നത് അയാൾക്ക് വിചിത്രമായൊരു ശീലമായിരുന്നു. ദിവസവും അതൊന്നും വേണമെന്നുമില്ല. അതാണ് കൂടുതൽ അദ്ഭുതം. മാത്രമല്ല, ചില സമയങ്ങളിൽ പെട്ടെന്ന് അയാൾ ജോലി നിർത്തി പുറത്തേക്കാണെന്നു പറഞ്ഞ് പോയാൽ കുറെ കഴിഞ്ഞിട്ടായിരിക്കും തിരിച്ചു വരുന്നത്. ഓഫീസടയ്ക്കാൻ തുടങ്ങുമ്പോഴൊക്കെയാവും അയാൾ ഓടിക്കിതച്ച് തിരിച്ചെത്തുക. വിയർത്തു കുളിച്ചിട്ടുണ്ടാവും. ഏതായാലും പണികൾ ഭംഗിയായി നടന്നു പോകുന്നതുകൊണ്ട് വൈകുന്നതിനെപ്പറ്റിയൊന്നും ഞാൻ ചോദിക്കാനും ശ്രമിച്ചില്ല. വളരെ പ്രായവ്യത്യാസമുണ്ടായിരുന്നതു കൊണ്ടാവാം, ഞങ്ങൾ തമ്മിൽ സ്വകാര്യ സംഭാഷണങ്ങൾ കുറവായിരുന്നു.

ഒരു ദിവസം അങ്ങനെ ഉച്ചകഴിഞ്ഞ് ഓഫീസിൽ വന്നിരിക്കുന്ന സമയത്ത് മോനായി എന്നോടു ചോദിച്ചു: "നിങ്ങൾക്ക് ജ്യോതിഷത്തിൽ വിശ്വാസമുണ്ടോ?"

ഒരു ബന്ധവുമില്ലാത്ത ആ ചോദ്യം കേട്ട് ഞാൻ തെല്ലൊന്നമ്പരന്നു.

"ചോദിച്ചെന്നേയുള്ളൂ." മോനായി വിശദീകരിച്ചു: "ആളുകൾ എല്ലാം വിശ്വസിക്കുന്ന കാലമാണ്. ജോത്സ്യം, മഷിനോട്ടം, ഹസ്തരേഖ - അങ്ങനെയെന്തും. വിശ്വാസികളെ തടഞ്ഞിട്ട് നടക്കാൻ വയ്യാതായിരിക്കുന്നു."

"അതെന്താ ഇപ്പോൾ മോനായിക്ക് അങ്ങനെ തോന്നാൻ?" ഞാൻ തിരക്കി.

"ഒരു രസമുണ്ട്." അയാൾ സൗഹൃദത്തോടെ എന്നെ നോക്കിക്കൊണ്ടു പറഞ്ഞു. പിന്നെ ടൈപ്പ് റൈറ്ററിന്റെ പിന്നിൽ നിന്നും എഴുന്നേറ്റ് ജനാലയ്ക്കൽ വന്നു നിന്നു. അയാൾ താഴേക്കു നോക്കി ആരെയോ ചൂണ്ടിക്കാണിക്കുകയായിരുന്നു. "ഒന്നു വന്നു നോക്കൂ. ഞാൻ പറഞ്ഞതു പോലെ, ആളുകൾ എന്തും വിശ്വസിക്കുന്ന കാലമാണ്. തിരക്കു കണ്ടില്ലേ?"

വലിയ താത്പര്യമില്ലാത്ത മട്ടിൽ ഞാൻ എഴുന്നേറ്റു.

അവിടെ നിന്നു നോക്കിയാൽ കാണുന്നിടത്ത് താഴെ, തെരുവിൽ ഒരാൾക്കൂട്ടമുണ്ടായിരുന്നു. അതവിടെ പതിവില്ലാത്തതാണ്. അതെന്താണെന്നു ശ്രദ്ധിച്ചു നോക്കിയപ്പോൾ അല്പം തണലുള്ള ഒരു മരത്തിനു താഴെ കാവിവസ്ത്രം ധരിച്ച ഒരു കൈനോട്ടക്കാരി ഇരിക്കുന്നതു കണ്ടു. അതിലത്ര വിസ്മയമൊന്നും എനിക്കു തോന്നിയില്ല. ഞാൻ വരുന്ന കാലം മുതല്ക്കേ അവരെ കാണാറുള്ളതാണ്. മിക്കവാറും ബസ്സ്റ്റാന്റിന്റെ മുന്നിലുള്ള വെയ്റ്റിങ് ഷെഡ്ഡിലാണ് അവർ സ്ഥിരമായി വന്നിരിക്കാറുള്ളത്. ഇവിടെ ഒരുപക്ഷേ, ആദ്യമായിട്ടാവും. അതാണ് ഇപ്പോൾ ഇങ്ങനെ ആൾത്തിരക്കു കാണുന്നത്.

“ഓ, അതാ കൈനോട്ടക്കാരിത്തള്ളയല്ലേ?” ഞാൻ പറഞ്ഞു.

“അവരെ അറിയാമോ?” മോനായി വലിയ അദ്ഭുതത്തോടെ ചോദിച്ചു.

“പിന്നേ. അവരുടെയടുത്ത് ഞാൻ കൈ നോക്കിച്ചിട്ടുണ്ട്.”

“നിങ്ങൾക്ക് ഇതിലെല്ലാം വിശ്വാസമുണ്ടോ?” മോനായി തന്റെ ആദ്യത്തെ ചോദ്യം ആവർത്തിച്ചു. എന്നെപ്പോലൊരു ആളുടെ വിശ്വാസത്തിന് എന്താണിത്ര പ്രത്യേകത എന്നാലോചിക്കുകയായിരുന്നു ഞാൻ.

“ഓ, അതൊരു നേരമ്പോക്കിന് നോക്കിയെന്നേയുള്ളൂ.” ഞാൻ ഒഴിഞ്ഞു.

“എന്നിട്ട് എന്താണ് അവർ പറഞ്ഞത്?” മോനായിയുടെ വാക്കുകളിൽ ആകാംക്ഷയുണ്ടായിരുന്നു.

“കുറച്ച് മുമ്പാണത്. അത്ര ഓർക്കാനും മറ്റും ഒന്നുമില്ല. രണ്ടോ മൂന്നോ കാര്യങ്ങൾ.” ഞാൻ പറഞ്ഞു: “ഒന്ന് ഞാനീ പട്ടണം വിട്ടുപോകും എന്ന്.”

“അതു നിങ്ങളുടെ കരാർ തീരുമ്പോൾ തീർച്ചയായും സംഭവിക്കും. തന്നെയുമല്ല നിങ്ങൾ ചെറുപ്പമാണല്ലോ. മറ്റൊരു ജോലി കിട്ടുമെന്ന് ഊഹിക്കുകയുമാവാം.” മോനായി വാദിച്ചു.

“മറ്റൊരു പട്ടണത്തിൽ ജോലിക്കു ചേരും എന്നും പറഞ്ഞു.”

“സ്വാഭാവികം.”

“നമ്മൾ ജോലി ചെയ്യുന്ന ഈ സ്ഥാപനം പൂട്ടുമെന്നും അവർ പറഞ്ഞു.”

അപ്പോൾ തെല്ലൊരു അവിശ്വാസത്തോടെ മോനായി എന്നെ നോക്കി. അതിനെക്കുറിച്ച് അയാൾ എന്നോടൊന്നും പറഞ്ഞില്ല. അമ്പതിലേറെ വർഷം പഴക്കമുള്ള, കക്ഷികൾക്കിടയിൽ നല്ല പേരുള്ള ഈ ഉത്തരേന്ത്യൻ സ്ഥാപനം അതിന്റെ പ്രവർത്തനം അവസാനിപ്പിക്കുമെന്നു പറയാൻ അക്കാലത്ത് അസാമാന്യമായ ധൈര്യംതന്നെ വേണമായിരുന്നു. അക്കാര്യത്തിൽ മാത്രമാണ് എനിക്കും ആ പ്രവചനത്തെക്കുറിച്ച് അന്ന് അദ്ഭുതം തോന്നിയത്.

“ഇതെത്ര നാൾ മുമ്പ് പറഞ്ഞ കാര്യങ്ങളാണ്?” മോനായി തന്റെ കണ്ണട അഴിച്ചെടുത്തു തുടച്ചുകൊണ്ടു ചോദിച്ചു.

“കുറച്ചായി. ഒരുപക്ഷേ, ഞാൻ വന്നയിടയ്ക്കുതന്നെ.”

“എനിക്കിതിലൊന്നും വിശ്വാസമില്ല.” മോനായി പറഞ്ഞു: “ഞാൻ കുറെക്കാലമായി ഇതെല്ലാം തെറ്റാണെന്നു തെളിയിക്കാൻ നടന്നിരുന്ന ആളാണ്. യുക്തിവാദിപ്രസ്ഥാനത്തിലുണ്ടായിരുന്നു. അവരുടെ മാസികാപ്രസിദ്ധീകരണങ്ങളിൽ സഹായിച്ചിട്ടുണ്ട്. സകല ധ്യാന

കേന്ദ്രങ്ങളിലും സുവിശേഷയോഗങ്ങളിലും ഞാൻ പോയി പ്രതിഷേധിച്ചിട്ടുണ്ട്. ജാഥ നടത്തി. നിങ്ങൾക്കറിയാമോ, ഒരുയർന്ന പാറയുടെ മുകളിൽനിന്നും കത്തിച്ച ഒരു പന്തം വീശിക്കാണിച്ചുകൊണ്ട് മകരജ്യോതിക്ക് എതിർപ്പു കാണിച്ചവരുടെ കൂട്ടത്തിലും ഞാനുണ്ടായിരുന്നു. അതൊരു കാലം..."

ഞാൻ കസേരയിൽ വന്നിരുന്ന് എന്റെ പണികളിൽ മുഴുകി. കുറച്ചു സമയത്തിനുശേഷം ടൈപ്പ്റൈറ്ററിൽനിന്നുള്ള ശബ്ദങ്ങൾ ഉയർന്നു കേട്ടു.

"പക്ഷേ, എന്നാലും സ്വന്തം ഭാവിയെക്കുറിച്ച് അറിയാൻ താത്പര്യമില്ലാത്ത ആരുണ്ട്?" മുമ്പു പറഞ്ഞതിന്റെ ബാക്കിയെന്നോണം അയാൾ തുടർന്നു. ഒരു രഹസ്യം പറയുന്നതുപോലെ ആ ശബ്ദം താഴ്ന്നിരുന്നു. "അവരിപ്പോൾ എന്റെ കൈ നോക്കാൻ തയ്യാറായാൽ ഞാനും പോകും. വിശ്വസിച്ചാലും ഇല്ലെങ്കിലും അതു കേൾക്കും."

"അവർ നോക്കാൻ തയ്യാറാവുക എന്നു പറഞ്ഞാൽ?" എനിക്കു ചിരി വന്നു: "അതെന്താ അവിടെ ചെന്നാൽ മതിയല്ലോ. അവർക്കു കാശു കിട്ടുന്ന കാര്യമല്ലേ?"

"അതല്ല. ഇത്രയും ആളുകൾക്കിടയ്ക്കു ചെന്ന് അങ്ങനെ കൈ നീട്ടാൻ എനിക്കൊരു മടിയുണ്ട്. മറ്റാരെങ്കിലും കണ്ടാലോ? മുമ്പ് ഞാനതിനെയെല്ലാം എതിർത്തിട്ടുള്ളതാണല്ലോ. ഇപ്പോഴും ഒരു കൗതുകം മാത്രമാണ്, കേട്ടോ. വിശ്വാസം എന്നു പറഞ്ഞുകൂടാ."

"അതു സാരമില്ല. നിങ്ങൾ തീർച്ചയായും നോക്കണം. ഞാൻ കൂടെ വരുന്നുണ്ട്. നമുക്കു വൈകുന്നേരം കുറച്ചു നേരത്തേയിറങ്ങിയാൽ മതി. തിരക്കു കുറയും." മോനായിയെ പ്രോത്സാഹിപ്പിച്ചുകൊണ്ട് ഞാൻ പറഞ്ഞു.

"അവർ അങ്ങനെ കുറെ ആളുകളെയൊന്നും നോക്കുകയില്ലെന്നാണ് പറയുന്നത്. ഒരു നിശ്ചിത എണ്ണം കഴിഞ്ഞാൽ നിർത്തുമത്രേ. അവർക്കു ദിവ്യശക്തിയുണ്ടെന്നാണ് ആൾക്കൂട്ടത്തിലുള്ളവരിലൊരാൾ പറഞ്ഞത്." മോനായി ചെറിയ പരിഹാസത്തോടെ ചിരിച്ചു.

"ദിവ്യശക്തി! എന്തോ, എനിക്കറിയില്ല." ഞാൻ പണി തുടർന്നു: "അവർക്കു പക്ഷേ, കാഴ്ചശക്തിയില്ലെന്നുള്ള കാര്യം എനിക്കറിയാം."

മോനായി പെട്ടെന്ന് ടൈപ്പിങ് നിർത്തി അവിശ്വാസത്തോടെ എന്നെ നോക്കി.

"അതുതന്നെ. അവർ ചെറിയൊരു കമ്പുകൊണ്ടു പരതിയാണ് കൈ നോക്കുന്നത്. അല്ലെങ്കിൽ തൊട്ടു നോക്കിക്കൊണ്ട്." ഞാൻ പറഞ്ഞു.

"ഏയ്, അതെല്ലാം വെറുതെ അഭിനയിക്കുന്നതായിരിക്കും."

"അങ്ങനെയാണ് ഞാനും വിചാരിച്ചിരുന്നത്. പക്ഷേ..." ഞാൻ ശബ്ദം താഴ്ത്തിക്കൊണ്ടു തുടർന്നു: "അതിന് എനിക്കു തെളിവുണ്ട്. ഒരു ദിവസം അവർ ഒരു പൊതുസ്ഥലത്തിരുന്നു മൂത്രമൊഴിക്കുന്നതു ഞാൻ കണ്ടു. കുറച്ച് ഇരുട്ടിയിരുന്നു. ആണുങ്ങൾ അതു ചെയ്യും. പക്ഷേ, ആരെങ്കിലും കാണും എന്നുണ്ടെങ്കിൽ ഒരു സ്ത്രീയും അതു ചെയ്യില്ല. എത്ര വയസ്സി യായാലും. ശരിയല്ലേ? ചുറ്റും ആരുമില്ലെന്നു വിചാരിച്ചാണ് അവർ അതു ചെയ്തത്. സത്യത്തിൽ, രാത്രിവണ്ടി കാത്ത് കുറച്ചു പേർ അവിടെ നിൽക്കുന്നുണ്ടായിരുന്നു."

മോനായി ഒന്നും പറഞ്ഞില്ല.

അന്നു വൈകുന്നേരം കുറച്ചു നേരത്തെ ഇറങ്ങിയപ്പോൾ ആ തണൽ മരത്തിനു താഴെ ഒറ്റയ്ക്ക് ആ വയസ്സി ഇരിക്കുന്നത് ഞങ്ങൾ കണ്ടു. ആളുകളുടെ കൗതുകം അവസാനിച്ചിട്ടുണ്ടാവണം. ചുറ്റുപാടും തന്റെ വല്ല പരിചയക്കാരാരെങ്കിലുമുണ്ടോ എന്നു പരിശോധിക്കുന്നതുപോലെ നോക്കിയശേഷം അയാൾ കൈനോട്ടക്കാരിയുടെ അടുത്തേക്കു നടന്നു. മോനായിക്ക് ഇവിടെ, ഈ പട്ടണത്തിൽ ആരെയെങ്കിലും പരിചയം കാണു മെന്ന് എനിക്കു തോന്നിയിട്ടില്ല. അയാളെ അന്വേഷിച്ച് ആരെങ്കിലും എത്തുകയോ, അയാൾക്കായി ഒരു ഫോൺ വരികയോ ഒന്നും ഇല്ലായി രുന്നു. തെക്കാണ് തന്റെ വീടെന്നാണ് അയാൾ പറഞ്ഞിട്ടുള്ളത്. അവിടെ നാട്ടിൽത്തന്നെ ഇത്തരം ചെറിയ ചെറിയ ജോലികൾ ചെയ്തും പാര ലൽ കോളജിൽ പഠിപ്പിച്ചുമൊക്കെയാണ് താൻ കഴിഞ്ഞിരുന്നതെന്ന് മോനായി പറഞ്ഞിരുന്നു. അതിനെക്കുറിച്ചൊന്നും അന്വേഷിക്കാൻ ഞാൻ ശ്രമിച്ചതുമില്ല.

സാധാരണ ഹസ്തരേഖക്കാരെപ്പോലെ എന്തെങ്കിലും ഒരു ബോർഡോ പരസ്യമോ ഒന്നും ആ വയസ്സിയുടെ ഒപ്പമുണ്ടായിരുന്നി ല്ലെങ്കിലും അവരെ അവിടെ വരുന്നവർക്കെല്ലാം അറിയാമായിരുന്നു. അവർ മഞ്ഞനിറമുള്ള ഒരു അയഞ്ഞ വസ്ത്രമാണ് ധരിച്ചിരുന്നത്. മൂന്നു ചുറ്റുകളാക്കി ഒരു രുദ്രാക്ഷം കഴുത്തിൽ തൂക്കിയിട്ടിരുന്നു. വേറെ ഒരു ആഭരണവുമണിഞ്ഞിട്ടില്ല. ഞങ്ങൾ ചെല്ലുന്ന സമയത്ത് കണ്ണുകൾ അടച്ച് എന്തോ ധ്യാനിക്കുന്നതുപോലെയിരിക്കുകയായിരുന്നു.

മോനായിയുടെ നീട്ടിയ കൈകളിൽ അവർ പിടിച്ചു. മുമ്പ് കൈ നോക്കുന്നതിനായി കാണിച്ച അവസരത്തിൽ അവരുടെ കൈ തൊടു മ്പോൾ അസാധാരണമായൊരു തണുപ്പനുഭവപ്പെട്ടിരുന്നതായി ഞാൻ അപ്പോൾ ഓർമ്മിച്ചു. മരിച്ചവരുടെ കൈകളിൽ തൊടുന്നതുപോലെയാ യിരുന്നു അത്. അവർ താനുപയോഗിച്ചിരുന്ന ചെറിയൊരു കമ്പെടുത്ത് മോനായിയുടെ കൈവെള്ളയിലെ വരകൾ സൃഷ്ടിക്കുന്ന ചാലുകളിലൂടെ ചലിപ്പിച്ചുകൊണ്ടിരുന്നു. അതിനുശേഷം അയാളുടെ കൈവിരലുകൾ മെല്ലെ ഉഴിഞ്ഞു. വിരലുകൾ നഷ്ടപ്പെട്ട തന്റെ ഇടതുകൈപ്പത്തി മടി യിൽ ഒതുക്കിവെച്ചുകൊണ്ടാണ് മോനായി ഇരുന്നിരുന്നത്.

“ബസ്സ്റ്റാന്റിന്റെ അവിടെനിന്നും ഇങ്ങോട്ടു പോന്നു അല്ലേ?” ഞാൻ ഇടയ്ക്ക് കുശലം ചോദിച്ചു.

“അവിടെ പൊടിക്കാറ്റടിക്കുന്നു.” അവർ തലയാട്ടിക്കൊണ്ട് എന്റെ നേരെ നോക്കി ചിരിച്ചു. അവരുടെ വായിൽ പല്ലുകൾ കുറവായിരുന്നു. ഉള്ളവതന്നെ ദ്രവിച്ചും മുറുക്കാൻ കറപിടിച്ചും കാണപ്പെട്ടു.

“നിങ്ങളുടേത് വളരെ നീളമുള്ള വിരലുകളാണ്.” അവർ സാവധാനം പറഞ്ഞു. അതു ശരിയായിരുന്നു. ഞാൻ അപ്പോഴാണ് ശ്രദ്ധിക്കുന്നത്. വളരെ നീണ്ടു മെലിഞ്ഞ വിരലുകളായിരുന്നു മോനായിയുടേത്.

“നിങ്ങൾ ഒരു കലാകാരനാണ്.” നീണ്ട തുളകളുള്ള തന്റെ കാതു രണ്ടും മെല്ലെ ഇളക്കിക്കൊണ്ട് അവർ തുടർന്നു. മോനായി അതിനുത്തരം പറയാതെ അവരെത്തന്നെ നോക്കിയിരുന്നു. താൻ പറയുന്നതിനെക്കുറിച്ചുള്ള പ്രതികരണങ്ങൾ പ്രതീക്ഷിക്കാത്തതുകൊണ്ടാവണം അവർ കമ്പുകൊണ്ട് അയാളുടെ കൈവെള്ളയിൽ പരിശോധിക്കുന്നതിൽ മുഴുകി.

“എന്നാലും നിങ്ങൾ മറ്റു തൊഴിലുകളെടുത്താണ് ജീവിച്ചത്. നിങ്ങൾ കണക്കെഴുതിയിട്ടുണ്ട്. ആധാരങ്ങൾ, രേഖകൾ ഇവയെല്ലാം തയ്യാറാക്കിയിട്ടുണ്ട്. ലക്ഷണം നോക്കുമ്പോൾ കുട്ടികളെ പഠിപ്പിച്ചിട്ടുണ്ടാവണം. കാരണം കലാകാരൻ എന്ന നിലയിൽ നിങ്ങൾക്ക് തുടരാൻ പ്രയാസമായിരുന്നു.” അവർ ഇടയ്ക്കുവച്ച് കമ്പിന്റെ ചലനം നിർത്തിക്കളഞ്ഞു. “പിന്നീട് അതിൽനിന്നും നിങ്ങളെ ആരോ തടഞ്ഞു വച്ചിട്ടുണ്ട്.” അപ്പോൾ അവർ വീണ്ടും കൈകൾ ഇളക്കി. കമ്പ് ഒരു ജീവിയെപ്പോലെ സ്വയം ചലിക്കുന്നതായി എനിക്കു തോന്നി.

മോനായി ഒന്നിനും ഉത്തരം പറഞ്ഞില്ല. ഞങ്ങൾ അവർക്കരുകിൽ അല്പം കുനിഞ്ഞിരിക്കുകയായിരുന്നു. കിഴവി ഒരു കാര്യം പറയുന്നതിനിടയിൽ എടുക്കുന്ന വലിയ ഇടവേളകൾ എന്നെ അസ്വസ്ഥനാക്കി. അവരുടെ നാവിൽനിന്നും വാക്ക് ഒരു വലിയ മഴത്തുള്ളിയായി രൂപപ്പെട്ട് നിലത്തു വീഴുന്നതിനുള്ള സമയം മുഴുവൻ അവർ ആ കനം കുറഞ്ഞ കമ്പുകൊണ്ട് വെറുതെ സ്വന്തം കൈവെള്ളയിൽത്തന്നെ തടവുകയും പിന്നെ മുന കൂർപ്പിക്കാനെന്നവണ്ണം ചൂണ്ടുവിരൽകൊണ്ട് അതിനെ ഉഴിയുകയും ചെയ്തു. അവർ അപ്പോഴൊന്നും കണ്ണു തുറന്നിരുന്നില്ലെന്നത് ആശ്ചര്യമായിത്തോന്നി.

കിഴവി മോനായിയുടെ കൈപ്പത്തി സ്വന്തം കൈകൊണ്ട് അമർത്തിയ ശേഷം പതുക്കെ മൂക്കടുപ്പിച്ച് അതു മണക്കുന്നതുപോലെ കാണിച്ചു. ഒന്നു രണ്ടുതവണ അത് ആവർത്തിച്ചു. പൊടുന്നനേ ഒന്നു ഞെട്ടിയതുപോലെ അവർ ആ കൈപ്പത്തി താഴേക്കിട്ടു. ഒന്നും പറയാതെ രേഖകളിലൂടെ ചലിപ്പിച്ചുകൊണ്ടിരുന്ന കമ്പെടുത്ത് തന്റെ സഞ്ചിയിൽ നിക്ഷേപിച്ചു.

"എന്തു പറ്റി?" ആദ്യമായി മോനായി സംസാരിക്കുന്നതു ഞാൻ കേട്ടു. അയാളുടെ ചോദ്യത്തിലെ ആകാംക്ഷ എനിക്കു തിരിച്ചറിയാമായിരുന്നു.

"ഒന്നുമില്ല. അത്രയേ ഉള്ളൂ." വയസ്സി പറഞ്ഞു. ആ സമയത്ത് അവർ കൺപോളകൾ തുറന്നു. വെളുത്ത കടലിനുള്ളിൽ കെട്ടുപോയ സൂര്യനെപ്പോലെ മങ്ങിയ കൃഷ്ണമണികളുടെ ചലനം ഞാൻ ശ്രദ്ധിച്ചു.

കുറച്ചു നേരംകൂടി അവിടെത്തന്നെ നിന്നിട്ടും അവർ ഒന്നും മിണ്ടുന്നില്ലെന്നു കണ്ടപ്പോൾ ഞങ്ങൾ എഴുന്നേറ്റു. മോനായി കൊടുത്ത പണം വാങ്ങുമ്പോൾ അവരുടെ കൈകൾ പതുക്കെ വിറയ്ക്കുന്നുണ്ടെന്ന് എന്തുകൊണ്ടോ എനിക്കു തോന്നി.

തെരുവുകളിൽ വിളക്കുകൾ തെളിഞ്ഞിരുന്നു. വാഹനങ്ങളിൽനിന്നും വരുന്ന തീക്ഷ്ണമായ പ്രകാശത്തിന്റെ അരികുപറ്റി ഞങ്ങൾ കുറെ ദൂരം നടന്നു. തിരക്കുപിടിച്ചു നടന്നുപൊയ്ക്കൊണ്ടിരിക്കുന്ന ആളുകളെ നോക്കി നീങ്ങുന്നതുകൊണ്ട് ഞങ്ങൾ പരസ്പരം ഒന്നും സംസാരിച്ചില്ല. ഓഫീസിൽനിന്നും വരുമ്പോൾ കൈയിലെടുത്തിരുന്ന കവറുകളെല്ലാം ഞാൻ റോഡരികിലുള്ള ഒരു തപാൽപ്പെട്ടിയിൽ നിക്ഷേപിച്ചു. പിന്നെ പെട്രോമാക്സിന്റെ വെളിച്ചത്തിൽ കടലക്കച്ചവടം ചെയ്തിരുന്ന ഒരു സൈക്കിൾവണ്ടിയിൽനിന്നും വറുത്ത കടല വാങ്ങി കൊറിച്ചുകൊണ്ട് വെറുതെ നിന്നു.

"പൊയ്ക്കോളൂ. എനിക്കു ബസ്സു കിട്ടും." മോനായി പറഞ്ഞു: "നമുക്ക് നാളെ കാണാം."

"കൈനോട്ടത്തിൽ വിശ്വാസം വന്നോ?" ഞാൻ പിരിയുന്നതിനു മുമ്പ് ചോദിച്ചു.

"അതിന് അവരെന്താണ് കാര്യമായി പറഞ്ഞത്?" മോനായി ചിരിക്കാൻ ശ്രമിച്ചുകൊണ്ട് എന്നോടു തിരിച്ചു ചോദിച്ചു.

അടുത്ത ദിവസം ആദ്യമായി മോനായി മുടങ്ങി. ഉച്ച കഴിഞ്ഞപ്പോൾ തനിക്കു നല്ല സുഖം തോന്നുന്നില്ലെന്ന് അയാൾ വിളിച്ചു പറഞ്ഞു. കാലത്തു മുതൽ മാറാത്ത തലവേദന. മുമ്പും ഇടയ്ക്കൊക്കെ ഉണ്ടാവാറുണ്ട്. കുറെക്കാലമായി വിട്ടു നിൽക്കുകയായിരുന്നു. മരുന്നു കഴിക്കുന്നുണ്ട്. നാളെയാകുമ്പോഴേക്കും എല്ലാം ശരിയാവും. നാളെ തീർച്ചയായും എത്താമെന്നു പറഞ്ഞുകൊണ്ട് അയാൾ ഫോൺ വച്ചു.

പിറ്റേന്ന് എന്നെ സംബന്ധിച്ചിടത്തോളം ഒരു പ്രധാനപ്പെട്ട ദിവസമായിരുന്നു. അന്നാണ് ആദ്യമായി ഞാനെഴുതിയ ഒരു കഥ അല്പം പ്രചാരമൊക്കെയുള്ള ഒരു വാരികയിൽ അടിച്ചു വന്നത്. തുടക്കക്കാർക്കെല്ലാം തോന്നാനിടയുള്ളതുപോലെ വലിയൊരു നേട്ടമാണ് കൈവരിച്ചിരിക്കുന്നതെന്ന് എനിക്കു തോന്നി. പ്രസിദ്ധീകരണസംബന്ധമായ തടസ്സങ്ങൾ നീങ്ങിയിരിക്കുന്നു. ഇനി തീർച്ചയായും ഈ മേഖലയിൽ

പിടിച്ചുനിൽക്കാനാവും എന്നൊക്കെയുള്ള ഒരാത്മവിശ്വാസം എനിക്കുണ്ടായി. കഥ പ്രസിദ്ധീകരിച്ചു വന്ന വാരിക ഞാൻ വാങ്ങി പലതവണ മറിച്ചു നോക്കി. ആളുകൾ എങ്ങനെയാവും വാരിക തുറന്നതിനുശേഷം എന്റെ രചനയിലേക്ക് എത്തിച്ചേരുക എന്നറിയാനുള്ള പരീക്ഷണമായിരുന്നു അതെല്ലാം. മുൻപേജുകളിൽനിന്നും, തിരിച്ച് പിറകിൽ നിന്നുമെല്ലാം വാരികയുടെ താളുകൾ മറിഞ്ഞുകൊണ്ടിരുന്നു. വിഷയവിവരത്തിനു താഴെ കൊടുത്തിരിക്കുന്ന പേരു വായിച്ച് ആ പേജിലേക്ക് നേരിട്ട് കടക്കുന്നവരേയും ഞാൻ സങ്കല്പിക്കുകയുണ്ടായി. ഓരോ തവണയും വായന എന്റെ കഥയിൽ മാത്രം ഒതുങ്ങിനിന്നു എന്നു പറയേണ്ടതില്ലല്ലോ.

ഇത്തരമൊരു സന്തോഷം പങ്കുവയ്ക്കാൻ പാകത്തിൽ അടുത്തെങ്ങും എനിക്ക് സുഹൃത്തുക്കളുണ്ടായിരുന്നില്ല. അതുകൊണ്ടുതന്നെ അന്ന് ഓഫീസിലെ പണിത്തിരക്കുകൾക്കിടയിൽ ഗൂഢമായൊരു സന്തോഷത്തോടെ ഞാൻ അങ്ങനെ കഴിഞ്ഞുകൂടി. നേരെമറിച്ച് മോനായി നിരന്തരം ടൈപ്പു ചെയ്തുകൊണ്ടിരുന്നു. അയാൾ തലേനാളത്തെ സർട്ടിഫിക്കറ്റുകൾകൂടി അടിക്കുന്നുണ്ടാവുമെന്ന് ഞാൻ വിചാരിച്ചു.

അന്ന് ഉച്ചതിരിഞ്ഞ് മോനായി ഭക്ഷണം കഴിച്ചു വരുന്നതിനിടയിലുള്ള ഇടവേളയിൽ ഞാൻ രാവിലെ അയാൾ തയ്യാറാക്കിയ സർട്ടിഫിക്കറ്റുകളെല്ലാം ആളുകൾക്ക് അയയ്ക്കുന്നതിനുവേണ്ടി ഒരുക്കുകയായിരുന്നു. ഒന്നാമത്തെ വിലാസം ഞാൻ ഒരു പുസ്തകത്തിലേക്കു പകർത്തി. തപാൽ അയയ്ക്കുന്നതിന്റെ രേഖയാണ് ആ പുസ്തകം. "ജോസഫ് മോനായി, 303, കല്ലാർ ലെയിൻ" എന്ന വിലാസം എനിക്കു ചെറിയ പരിചയം തോന്നി.

അടുത്ത സർട്ടിഫിക്കറ്റ് എടുത്തു. അതേ വിലാസംതന്നെയാണല്ലോ. എനിക്കു ചെറിയ അമ്പരപ്പു തോന്നി. മോനായി അടിച്ചുവെച്ചിരിക്കുന്ന കെട്ടുകളിൽ ഞാൻ ഓടിച്ചുനോക്കി. ഇത്തവണ ഞാൻ ശരിക്കും നടുങ്ങിപ്പോയി. മോനായി എല്ലാ സർട്ടിഫിക്കറ്റുകളിലും ഒരേ പേരും വിലാസവുമാണ് അടിച്ചു വച്ചിരിക്കുന്നത്-അയാളുടെ വിലാസം. ജോസഫ് മോനായി, വയസ്സ് 46. മുമ്പൊരിക്കലും തെറ്റു വരുത്താത്ത ഇയാൾക്ക് എന്താണ് സംഭവിച്ചിരിക്കുന്നത് എന്ന് എനിക്കു മനസ്സിലാക്കാൻ കഴിഞ്ഞില്ല.

അയാൾ തിരിച്ചു വന്ന് തന്റെ കസേരയിൽ ഇരിപ്പുറപ്പിച്ചപ്പോൾ തെറ്റായി അടിച്ച സർട്ടിഫിക്കറ്റുകൾ ഞാൻ എടുത്തു. മോനായിയുടെ നേരെ തിരിഞ്ഞപ്പോൾ, അയാൾ അസാധാരണമായി വിറയ്ക്കുന്നതു കണ്ടു. മുഖം ചുവന്നു തുടുത്തിരുന്നു. നെറ്റിയിൽ വിയർപ്പു പൊടിയുന്നുണ്ടായിരുന്നു.

"എന്തുപറ്റീ മോനായി?" ഞാൻ സർട്ടിഫിക്കറ്റുകൾ മാറ്റി വച്ചുകൊണ്ട് ചോദിച്ചു: "നിങ്ങൾ വല്ലാതെ വിയർക്കുന്നു."

"ഒന്നുമില്ല, ഒന്നുമില്ല. ഇന്നലത്തെ തലവേദന വിട്ടു പോകുന്നില്ല." അയാൾ എന്റെ നേരെ നോക്കി ചിരിക്കാൻ ശ്രമിച്ചുകൊണ്ടു പറഞ്ഞു.

"മരുന്നു കഴിച്ചില്ലേ?" ഞാൻ ചോദിച്ചു.

അയാൾ ഒന്നും പറയാതെ തലകുനിച്ചുകൊണ്ട് കുറച്ചു നേരം ഇരുന്നു. അയാളെ ശല്യപ്പെടുത്തരുതെന്ന് ഞാൻ തീരുമാനിച്ചു.

കുറച്ചു നേരം അങ്ങനെ കഴിഞ്ഞു.

"അവർ, ആ കൈനോട്ടക്കാരി..." മോനായി എന്റെ നേർക്കു തിരിഞ്ഞു കൊണ്ടു പറഞ്ഞു.

"ആ വയസ്സി? അവർക്കെന്താണ് പറ്റിയത്?"

"ഏയ്, ഒന്നുമില്ല. പക്ഷേ, അവരെന്തോ ഒളിക്കുന്നുണ്ട്." മോനായി വിറയ്ക്കുന്ന ശബ്ദത്തിൽ പറഞ്ഞു: "ഇന്നലെ മുതൽ ഞാൻ അവരുടെ അടുത്ത് തിരക്കു കുറയുന്നതു നോക്കി നിൽക്കുകയായിരുന്നു. എപ്പോഴും ചുറ്റിപ്പറ്റി നിറച്ചാളുകൾ."

അപ്പോൾ മോനായി ലീവെടുത്ത് ഇന്നലെ മുഴുവൻ ഇവരുടെ അടുത്തു വന്നു നിൽക്കുകയായിരുന്നോ? ഇയാൾക്കെന്താണ് കുഴപ്പം? കൊടിയ യുക്തിവാദികൾ ഒടുവിൽ സന്ന്യസിക്കുമെന്ന് തമാശ പറയാറുള്ളത് ഞാനോർത്തു. ഇവിടെയിപ്പോൾ എന്താണ് സംഭവിച്ചിട്ടുള്ളത്? ആ വയസ്സി മോനായിയോട് പറഞ്ഞതിൽ വലിയ കാര്യമുണ്ടെന്നൊന്നും എനിക്കു തോന്നിയില്ല. ഹസ്തരേഖക്കാരും ജ്യോതിഷികളുമെല്ലാം അങ്ങനെയാണ്. എല്ലാവരേയും അവർ പറഞ്ഞു വലിയ കലാകാരന്മാരാക്കും. തടസ്സങ്ങളുണ്ടെന്നു പറയും. ജ്യോതിഷികളുടെ അടുത്തു ചെന്നാൽ ആർക്കാണ് ശത്രുവില്ലെന്നു പറയുക? അതു തന്നെയാണ് മോനായിയെ ആരോ തടഞ്ഞുവച്ചു എന്നു കേട്ടപ്പോൾ എനിക്കു തോന്നിയത്. ഇതെല്ലാം ഒരു കൗതുകംപോലെ എടുത്താൽ മതിയെന്നായിരുന്നു എന്റെ പക്ഷം.

"ഇതാ, ഇപ്പോൾ, കുറച്ചുമുമ്പ് അവരെ ഒറ്റയ്ക്കു കിട്ടി. ഞാൻ വീണ്ടും കൈ കാണിച്ചു. മുമ്പു കാണിച്ച വിവരം പറയാതെ."

"എന്നിട്ട്?"

"അവർ കൈ തൊട്ടതും എന്നെ ചീത്ത വിളിക്കാൻ തുടങ്ങി. എടാ പന്നീ, എടാ പന്നീ, അവർ അലറി. നീ മിനിയാന്നു വന്നവനല്ലേ? ഞാൻ മറന്നുവെന്നു വിചാരിച്ചോ? പോടാ നിന്റെ നാറുന്ന കൈയുംകൊണ്ട്."

ഞാൻ പകച്ചു. "മോനായി എന്താണ് നിങ്ങളുടെ കൈകളിൽ? മിനിയാന്നും അവർ അതു മണപ്പിച്ചു നോക്കിയിരുന്നല്ലോ."

"അതാണ് എനിക്കും മനസ്സിലാവാത്തത്. അവർ എന്നെ ആട്ടി യോടിക്കുകയായിരുന്നു. അങ്ങനെ ചെയ്തപ്പോൾ എനിക്കു വല്ലാത്ത വിഷമം തോന്നി. നിങ്ങൾക്കറിയാമല്ലോ, എന്റെ വലതുകൈയിന് ഒരു

കുഴപ്പവുമില്ല." അയാൾ ഉറപ്പു വരുത്താനെന്നോണം തന്റെ നീണ്ടു മെലിഞ്ഞ വലതു കൈപ്പടം ഉയർത്തി എന്നെ കാണിച്ചു. "എന്നിട്ടും ഇന്ന് ഞാൻ പോകുന്നതിനുമുമ്പ് നന്നായി കഴുകിയിട്ടാണ് പോയത്. അപ്പോഴും അവർ എന്നെ ആക്ഷേപിച്ചു. അവർ അലറിവിളിച്ചപ്പോൾ ചുറ്റുപാടു മുള്ള കുറെ കച്ചവടക്കാരും ഓട്ടോത്തൊഴിലാളികളും എന്റെ നേർക്കു വന്നു."

അയാൾ വല്ലാതെ തകർന്നു പോയിരിക്കുന്നുവെന്ന് ഞാൻ കണ്ടു. ഈ സമയത്ത് അയാളോട് കാലത്തു സംഭവിച്ച തെറ്റുകളെക്കുറിച്ചു പറ യുന്നത് ഉചിതമായിരിക്കുകയില്ലെന്നു തോന്നിയതിനാൽ ഞാൻ സർട്ടി ഫിക്കറ്റുകൾ മാറ്റിവച്ചു.

"അതു പോട്ടെ." ഞാൻ വിഷയം മാറ്റുന്നതിനായി പറഞ്ഞു: "ഇന്ന് എനിക്ക് നല്ലൊരു ദിവസമാണ്."

മോനായി നിസ്സംഗനായി എന്നെ നോക്കി. അയാളുടെ ചിന്തയിൽ നിറയെ ആ കൈനോട്ടക്കാരിയും അവരുടെ ശകാരത്തിനുശേഷം തന്നെ പൊതിഞ്ഞ ആൾക്കൂട്ടവുമാണെന്ന് എനിക്കു മനസ്സിലായി.

ഞാൻ എന്റെ കഥയച്ചടിച്ചു വന്ന വാരികയെടുത്ത് അയാൾക്കു നീട്ടിക്കൊണ്ടു പറഞ്ഞു: "ഇതാ, എന്റെ കഥ വന്നിരിക്കുന്നു."

അപ്പോൾ അസാധാരണമായതെന്തോ കേൾക്കുന്നതുപോലെ മോനായി എഴുന്നേറ്റു. വാരികയിൽ വന്ന കഥയുടെ താളുകൾ അയാൾ തൊട്ടു നോക്കി. അതിനോടൊപ്പം വരച്ചിരിക്കുന്ന ആൾരൂപങ്ങളെ ശ്രദ്ധിച്ചു കൊണ്ട് കുറെ നേരം നിന്നു. അയാളുടെ മുഖം ആഹ്ലാദംകൊണ്ടു വിക സിക്കുന്നത് എനിക്കു കാണാമായിരുന്നു.

"അപ്പോൾ നിങ്ങൾ ഒരെഴുത്തുകാരനാണ് അല്ലേ? ഇത്ര നാളും നാമി ങ്ങനെ അടുത്തിരുന്നു പണിയെടുത്തിട്ടും അതറിയാൻകൂടി കഴിഞ്ഞി ല്ലല്ലോ." അയാൾ പറഞ്ഞു.

"അങ്ങനെ വലുതായിട്ടൊന്നുമില്ലല്ലോ. തന്നെയുമല്ല, ഇത് പ്രസിദ്ധീ കരിച്ചു വരുന്ന എന്റെ ആദ്യത്തെ കഥയുമാണ്." ഞാൻ വിനയത്തോടെ പറഞ്ഞു.

അയാൾ ഒറ്റയിരിപ്പിനുതന്നെ ആ കഥ വായിച്ചു തീർത്തു. പിന്നെ കൈനീട്ടി ഹസ്തദാനം ചെയ്തുകൊണ്ട് പറഞ്ഞു: "കൊള്ളാം. ഇത് നിങ്ങൾ എപ്പോഴാണ് എഴുതിയത്?"

"മുമ്പ്" ഞാൻ പറഞ്ഞു: "ഇവിടെ വന്നതിനുശേഷം ഒന്നു പുതുക്കി എന്നുമാത്രം."

"ഇനിയും എഴുതണം." മോനായി പ്രോത്സാഹിപ്പിക്കുന്ന സ്വരത്തിൽ പറഞ്ഞു: "നിങ്ങൾ ഒരു പുസ്തകം ഇറക്കുകതന്നെ വേണം."

അന്ന് ഓഫീസ് അടയ്ക്കുന്നതുവരെ ഞാൻ കാലത്തെ തെറ്റുകളുടെ കാര്യം പറഞ്ഞില്ല. ഓഫീസിന്റെ താഴിടുമ്പോൾ പക്ഷേ, അങ്ങനെ

ചില സർട്ടിഫിക്കറ്റുകളിൽ തിരുത്തുകൾ വേണ്ടിവന്നു എന്നു സൂചിപ്പിച്ചു.

"ചില സമയത്ത് എനിക്ക് ശ്രദ്ധ പാളിപ്പോകുന്നു. അപ്പോൾ എന്തെങ്കിലും കാര്യങ്ങൾ ചെയ്യുകയാണെങ്കിൽ ഒരു മാറ്റവുമില്ലാതെ ഞാനതു തുടർന്നുകൊണ്ടേയിരിക്കും. അതൊന്നും എനിക്കോർമ്മയുണ്ടാവില്ല." മോനായി എതിർപ്പു കൂടാതെ പറഞ്ഞു: "എന്താണ് പറ്റിയത്? ഒരുപാടു തെറ്റുകൾ വന്നിട്ടുണ്ടോ? ഞാൻ നാളെ തിരുത്തിയടിച്ചു തരാം. ഇത്ത വണ എന്നോടു ക്ഷമിക്കണം. ഒന്നും മനഃപൂർവ്വമല്ല."

"സാരമില്ല." തെറ്റു പറ്റിയെന്ന കാര്യം ഏറ്റുപറഞ്ഞതിൽ എനിക്ക യാളോട് സ്നേഹം തോന്നി.

പുറത്ത് കൈനോട്ടക്കാരിയുടെ അരികിൽ അപ്പോഴും രണ്ടുമൂന്നു പേരുണ്ടായിരുന്നു. ഞങ്ങൾ അവിടേക്കു നോക്കാതെ നടന്നു.

"നമുക്ക് ഒരു ചായ കുടിച്ചാലോ?" ഞാൻ ചോദിച്ചു.

"ചായ മതിയോ? വിശേഷിച്ചും നിങ്ങൾ ഒരെഴുത്തുകാരനായി മാറിയ സമയത്ത്?" മോനായി ചിരിച്ചുകൊണ്ട് തുടർന്നു:

"എനിക്കു തലവേദന മാറിയിട്ടില്ല. നിങ്ങൾ ഡ്രിങ്ക്സ് കഴിക്കുമോ?"

"മുമ്പ് ഒരു തവണ ബിയർ കഴിച്ചിട്ടുണ്ട്." ഞാൻ പറഞ്ഞു.

"എന്നാൽ നമുക്കൊരു ബാറിൽ പോകാം." അയാൾ പറഞ്ഞു: ഞാൻ പക്ഷേ, ബിയർ കഴിക്കുകയില്ല."

അതേ റോഡിന്റെ അറ്റത്തുള്ള ചെറിയൊരു ബാറിൽ ഏറ്റവും തിരക്കുകുറഞ്ഞ ഒരു മൂലയിൽ ഞങ്ങൾ ഇരുന്നു. അയാൾ വില കുറഞ്ഞ റം ആണ് പറഞ്ഞതെന്ന് ഞാൻ ശ്രദ്ധിച്ചു. പൊതുവിൽ സ്ഥിരം മദ്യപിക്കുന്നവർക്കുള്ളതാണ് റം എന്നാണ് കേൾവി. മദ്യങ്ങളിൽ അവർണൻ.

"രണ്ടു വർഷത്തിനു ശേഷമാണു ഞാൻ കഴിക്കുന്നത്." അയാൾ പറഞ്ഞു.

"അതു വിചിത്രംതന്നെ. എപ്പോഴും കഴിക്കുന്നതു നല്ലതല്ലല്ലോ." ഞാൻ ബിയർ ഒരു കവിൾ ഇറക്കിക്കൊണ്ട് അഭിപ്രായപ്പെട്ടു.

"ശരിയാണ്. എന്നോടു കഴിക്കരുതെന്നാണ് ഡോക്ടറും പറഞ്ഞിട്ടു ള്ളത്." അയാൾ അങ്ങനെ പറഞ്ഞെങ്കിലും പിന്നെ അതിനേക്കുറിച്ചു പറയാൻ ഇഷ്ടമില്ലാത്ത മട്ടിൽ നിർത്തിക്കളഞ്ഞു.

"അതിനു നിങ്ങൾക്ക് എന്താണ് അസുഖം?" ഞാൻ ചോദിച്ചു: "ഹാർട്ട് പ്രോബ്ലം വല്ലതുമുണ്ടോ?"

മോനായി അതിനുത്തരം പറയാതെ ഒന്നു ചിരിക്കുക മാത്രം ചെയ്തു. മദ്യം അയാളെ കുറച്ച് ഉല്ലാസവാനാക്കിയിരിക്കുന്നുവെന്ന് തോന്നിച്ചു.

"ഞാൻ ആലോചിക്കുകയായിരുന്നു." മോനായി തന്റെ ഗ്ലാസ്സ് പൂർത്തിയാക്കിയതിനുശേഷം മേശപ്പുറത്ത് ചെറിയ ശബ്ദത്തോടെ വച്ചു. "ആ കൈനോട്ടക്കാരി എന്താണ് എന്നോടു പറയാൻ മടിക്കുന്ന തെന്ന്." അതിനുശേഷം അയാൾ സ്വന്തം വലതു കൈപ്പടം മണത്തു നോക്കി.

"എനിക്ക് ചില ഊഹങ്ങളുണ്ട്." അയാൾ വളരെ സാവധാനം പറഞ്ഞു: "ചിലപ്പോൾ എന്റെ കൈകൾ സ്വയം ഞാനും മണത്തുനോ ക്കാറുണ്ട്. എല്ലാവരും ചെയ്യാറുള്ളതുപോലെ. അപ്പോഴെല്ലാം ആ ഗന്ധം എനിക്കും അനുഭവപ്പെടുമായിരുന്നു."

"അതെന്താണ്?" ഞാൻ അയാളെ നോക്കിക്കൊണ്ട് ഒട്ടൊരു കൗതു കത്തോടെ ചോദിച്ചു.

"ചോര." അയാൾ ഒരു സ്വകാര്യം പറയുന്നതുപോലെ പതുക്കെ പറഞ്ഞു.

ഞാൻ നിശ്ശബ്ദനായി അയാളെ നോക്കുക മാത്രം ചെയ്തു.

"അതിൽ എനിക്കദ്ഭുതമുണ്ടായിരുന്നില്ല. ചോരയുടെ മണം എനിക്കു പരിചിതമായിരുന്നു." അയാൾ ഒന്നു നിർത്തി. പിന്നെ തന്റെ ഇടതു കൈപ്പടം എന്റെ നേരെ നീട്ടിക്കാണിച്ചു: "ഇല്ലേ, ഇതിലിപ്പോഴും ദുഷിച്ച രക്തത്തിന്റെ വാസനയില്ലേ?"

ഞാൻ കുടിക്കാനെടുത്ത നിറഞ്ഞ ബിയർ ഗ്ലാസ്സ് സാവധാനം മേശ മേൽ വച്ചു.

"ഞാൻ പക്ഷേ, ഈ കൈ അവർക്കു നേരെ നീട്ടിയിട്ടേയില്ല, നിങ്ങൾക്കറിയാമല്ലോ."

"പൊതുവേ പുരുഷന്മാരുടെ വലതുകൈയിലെ രേഖകളാണ് നോക്കുക ഞാൻ പറഞ്ഞു.

അയാൾ തന്റെ നീട്ടിയ കൈപ്പടം സാവധാനം പിൻവലിച്ചുകൊണ്ട് എന്നെ ഉറ്റു നോക്കി. പിന്നെ കുറച്ചുനേരം ഇരുകൈകളും കൂട്ടിത്തിരുമ്മി. ആ ബാറിന്റെ ദുരൂഹമായ ചുവന്ന വെളിച്ചത്തിൽ അയാളുടെ ഇടതു കൈപ്പത്തിയിലെ വിരലുകൾ അവശേഷിപ്പിച്ച ശൂന്യത എന്നെ അലോ സരപ്പെടുത്തുന്നുണ്ടായിരുന്നു.

"ഈ വിരലുകൾക്ക് എന്താണ് പറ്റിയത്?" ഞാൻ അയാളോട് ചോദിച്ചു. ഇത്രയും നാളും ഞാനതിനെക്കുറിച്ചു ചോദിക്കാൻ മടിച്ചിരുന്നു.

"ഇതോ." അയാൾ രണ്ടു വിരലുകൾ മാത്രമുള്ള ഇടതുകൈപ്പടം ഉയർത്തിക്കാട്ടിക്കൊണ്ട് വളരെ നിസ്സാരമായ മട്ടിൽ തുടർന്നു: "ഒന്നുമില്ല. ഞാനവ മുറിച്ചുകളഞ്ഞു."

-വാക്കുകൾ എന്നിൽനിന്നും അറ്റുപോയി.

വിരലുകൾ മുറിഞ്ഞുപോയ ഭാഗത്തുനിന്നും അപ്പോഴും ചോര കിനി യുണ്ടെന്ന് എനിക്കു തോന്നി.

അയാൾ എന്റെ നിശ്ശബ്ദതയെ ഗൗനിച്ചില്ല. എന്റെ കണ്ണുകളിലേക്ക് നോക്കുന്നതു തുടർന്നുകൊണ്ട് മദ്യം തീർന്ന ഗ്ലാസ്സിൽ കുറച്ചു വെള്ള മൊഴിച്ച് ഒരു കവിൾ ഇറക്കി.

"ഇത്രയും വീതിയുള്ള ഒരുളി വേണ്ടിവന്നു." ഉളിയുടെ അളവു കാണിച്ചു തരുവാനെന്നോണം വലതുകൈയിലെ വിരലുകൾ ചേർത്തു പിടിച്ചുകൊണ്ട് അയാൾ പറഞ്ഞു.

നിറഞ്ഞ ബിയർ ഗ്ലാസ്സ് ഞാൻ വീണ്ടും ഉയർത്തി അതു ചുണ്ടിൽ വച്ചപ്പോൾ വല്ലാതെ കയ്ക്കുന്നുണ്ടെന്ന് എനിക്കു തോന്നി.

"മനുഷ്യന് ചില അവയവങ്ങൾ ഭാരമാണ്." അയാൾ ഒരു പെഗ്ഗു കൂടി വേണമെന്ന് ആവശ്യപ്പെട്ടുകൊണ്ട് എന്നോടു പറഞ്ഞു: "വിശേ ഷിച്ചും ഒരു കലാകാരന്. അവ പലപ്പോഴും ശ്രദ്ധ തെറ്റിക്കുന്നു."

–കലാകാരൻ.

അതുതന്നെയാണ് ആ കൈനോട്ടക്കാരി സ്ത്രീ പറഞ്ഞത്. ഞാൻ അക്കാര്യം പെട്ടെന്നോർത്തു. അയാൾ എന്റെ മനസ്സു വായിക്കുന്നതു പോലെയുണ്ടായിരുന്നു.

"മുമ്പ് ഞാൻ ശില്പങ്ങൾ കൊത്തുമായിരുന്നു, മരത്തിൽ. അന്നുപ യോഗിച്ചിരുന്ന ഉളികളിലൊന്നാണ് എടുത്തത്." മോനായി വിശദീകരി ക്കുന്നതുപോലെ പറഞ്ഞു നിർത്തി.

ഞാൻ അപ്പോഴും ഒന്നും പറഞ്ഞില്ല. അയാളുടെ കണ്ണുകളിലേക്ക് നോക്കാൻ എനിക്കു ഭയം തോന്നി.

"ശരിയാണ്. ആ കിഴവിക്ക് ഉൾക്കണ്ണുകളുണ്ട് സ്നേഹിതാ. എനിക്ക് അതല്ലാതെ ഒരു യുക്തിയും കണ്ടെത്താനാവുന്നില്ല. അവർ പറഞ്ഞത് ശരിതന്നെയാണ്. മുമ്പ് ഞാൻ ധാരാളം ചിത്രങ്ങൾ വരച്ചിരുന്നു."

"ഇപ്പോൾ വരയ്ക്കുന്നില്ലേ?"

"ഇപ്പോഴും ഉണ്ട്. പക്ഷേ, മനസ്സിൽ മാത്രം." അയാൾ ദുഃഖത്തോടെ ചിരിച്ചു: "കടലാസ്സിൽ വരയ്ക്കരുതെന്ന് ഡോക്ടർ പറഞ്ഞിട്ടുണ്ട്."

ഇത്തവണയും ഡോക്ടർ എന്നു പറഞ്ഞപ്പോൾ അയാൾ പെട്ടെന്നു നിർത്തുന്നതു ഞാൻ ശ്രദ്ധിച്ചു.

"ഒരിക്കൽ തുടങ്ങിയാൽ ഞാൻ ചിലപ്പോൾ ഒന്നും നിർത്തിയെന്നു വരില്ല. എന്റെയൊരു ബാധയാണത്. ഞാൻ ഒരുപക്ഷേ, അതേ ചിത്ര ങ്ങൾതന്നെ വരച്ചുകൊണ്ടേയിരിക്കും."

"കാലത്തു സർട്ടിഫിക്കറ്റുകൾ അടിച്ചതുപോലെ അല്ലേ?" ഞാൻ ഓർത്തു.

അയാൾ അപ്പോൾ സമ്മതിച്ചുകൊണ്ട് തലയാട്ടുക മാത്രം ചെയ്തു.

"അവർ ഒരു ദുർമന്ത്രവാദിനിയാണ്, ആ കിഴവി." അടുത്ത ഗ്ലാസ്സ് കഴിച്ചുകൊണ്ട് അയാൾ പറഞ്ഞു: "അവർക്ക് എല്ലാം അറിയാം. എല്ലാം."

"മോനായി, വരയ്ക്കുന്നതിൽ നിങ്ങൾക്കെന്താണ് തടസ്സം? ഓർക്കുന്നില്ലേ, ആ സ്ത്രീ അങ്ങനെയൊരു കാര്യം പറഞ്ഞു."

"വളരെ ശരിയാണത്." അയാൾ സമ്മതിച്ചു: "എന്നെ തടഞ്ഞുവച്ചിരിക്കുക തന്നെയായിരുന്നു. അല്ലെങ്കിൽ ഞാൻ വരയ്ക്കും എന്ന് എല്ലാവർക്കും അറിയാം. ആ വയസ്സിപ്പിശാചിന് എന്റെ മുഴുവൻ ആയുസ്സും ഒരു പുസ്തകംപോലെ വായിക്കാനാവും."

"എന്തിനാണ് നിങ്ങളെ തടയുന്നത്?" ഞാൻ ആവർത്തിച്ചു ചോദിച്ചു.

"ശരിക്കും അവിടെ ആരെങ്കിലും എന്നെ തടഞ്ഞു എന്നല്ല, എന്നാൽ സാഹചര്യത്തിന്റെ വിലക്കുകളുണ്ടായിരുന്നു." അയാൾ പതുക്കെ പറഞ്ഞു: "ഒരു ഭ്രാന്താശുപത്രിയിൽ ചായവും ബ്രഷും ക്യാൻവാസുമൊക്കെ എവിടെ നിന്നും കിട്ടാനാണ്?"

കുറെ നേരം അയാൾ തന്നെയിരുന്ന് മദ്യപിക്കുന്നതു തുടർന്നു. ആദ്യത്തെ കുപ്പി ബിയറിൽത്തന്നെ ഞാൻ മതിയാക്കിയിരുന്നു. അയാളാകട്ടെ, സമയത്തെക്കുറിച്ചൊന്നും ഒരു ബോധവുമില്ലാതെ, എത്രയാണെന്നറിയാതെ കുടിച്ചുകൊണ്ടേയിരിക്കുകയാണ്.

അടുത്തുള്ള സീറ്റുകളെല്ലാം മിക്കവാറും ശൂന്യമായിരിക്കുന്നു. ഞങ്ങൾ അവസാനിപ്പിക്കുന്നതു കാത്തുകൊണ്ട് ബാറിലെ പരിചാരകർ അക്ഷമരായി ഒരു വശത്തു നിൽക്കുന്നുണ്ട്.

പൊടുന്നനേ അയാൾ ചാടിയെഴുന്നേറ്റ് വല്ലാത്ത ക്ഷോഭത്തോടെ എന്റെ ഷർട്ടിന്റെ കോളറിൽ ഇരുകൈകളും കൂട്ടിപ്പിടിച്ച് ശർമായി ഉലച്ചു.

"ഒരു സാഹിത്യകാരൻപോലും! എടാ പോമറേനിയൻ പട്ടിക്കുഞ്ഞേ, നീയൊക്കെ എന്താണ് എഴുതുന്നത്? എഴുതാൻ മാത്രം നിനക്കൊക്കെ എന്താണുള്ളത്? വല്ലവനും എഴുതിവെച്ചതിന്റെ എച്ചിലോ, അതല്ലെങ്കിൽ ആരെങ്കിലും ഭോഗിക്കുന്നത് ഒളിച്ചുനിന്നു കണ്ടതിന്റെ വിവരണമോ?"

ഞാൻ അയാളുടെ കൈകൾ വിടുവിക്കാൻ ശ്രമിച്ചപ്പോൾ അറ്റുപോയ വിരലുകളുടെ അറ്റം എന്റെ കൈകളിൽ സ്പർശിച്ചു.

"ഒരനുഭവവുമില്ലാത്ത ഹിജഡകളുടെ തലമുറ!" അയാൾ കൈകൾ വിടുവിച്ചുകൊണ്ട് ശക്തിയോടെ തന്റെ ഇരിപ്പിടത്തിൽ വീണു.

ഞാൻ ബില്ലിനു പറഞ്ഞു.

ബാറിന്റെ പടികൾ ഇറങ്ങുമ്പോൾ മോനായി വല്ലാതെ ആടുന്നുണ്ടായിരുന്നു. ഞാൻ അയാളെ ചേർത്തുപിടിച്ചുവെങ്കിലും തളർച്ചയുടെ ഭാരംകൊണ്ട് അയാൾ ഇടയ്ക്കിടെ എന്റെ കൈകളിൽനിന്നും മത്സ്യത്തെപ്പോലെ വഴുതി.

"ക്ഷമിക്കണം." ഞങ്ങൾ പുറത്തെത്തിയപ്പോൾ അയാൾ എന്നെ നോക്കിക്കൊണ്ട് പറഞ്ഞു: "ഞാനെന്തെല്ലാമോ പറഞ്ഞു. നിങ്ങൾ ഒന്നും കാര്യമാക്കരുത്. ക്ഷമിക്കണം."

"സാരമില്ല." ഞാൻ പറഞ്ഞു: "നിങ്ങൾ എവിടെയാണ് താമസിക്കുന്നത്?"

അയാൾ തന്റെ കീശയിൽനിന്നും പേഴ്സ് തപ്പിയെടുത്തു. വല്ലാതെ പ്രയാസപ്പെട്ടുകൊണ്ട് അതിൽനിന്നും മുഷിഞ്ഞ ഒരു കാർഡ് എനിക്കു നീട്ടി.

അതു വളരെ ദൂരെയുള്ള ഒരു പട്ടണത്തിലെ വിലാസമായിരുന്നു. അയാൾ മുമ്പു താമസിച്ചിരുന്നത് അവിടെയായിരുന്നുവെന്ന് ഞാൻ ഊഹിച്ചു.

"ഇതു പഴയൊരു കാർഡാണല്ലോ." ഞാൻ അതു തിരിച്ചു നല്കി.

"ഞാൻ പഴയ കാർഡാണോ തന്നത്? ക്ഷമിക്കണം ഞാൻ മറന്നു. പുതിയ സ്ഥലത്തിന്റെ കാർഡ് എന്റെ കൈയിലില്ലല്ലോ." അയാൾ തളർന്നു ബാറിന്റെ മുൻവശത്തെ ചവിട്ടുപടികളിൽ ഇരുന്നു.

"നിങ്ങളുടെ അഡ്രസ്സ് എനിക്കറിയാം." ഞാൻ അയാൾ തെറ്റിയടിച്ചിരുന്ന സർട്ടിഫിക്കറ്റുകളെ ഓർത്തുകൊണ്ട് പറഞ്ഞു: "303, കല്ലാർ ലെയിനിൽ അല്ലേ?"

മോനായി നിലത്തിരുന്ന് എന്റെ നേരെ അപരിചിതമായ മട്ടിൽ നോക്കി. അയാളുടെ വിലാസം ഞാൻ മനസ്സിലാക്കിയിരുന്നതിനാൽ അയാൾ അദ്ഭുതപ്പെട്ടിട്ടുണ്ടായിരിക്കണം.

ആ സ്ഥലം അടുത്തായിരുന്നുവെങ്കിലും അവിടേക്കുള്ള ബസ്സുകളെല്ലാം പോയിക്കഴിഞ്ഞിട്ടുണ്ടാവുമെന്ന് എനിക്കു മനസ്സിലായി.

ബാറിനു മുന്നിൽ നിൽക്കുന്ന സെക്യൂരിറ്റിക്കാരൻ ഒരു ഓട്ടോറിക്ഷ വിളിച്ചുകൊണ്ടുവന്നു. ഞാൻ മോനായിയെ വലിച്ച് അതിനുള്ളിലേക്കു കയറ്റി. മഞ്ഞ നിറമുള്ള തെരുവുവിളക്കുകൾ പിന്നിട്ട് വിജനമായ റോഡിലൂടെ റിക്ഷ ഓടിക്കൊണ്ടിരുന്നപ്പോൾ അന്നത്തെ ദിവസത്തിൽ സംഭവിച്ചതെല്ലാം ഒരു ചലച്ചിത്രംപോലെ എന്റെ മനസ്സിലേക്കു കടന്നുവന്നു. എല്ലാം വെറും തോന്നലായിരിക്കുമോ? ഒന്നും നടന്നുകാണാനിടയില്ല. എന്റെ കഥ പതിവുപോലെ പ്രസിദ്ധീകരിച്ചിട്ടുണ്ടാവില്ല. സ്ഥിരമായി ഒറ്റത്തെറ്റുപോലും വരുത്താത്ത മോനായി സർട്ടിഫിക്കറ്റുകളിലെല്ലാം തന്റെ പേരടിച്ചു വച്ചിട്ടുണ്ടാവാൻ ഒരു വഴിയുമില്ല. ഞങ്ങൾ ഒരു ബാറിൽ പോയിട്ടില്ല-എന്നെല്ലാം ഞാൻ ചിന്തിക്കാൻ ശ്രമിച്ചു.

മോനായിയുടെ വിറയ്ക്കുന്ന ശരീരം എന്റെ ദേഹത്ത് ഇടയ്ക്കിടെ ഉരസുന്നുണ്ട്. അയാൾ പുറത്തേക്കു നോക്കിക്കൊണ്ടിരിക്കുകയായിരുന്നു.

കല്ലാർ ലെയിനിലെത്തിയപ്പോഴും അയാൾക്കു ഭാവഭേദമൊന്നുമുണ്ടായില്ല. ഓട്ടോറിക്ഷക്കാരൻ വണ്ടി നിർത്തി ഇറങ്ങാൻ പറഞ്ഞപ്പോഴാണ് എനിക്കു സ്ഥലമെത്തി എന്നു മനസ്സിലായത്.

അവിടെ ഇറങ്ങിയശേഷം ഞാൻ കുറച്ചു നേരം എങ്ങോട്ടാണ് പോകേണ്ടതെന്നറിയാതെ നിന്നു. പരിസരത്തെങ്ങും ആരുമുണ്ടായിരുന്നില്ല. രാത്രി കുറെയായിക്കഴിഞ്ഞിരുന്നു. അല്പനേരം ചുറ്റും ശ്രദ്ധിച്ചപ്പോൾ തെരുവു വിളക്കിന്റെ മങ്ങിയ പ്രകാശത്തിൽ ചില വഴികളും അവ തുടങ്ങുന്നിടത്തു പതിച്ചിട്ടുള്ള നമ്പറുകളും കണ്ണിൽപ്പെട്ടു. 303 എന്ന ചെറിയൊരു നമ്പർ പതിച്ച ഫലകത്തിനരുകിലെ ഒരു ഊടുവഴിയിലൂടെ അയാളേയും താങ്ങിപ്പിടിച്ചുകൊണ്ട് ഞാൻ നടന്നു.

രണ്ടുപേർക്ക് ഒരുമിച്ച് നടക്കാൻ കഴിയാത്തവിധം ഇടുങ്ങിയ ഒരു വഴിയായിരുന്നു അത്. പീടികകളിലേതുപോലെ നിരപ്പുപലകകൾ ചേർത്തടച്ച കുറെ മുറികൾ ഞങ്ങൾ കടന്നു പോയി. എവിടേയും ഒരു വെളിച്ചവുമില്ല. വഴിയിൽ കിടന്നിരുന്ന രണ്ടു നായ്ക്കൾ ഞങ്ങളെ ഒന്നു നോക്കിയതിനുശേഷം ശബ്ദമുണ്ടാക്കാതെ അവിടെനിന്നും മാറിക്കിടന്നു.

കുറച്ചുദൂരം കൂടി പോയപ്പോൾ വഴി തെറ്റിയോ എന്നു ഞാൻ സംശയിച്ചു. മടങ്ങിപ്പോകുകയാണെങ്കിലും എവിടെയാണെന്നുവെച്ചാണ് അമ്പേഷിക്കുന്നത്? മോനായിയാണെങ്കിൽ ഒന്നും പറയുന്നുമില്ല. എന്തുംവരട്ടെ എന്ന് വിചാരിച്ച് രണ്ടടികൂടി നടന്നപ്പോൾ ഒരു മുറിയുടെ പലകൾക്കിടയിലൂടെ ഒരു മങ്ങിയ വെളിച്ചം കാണാനായി. ഞാൻ നിന്നു.

മോനായി വീണ്ടും എന്നെ സൂക്ഷിച്ചു നോക്കി. അയാളുടെ തളർന്ന കണ്ണുകളിൽ ആ വെളിച്ചം പ്രതിഫലിച്ചു.

അപ്പോൾ മോനായി എന്റെ പിടിയിൽനിന്നും ഊർന്നുമാറി പലകകളിന്മേൽ മുട്ടാൻ തുടങ്ങി. രണ്ടുമൂന്നു തവണ മുട്ടിയശേഷം അയാൾ വീണ്ടും തളർന്ന് നിലത്തിരുന്നു. ഞങ്ങൾ കൃത്യമായ സ്ഥലത്തുതന്നെയാണ് എത്തിച്ചേർത്തിട്ടുള്ളതെന്ന് എനിക്കു മനസ്സിലായി.

എല്ലാം നിശ്ശബ്ദമായിരുന്നു. പലകയിൽ മുട്ടിയത് ആരും കേട്ടിട്ടുണ്ടെന്ന് തോന്നിയില്ല.

"ഉള്ളിൽ മറ്റാരോ ഉണ്ട്." മോനായി ശബ്ദം താഴ്ത്തിക്കൊണ്ട് എന്നോടു പറഞ്ഞു: "അതാണ് തുറക്കാൻ വൈകുന്നത്." അയാൾ ചെവി കൂർപ്പിക്കുന്നതുപോലെ കാണിച്ചു.

"കണ്ടോ, കണ്ടോ വരയ്ക്കുന്നതു നിർത്തി, ഇനി ചായങ്ങളും ബ്രഷുകളും ഒതുക്കുകയാണ്. വസ്ത്രങ്ങൾ ഉലയുന്നതിന്റെ ശബ്ദമാണ് കേൾക്കുന്നത്." അയാൾ ജപിക്കുന്നവരെപ്പോലെ തുടർന്നു.

അയാൾ പറയുന്നത് എനിക്കു മനസ്സിലായില്ല.

കുറച്ചുനേരം കഴിഞ്ഞപ്പോൾ വാതിൽപ്പാളികൾ തുറക്കുന്നതു ഞാൻ കണ്ടു.

അന്നത്തെ വിസ്മയങ്ങൾ തീരുകയില്ലെന്നു തോന്നിച്ചു. വാതിൽ തുറന്നു തന്ന സ്ത്രീ ഒരു ദേവതയെപ്പോലെയുണ്ടായിരുന്നു. മങ്ങിയ

വെളിച്ചത്തിലും അവളുടെ മുഖത്തുനിന്നുള്ള പ്രകാശംകൊണ്ട് എന്റെ കണ്ണുകൾ കൂമ്പിപ്പോവുകയാണെന്നു തോന്നിച്ചു. അത്രയും ഭംഗിയുള്ള ആരേയും ഞാൻ അന്നേവരേക്കും കണ്ടിട്ടില്ലായിരുന്നു. ഒരു വാക്കുകളിലും പകർത്താൻ അസാധ്യമായിരുന്ന സൗന്ദര്യമായിരുന്നു അത്. ചെറുതായി മയങ്ങിപ്പോയതിന്റെ ക്ഷീണം ആ മുഖത്തുണ്ടായിരുന്നു. മോനായിയെപ്പോലെ പരുക്കനും പഴഞ്ചനുമായ ഒരാൾക്കൊപ്പം ഇങ്ങനെയൊരു സ്ത്രീ വന്നു താമസിക്കുന്നതിൽ വല്ലാത്ത അനൗചിത്യമുണ്ടെന്ന് എനിക്കു തോന്നി. സ്ത്രീ എന്നു വിളിക്കാനും മറ്റുമില്ല. അവൾ ശരിക്കും ഒരു പെൺകുട്ടിയായിരുന്നു. ശരീരത്തിൽ ധരിച്ച നിറം മങ്ങിയ ചേല അവൾക്കു പാകമല്ലാത്തതുപോലെ. കാതിൽ കുത്തിയിരുന്ന ചെറിയ കമ്മലുകളൊഴിച്ചാൽ തികച്ചും നിരാഭരണയായിരുന്നു അവൾ. ഒഴിഞ്ഞ കഴുത്ത് അരയന്നങ്ങളെ ഓർമ്മിപ്പിച്ചു. പറഞ്ഞറിയിക്കാനാവാത്ത ഒരു തരം അസൂയ എന്റെ മനസ്സിൽ ഉണർന്നു കത്തി.

മോനായി അവളോടൊന്നും പറഞ്ഞില്ല. അയാൾ നേരെ ഉള്ളിലേക്കു കയറി എന്തോ പരിശോധിക്കുന്നതുപോലെ ആ ഇടുങ്ങിയ മുറികളിലെല്ലാം തിരഞ്ഞുകൊണ്ടിരുന്നു. അയാളുടെ മെല്ലിച്ച ശരീരം ഉലയുന്നുണ്ടെന്നു ഞാൻ കണ്ടു.

“മോനായിയുടെ ഒപ്പം ജോലി ചെയ്യുന്ന ആളാണ്.” ഞാൻ ആ ദേവതയോട് ക്ഷമ ചോദിക്കുന്ന മട്ടിൽ പറഞ്ഞു.

“ഇച്ചായൻ ഇന്നു കുടിച്ചു അല്ലേ?” വിതുമ്പിക്കൊണ്ട് അവൾ ചോദിച്ചു. “ഒരിക്കലും കുടിക്കാൻ പാടില്ലെന്ന് ഡോക്ടർ പറഞ്ഞിട്ടുണ്ടായിരുന്നു.”

“എനിക്ക് അതൊന്നും അറിയില്ലായിരുന്നു.” ഞാൻ തല കുനിച്ചു. അവളുടെ മുഖത്തിന്റെ പ്രകാശവലയത്തിൽനിന്നും തെല്ലിട മാറി നിൽക്കുന്നത് ആശ്വാസംപോലെ തോന്നി.

“പുറകിലെ വാതിൽ തുറന്നു കിടക്കുന്നു.” അപ്പോൾ അവിടേക്കു വന്ന മോനായി വിറയ്ക്കുന്ന സ്വരത്തിൽ പറഞ്ഞു: “ചായ തൂവിപ്പോയതിന്റെ അടയാളമുണ്ട്. അവർ രക്ഷപ്പെട്ടു. ഞാൻ കുറച്ചു വൈകി.”

അയാൾ നിർത്താതെ വിറച്ചുകൊണ്ടിരുന്നു.

“രക്ഷപ്പെടുത്തി അല്ലേ?” വല്ലാത്തൊരു പകയോടെ അയാൾ ചോദിച്ചു. പിന്നെ അവളുടെ ചേലയുടെ അറ്റം വലിച്ചു പരിശോധിക്കുന്നതുപോലെ നോക്കി.

ആ പെൺകുട്ടി മുഖം പൊത്തി കരയാൻ തുടങ്ങി.

“നിങ്ങൾ ആരെയാണ് അന്വേഷിക്കുന്നത് മോനായി?” ഞാൻ ചോദിച്ചു. അപ്പോൾ അയാൾ എന്നെ പരിഹസിക്കുന്ന മട്ടിൽ ഊറിച്ചിരിച്ചു.

“നിങ്ങൾക്ക് ഒന്നുമറിയില്ല. ഞാൻ പറഞ്ഞില്ലേ, ഒരനുഭവമില്ലാത്തതാണ് നിങ്ങളുടെ സാഹിത്യം. അതുകൊണ്ട് ഞാനതിനെ ചവറെന്നു വിളിക്കും.”

സാഹിത്യം: എനിക്കൊന്നും തോന്നിയില്ല കഥ പ്രസിദ്ധീകരിച്ച തിന്റെ ആവേശമൊക്കെ അപ്പോഴേക്കും എന്നിൽനിന്നും ചോർന്നു പോയിരുന്നു.

അയാൾ പിന്നേയും ആരെയോ തിരയുന്നതുപോലെ അവിടെ യെല്ലാം നടന്നു. പിന്നെ അവൾ കരയുന്നതുനോക്കി പുച്ഛഭാവത്തിൽ നിന്നു.

"നീ കരയുന്നു! അയാൾ പറഞ്ഞു: "നല്ല അഭിനയം."

ഞാൻ മടങ്ങുവാനായി തിരിഞ്ഞപ്പോൾ, അയാൾ വിരലുകൾ നഷ്ട പ്പെട്ട തന്റെ ഇടതുകൈകൊണ്ട് എന്നെ തടഞ്ഞു നിർത്തി.

"പോവുകയാണോ സാഹിത്യകാരാ? എന്നെക്കുറിച്ച് നിനക്കു വേണ മെങ്കിൽ ഒരു നോവൽതന്നെ എഴുതാൻ കഴിയും. ഒരു നോവലിനുള്ള മെറ്റീരിയലാണ് ഞാൻ. ഹ ഹ ഹ..." അയാൾ ആർത്തു ചിരിച്ചു.

"പക്ഷേ, ഞാനൊരു ചീത്ത ചിത്രകാരനാണ്. എന്റെ കഥയും ചീത്ത യായിരിക്കും."അയാൾ പെട്ടെന്നുതന്നെ ഒരു പെൻസിലെടുത്ത് എന്റെ നേരെ നോക്കി എന്തോ കോറി വരയ്ക്കാൻ തുടങ്ങി.

അയാൾ കോറിവരച്ച കടലാസ് എന്റെ നേർക്ക് നീട്ടി. അത് എന്റെ ഒരു രേഖാചിത്രമായിരുന്നു. എനിക്കദ്ഭുതം തോന്നി. ഇത്ര പെട്ടെന്ന് വെറും നാലഞ്ചു വരകളിൽ അയാൾ എന്നെ കൃത്യമായി വരച്ചിട്ടിരിക്കുന്നു.

"നിങ്ങൾ ഇവളെ അറിയും, ഇല്ലേ?" അയാൾ പൊടുന്നനേ എന്നോടു ചോദിച്ചു. എനിക്ക് എന്താണ് പറയേണ്ടതെന്നറിഞ്ഞില്ല. ആദ്യമായി കാണുന്ന ഒരു പെൺകുട്ടിയെ ഞാനെങ്ങനെ അറിയുവാനാണ്? അതിനു ശേഷം സാധാരണമട്ടിൽ അയാൾ പിന്നേയും മറ്റൊരു കടലാസ്സിൽ കോറി വരയ്ക്കുന്നതു തുടർന്നു.

"ഈ വിലാസവും ഈ ലെയിൻ മുറിയും എല്ലാം നിങ്ങൾക്കറിയാം. എത്ര കൃത്യമായി നിങ്ങൾ എന്നെ ഇവിടെ എത്തിച്ചു!" അയാൾ പക യോടെ ചിരിച്ചു: "ഈ വഴിയിലെ നായ്ക്കൾക്കുപോലും നിങ്ങളെ പരി ചയമുണ്ട്. അവ അനങ്ങിയതുപോലുമില്ല. ഞാനെന്തൊരു വിഡ്ഢി, ഛേ!"

ഞാൻ നടുങ്ങിപ്പോയി. ഏതു നശിച്ച നിമിഷത്തിലാണ് ഇയാളുമൊത്ത് മദ്യപിക്കാൻ തോന്നിയത്?

"പേടിക്കണ്ട. ഇവളെത്തേടി അങ്ങനെ ഒത്തിരി പേർ ഇവിടെ വരാ റുണ്ട്. എനിക്കതിൽ ഒരദ്ഭുതവും തോന്നാറില്ലല്ലോ. ഉച്ചസമയത്ത് കഷ്ടപ്പെട്ട് ബസ്സു പിടിച്ച് ഞാനിവിടെ വന്നു നോക്കുമ്പോഴേക്കും പക്ഷേ, എല്ലാരും മാറിക്കളയും."

എനിക്കു വല്ലാത്ത ദേഷ്യം തോന്നി. ഈ രാത്രിയിൽ ഇയാളുമൊത്ത് ഒരിക്കലും ഇവിടെ വരാൻ പാടില്ലായിരുന്നു.

"നിങ്ങളെപ്പോലുള്ളവനൊക്കെ തോന്നും, ഇവളെ ആരെങ്കിലും കാമിക്കാൻ വരുന്നതാണെന്ന്. വിഡ്ഢികൾ! എഴുത്തുകാർക്കുള്ള

കുഴപ്പമതാണ്. കിടപ്പറയിലേക്കുള്ള ഒളിനോട്ടം! അനുഭവങ്ങളില്ല..." അയാൾ പരിഹസിച്ചു ചിരിച്ചു. "സത്യത്തിൽ അതല്ല, ആളുകൾ, എണ്ണം പറഞ്ഞ ചിത്രകാരന്മാർ. എല്ലാവരും ഇവിടെ വരുന്നുണ്ട്. മറ്റൊന്നിനു മല്ല. ഇവളെ വരയ്ക്കാനാണ് വരുന്നത്. അതെനിക്കറിയാം. കാരണം ഒരു കാലത്ത് ഞാനുമൊരു ചിത്രകാരനായിരുന്നു."

മുഖം പൊത്തിക്കരയുന്ന പെൺകുട്ടി ആ ചെറിയ വെളിച്ചത്തിൽ ഏതോ മായികശില്പം പോലെയുണ്ടായിരുന്നു. ഇവളെങ്ങനെയാണ് ഈ മനുഷ്യനോടൊപ്പം വന്നു പാർക്കുന്നതെന്നത് വലിയൊരു നിഗൂഢതയായിരുന്നു.

"അവർക്കാർക്കും അതു പൂർത്തിയാക്കാൻ സാധിച്ചിട്ടില്ല. അതിനു മുമ്പ് ഞാനോടിയെത്തുമായിരുന്നു. ഇവളെ വരച്ചാൽ നിങ്ങൾക്കറിയാമോ, ലോകത്തിൽ ഇന്നുവരെ ഉണ്ടായതിൽ വച്ച് ഏറ്റവും നല്ല പെയിന്റിങ് സംഭവിക്കുമായിരുന്നു. നഗ്നസുന്ദരി. യക്ഷി. ഞാനാണെങ്കിൽ എല്ലാം കളഞ്ഞു. എല്ലാം." അയാൾ പിറുപിറുത്തുകൊണ്ടിരുന്നു.

അയാൾ കോറി വരച്ചിരുന്നത് സ്വന്തം ചിത്രമായിരുന്നു. പെട്ടെന്ന് വല്ലാത്തൊരു ക്ഷോഭത്തോടെ അയാളതു കീറിക്കളഞ്ഞു.

"ഇതുപോലെ ആളുകൾ എന്നെ കീറിക്കളഞ്ഞു." അയാൾ കൈകൾ കുടഞ്ഞുകൊണ്ട് അലറി. "ന്യൂഡ് വരയ്ക്കുന്നത് ഒരു ചിത്രകാരന്റെ കാര്യമാണ്. അതു തടയാൻ ഒരു ഡോക്ടർക്കും ഒരു പന്നിക്കും അവകാശമില്ല."

മോനായിയുടെ മുന്നിൽനിന്നും ഓടിപ്പോകണമെന്ന് എനിക്കു തോന്നി. എങ്കിലും അസാധാരണമായി ചുരുളഴിഞ്ഞുകൊണ്ടിരിക്കുന്ന ഒരശ്ലീല കഥയിലെ ഭാഗങ്ങൾ കേൾക്കുവാനുള്ള ഒരു തരം അധമവികാരം എന്റെ മനസ്സിൽ ഉദിച്ചുനിന്നു.

"ജീവിതത്തിൽ ഒരുപാടാളുകൾ ചീന്തിയെറിഞ്ഞ ഒരു പഴയ ചിത്ര മായിരുന്നു ഇവൾ." അയാൾ പറഞ്ഞു: "ഒടുവിൽ നുറുങ്ങിയ കടലാസ്സു കളെ ഒട്ടിച്ചുചേർക്കുമ്പോലെ ഞാനവളെ തിരിച്ചെടുത്തു."

"പക്ഷേ, ഭൂതദയകൊണ്ടൊന്നുമല്ല കേട്ടോ." അയാൾ ഉറക്കെച്ചിരിച്ചു: "ഒരു കലാകാരനും ആരോടും ദയ കാണില്ല, അയാളോടല്ലാതെ. ഇവളെ വരയ്ക്കാൻതന്നെയാണ് ഞാനേറ്റെടുത്തത്."

"ഞാൻ ആഴ്ചകളോളം ഇവളെ വരച്ചുകൊണ്ടിരുന്നിട്ടുണ്ട്. സേർച്ചിങ് ഫോർ എ പെർഫക്റ്റ് ന്യൂഡ്. നഗ്നയായി ഇവൾ രാവും പകലും എന്റെ മുന്നിലിരുന്നു. കൂടെക്കൂടുമ്പോൾ അവളോടൊത്തു ശയിക്കണമെന്നതാ യിരുന്നില്ല എന്റെ ലക്ഷ്യം. വരയ്ക്കണമെന്നായിരുന്നു. കാരണം അവൾ ക്കൊപ്പം ശയിച്ചവർ ഒരുപാടുണ്ടായിരുന്നു. എന്നാൽ അവളെ വരയ്ക്കാൻ അപ്പോൾ എനിക്കു മാത്രമേ കഴിയുമായിരുന്നുള്ളൂ. നൂറു രൂപ കൊടു ത്താൽ ഒരു ദിവസം മുഴുവൻ വന്നിരിക്കാവുന്ന നൂറെണ്ണമെങ്കിലുമുള്ള

ഒരു സ്ഥലത്താണെന്നോർക്കണം. അത്തരം എത്ര പേരെ ഞാൻ തന്നെ വരച്ചു! ചവറുപോലെ വരച്ചുകൂട്ടിയിട്ടുണ്ട്. പക്ഷേ, ഇവളെ വരയ്ക്കുന്നതിൽ ഞാൻ പാളി. വീണ്ടും അതു തുടർന്നു. തിരുത്തിയും മിനുക്കിയും എന്നെങ്കിലുമൊരിക്കൽ അതു ശരിയാവുമെന്നുതന്നെ ഞാൻ വിചാരിച്ചു. അസഹനീയമായൊരു പരാജയബോധം എന്നെ പിടികൂടിക്കഴിഞ്ഞിരുന്നു. തെറ്റുകൾക്കു ഞാൻ സ്വയം ശിക്ഷിച്ചു. ഇതാ, ഇങ്ങനെ." അയാൾ മുറിഞ്ഞ വിരലുകൾ ഉയർത്തിക്കാട്ടി. പിന്നെ മുരടിച്ച വിരലുകളുടെ അറ്റം കൊണ്ട് നിരപ്പുപലകകൾക്കുമേൽ ശർമായി ഇടിച്ചു.

"ബോധം വന്നപ്പോൾ എന്നെ ചോര മണക്കുന്നുണ്ടായിരുന്നു. അതു തന്നെ: ചോര. നിലം മുഴുവൻ ചോരയായിരുന്നു. ഉളിയുടെ തലപ്പിന്മേൽ അറ്റു കിടന്ന വിരലുകളിൽ, കൈകളിൽ എല്ലാം ചോരയായിരുന്നു. കുതിർന്ന വസ്ത്രങ്ങൾ ചെമ്പട്ടുപോലെയുണ്ടായിരുന്നു. സ്വന്തം രക്തത്തിന്റെ ഗന്ധം. അതിന്റെ തണുത്ത സ്പർശം. ഹോ! എനിക്കു വയ്യ. തീർന്നില്ല. എന്നിട്ടും ഇനിയും അവളെ വരയ്ക്കണമെന്ന് എനിക്കു തോന്നി. അവളെവിടെയാണ്? ഞാൻ അവളെ അന്വേഷിച്ചു. സകല ചുവരുകളിലും രക്തംകൊണ്ട് അവളുടെ പേരെഴുതി വച്ചുകൊണ്ട് ഞാൻ നടന്നു. ഒരു ബലികൊണ്ട് ഞാനവളെ ആവാഹിക്കാൻ ശ്രമിക്കുകയായിരുന്നു. നഗ്നസുന്ദരി. നിങ്ങൾക്കറിയാമോ, ഞാനതു പൂർത്തിയാക്കുമെന്ന് ആളുകൾ ഭയന്നിരുന്നു. അഹങ്കാരികളും അസൂയാലുക്കളുമായ മറ്റു ചിത്രകാരന്മാർ! അതു തടയാനാണ് എല്ലാവരും ചേർന്ന് എന്നെ നാലു ചുവരുകൾക്കുള്ളിലടച്ചത്. ആ പന്നികൾ തരുന്ന മരുന്നുകളും ഗുളികകളും തീറ്റിച്ചത്. എന്നാലും തടവിൽക്കിടക്കുമ്പോഴും ഞാനിവളെ വരച്ചുകൊണ്ടേയിരുന്നു. ഞാൻ പറഞ്ഞില്ലേ. മനസ്സിൽ. എന്നാലും എത്ര വരച്ചിട്ടും ശരിയാകാതെ പോയ ഒരു യക്ഷിയാണിത്. ഒടുവിൽ ഇവൾക്കു മുന്നിൽ ഞാൻ തോറ്റു. ഒരു വിളക്കിനു മുന്നിൽ പിടഞ്ഞു വീണ പാറ്റയായിരുന്നു ഞാൻ." അയാൾ കിതച്ചു.

"ഞാൻ തോൽക്കട്ടെ. എനിക്കൊന്നുമില്ല. തോറ്റ മനുഷ്യരാണ് അധികം. ജയിച്ചവർ കുറച്ചേയുള്ളൂ. ഞാൻ കണക്കുകളെഴുതിയും ചൂണ്ടുവിരലുകൾ കൊണ്ട് ടൈപ്പു ചെയ്തും ഒരു മൃഗത്തെപ്പോലെ ജീവിച്ചുകൊള്ളാം. പക്ഷേ, ഒന്നുണ്ട്, ഇനി ഇവളെ വരച്ച് ആരും വലിയവനാകാൻ ഞാൻ സമ്മതിക്കില്ല." അയാൾ ഭീഷണമായി നിർത്തി.

"വരച്ചാൽ എല്ലാവരേയും ഞാൻ ചീന്തിക്കളയും. അവർ എന്നെ കീറിക്കളഞ്ഞതുപോലെ."

അയാൾ ഛേദിക്കപ്പെട്ട കൈപ്പത്തികൊണ്ട് പിന്നേയും പലകകളിൽ ഇടിച്ചു.

തൊട്ടടുത്ത മുറിയിൽ ആരോ എഴുന്നേൽക്കുന്നതിന്റെ ശബ്ദം കേട്ടു.

ഞാൻ പിന്നെ അവിടെ നിന്നില്ല. തിരിച്ചു നടക്കുമ്പോഴും വഴിയിൽ കിടന്നിരുന്ന രണ്ടു നായ്ക്കൾ എഴുന്നേറ്റ് ശബ്ദമുണ്ടാക്കാതെ മാറി നിന്നു.

ഞാൻ റോഡിലേക്കെത്തിയപ്പോൾ പിറകിൽ എന്തോ എറിഞ്ഞുടയ്ക്കുന്നതിന്റെ ഒച്ച കേട്ടു.

പിറ്റേന്നു കാലത്തുതന്നെ എന്നെ കാത്തുകൊണ്ട് മോനായി നിൽക്കുന്നുണ്ടായിരുന്നു. തലേന്ന് രാത്രിയിൽ ഒന്നും സംഭവിച്ചിട്ടില്ലാത്ത മട്ടിലായിരുന്നു അയാളുടെ പെരുമാറ്റം.

"എനിക്കു കുറച്ചു പൈസ വേണം" അയാൾ പറഞ്ഞു: "ഞാൻ പണിയെടുത്തു വീട്ടിക്കോളാം. അത്യാവശ്യമാണ്. മരുന്നു വാങ്ങാനുണ്ട്."

അയാൾ ചോദിച്ചതിന്റെ പകുതി ഞാൻ കൊടുത്തു.

അന്നു വൈകുന്നേരമാവുമ്പോഴേക്കും കുടിച്ചു മറിഞ്ഞുകൊണ്ട് അയാൾ പിന്നെയും വന്നു. ഇത്തവണ പൈസ കൊടുക്കില്ലെന്നു പറഞ്ഞപ്പോൾ മോനായി ബഹളം വച്ചു.

"നിനക്ക് പെണ്ണിന്റെ മേലൊരു കണ്ണുണ്ടെന്നുള്ളത് എനിക്കറിയാം. വരയ്ക്കാനല്ല. എഴുതിപ്പിടിപ്പിക്കാൻ. വിവരിച്ചു കൂട്ടാൻ. പന്നികൾ!" അയാൾ ഉറക്കെ പറഞ്ഞു. ആ സമയത്ത് പണം നിക്ഷേപിക്കുവാൻ വന്ന ചില പരിചയക്കാർ അവിടെ നിൽക്കുന്നതുകൊണ്ട് എനിക്ക് വല്ലാതെ ദേഷ്യം വന്നു.

"നിങ്ങൾ അനാവശ്യം പറയരുത്." ഞാൻ പറഞ്ഞു.

"ഭൂമിയിൽ അനാവശ്യം എന്ന ഒന്നില്ല സുഹൃത്തേ. ആവശ്യങ്ങളേയുള്ളൂ." അയാൾ ചിരിച്ചു: "അവളെ ആരാണ് കണ്ണു വയ്ക്കാത്തത്?"

"ഈ നിലയ്ക്കാണെങ്കിൽ നിങ്ങൾ ഇനി ഇവിടെ വരണമെന്നില്ല." ഞാൻ പറഞ്ഞു.

അയാൾ കുറച്ചു നേരം സംശയിച്ച് നിന്ന് കോണി ഇറങ്ങിപ്പോയി.

അന്നു പോയതിനുശേഷം മോനായി പിന്നെ വന്നിട്ടില്ല. 'ദയാൽ ഇൻവെസ്റ്റ്മെന്റ്സി'നുവേണ്ടി ലോക്കൽ പത്രത്തിൽ ഒരു ചെറിയ കോളം പരസ്യം പ്രത്യക്ഷപ്പെട്ടു:

A reputed Financial Institution requires an experienced typist.

ഒരു പുസ്തകം അടച്ചുവയ്ക്കുകയാണെന്നു ഞാൻ വിചാരിച്ചു.

അക്കാലത്ത് മറ്റു ചില വാരികകൾകൂടി എന്റെ കഥകൾ പ്രസിദ്ധീകരിച്ചിരുന്നു. മോനായി ആവശ്യപ്പെട്ടതുപോലെ ഒരു പുസ്തകമായി അവയൊന്നും സമാഹരിക്കാൻ ഞാൻ തുനിഞ്ഞില്ല. കഥകൾക്ക് പ്രസാധകരെ കിട്ടാത്ത കാലമായിരുന്നു. പിന്നീട് അവിടെനിന്നും പോന്നതിനു ശേഷമാണ് ഞാൻ അയാൾ കൊണ്ടുവന്നു കാണിച്ച കൊച്ചു നോവൽ എഴുതുന്നത്-വർഷങ്ങൾ കഴിഞ്ഞ്. അതെഴുതുമ്പോൾ എന്റെ മനസ്സിൽ അയാളില്ലായിരുന്നു. എന്റെ പഴയ ജോലിയോ പരിസരമോ ഒന്നും ഇല്ലായിരുന്നു. കൽപ്പണിക്കാരായിരുന്ന രണ്ടു കിഴവന്മാരെക്കുറിച്ചുള്ള ഒരു കഥയായിരുന്നു ആ നോവൽ.

കരാർപ്രകാരമുള്ള മൂന്നു കൊല്ലം കഴിഞ്ഞപ്പോൾത്തന്നെ ഞാൻ അവിടം വിട്ടു. കുറച്ചു കാലം തൊഴിലില്ലാതെ കഴിയേണ്ടിവന്നെങ്കിലും അധികം കാത്തിരിക്കാതെ എനിക്ക് ഈ നഗരത്തിൽ ജോലി ലഭിച്ചു. എന്നെ സംബന്ധിച്ച് ആ കൈനോട്ടക്കാരി പ്രവചിച്ചതെല്ലാം സത്യമായി ത്തീർന്നു. ഒരുപക്ഷേ, സാമാന്യമായ നിഗമനങ്ങൾകൊണ്ടുതന്നെ ഊഹി ക്കാമായിരുന്ന ചില കാര്യങ്ങൾ മാത്രമേ അവരെന്നോടു പറഞ്ഞിട്ടുണ്ടായി രുന്നുള്ളൂ. പ്രൊഫസർമല്ലാത്തതുകൊണ്ടാവണം എന്റെ സാഹിത്യത്തെ ക്കുറിച്ചൊന്നും അവർ പറയുകയുണ്ടായില്ല.

എന്നാൽ, അവിടെനിന്നും പോന്നതിനുശേഷം വർഷങ്ങൾ കഴിഞ്ഞ് പത്രത്തിൽ വന്ന ഒരു പരസ്യം അവരുടെ പ്രവചനങ്ങളെ പൂർണമാക്കു ന്നതുപോലെ തോന്നി.

ബാങ്കുകളല്ലാത്ത ധനകാര്യസ്ഥാപനങ്ങൾക്ക് നിയന്ത്രണം കൊണ്ടു വന്ന അവസരത്തിൽ അത്തരം സ്ഥാപനങ്ങളിൽ ചിലതിന്റെ കരിമ്പട്ടിക റിസർവ്വ് ബാങ്ക് പ്രസിദ്ധീകരിച്ചിരുന്നു. ഒരറിയിപ്പുപോലെയായിരുന്നു അത്.

മിക്ക പത്രങ്ങളിലും മുഴുപ്പേജിൽ പ്രസിദ്ധീകരിച്ച ആ പരസ്യത്തിൽ തീരെച്ചെറിയ അക്ഷരങ്ങളിൽ "ദയാൽ ഇൻവെസ്റ്റ്മെന്റ്സി" ന്റെ പേരും ഞാൻ കണ്ടു.

ബോസിന്റെ മുറിയിൽവച്ച് ഞാൻ ആ കത്തു വായിക്കാൻ പിന്നെ ശ്രമിച്ചില്ല. ഉപചാരം പറഞ്ഞുകൊണ്ട് ഞാൻ എഴുന്നേറ്റു.

എന്റെ സീറ്റിൽ വന്നിരുന്ന് കത്തു തുറക്കുമ്പോൾ താൻ ഒരു നോവ ലിനുള്ള സാദ്ധ്യതയാണെന്ന് മോനായി പറഞ്ഞത് എനിക്കോർമ്മ വന്നു.

ഒരു കഥാപാത്രം മാത്രമുള്ള ആ വലിയ കഥയുടെ ബാക്കിപത്രം പോലെ ഞാനതു വായിക്കാൻ ശ്രമിച്ചു. അധികമൊന്നുമില്ല. കുറച്ചു വരി കൾ ഭംഗിയുള്ള കൈപ്പടയിൽ എഴുതി വച്ചിരിക്കുന്നു:

പ്രിയ സ്നേഹിതാ,

നിങ്ങൾ എന്നെ ഓർമ്മിക്കുന്നുണ്ടാവും എന്ന പ്രതീക്ഷയിലാണ് എഴു തുന്നത്. കാണാനും സൗഹൃദം പുതുക്കുവാനുംവേണ്ടി വന്നതാണ്, പിന്നെ, നിങ്ങൾ നോവൽ എഴുതി എന്നറിഞ്ഞതിലുള്ള സന്തോഷം അറി യിക്കുവാനും. ഞാൻ അതു തേടിപ്പിടിച്ചു വായിക്കുകയായിരുന്നു. നിങ്ങ ളുടെ നോവലിൽ ഈ പഴയ ചിത്രകാരൻ ഒരു ചെറിയ വേഷത്തി ലെങ്കിലും കടന്നുവരും എന്നു ഞാൻ പ്രതീക്ഷിച്ചു. കണ്ടില്ല. അടുത്ത തിലെങ്കിലും എന്നെ ഉൾപ്പെടുത്തണം- ഒരു ചെറിയ റോൾ എനിക്കും തരണം. ഞാനിപ്പോൾ കുറച്ചു നാളത്തെ അവധിയിലാണ്. "പരോൾ" എന്നാണ് ഇവിടത്തെ ഭാഷ.

-ഓർക്കുന്നില്ലേ? എന്റെ കൈകളിൽ ചോര മണത്തിരുന്നു. ആ ചോര തന്നെയാണ് എന്നെ ഇവിടെയെത്തിച്ചതും.

അതേ, ആ കിഴവി എന്റെ കൈകളിൽ രക്തം മണത്തിരുന്നു.

-അന്യന്റെ രക്തം.

അതു പൊറുക്കാൻ ആർക്കു സാധിക്കും? അതുകൊണ്ടാണ് അന്ന് അവരെന്നെ ആട്ടിപ്പായിച്ചത്.

ചോര വാർന്നു കിടക്കുമ്പോൾ അവളുടെ മുഖത്ത് വല്ലാത്തൊരു ശാന്തതയുണ്ടായിരുന്നു. മഹത്തായ അനേകം ന്യൂഡ് പോർട്രെയ്റ്റുകളെ അവൾ തീർച്ചയായും മറികടന്നിരുന്നു. വീനസ്സിന്റെ ചിത്രത്തിലേതു പോലെ അഭൗമമായ ഒരു സൗന്ദര്യം അവളിൽ ഉദിച്ചുനിന്നു. വിഷാദ സുന്ദരമായ ഒന്ന്.

-ഉറങ്ങുന്ന സുന്ദരിയെപ്പോലെയായിരുന്നു അവൾ.

നഗ്നരായി ഉറങ്ങുന്നവരെക്കാൾ ദുഃഖകരമായ ഒരു കാഴ്ചയുമില്ല.

അപ്പോൾ, അപ്പോൾ ആദ്യമായി എനിക്കവളോടു പാവം തോന്നി.

-സത്യത്തിൽ അവളൊരു പാവമായിരുന്നു.

-സ്വന്തം ജോസഫ് മോനായി.

അയാളുടെ പേരിലെത്തിയപ്പോൾ, ഛേദിക്കപ്പെട്ട മൂന്നു വിരലുകൾ എന്റെയുള്ളിൽ പരൽമീനുകൾ കണക്കു പിടയുന്നതായി എനിക്കു തോന്നി.

പിന്നെ, കൈകളിലിരുന്ന ആ ചെറിയ കടലാസുകഷണം കൊടുങ്കാറ്റിൽപ്പെട്ടതുപോലെ വിറയ്ക്കുവാൻ തുടങ്ങി. ∎

നീചവേദം

> കൂടുതൽ നേർവഴിക്കു സഞ്ചരിക്കുന്നത് ദോഷം ചെയ്യും. കാട്ടിൽ ചെന്നു നോക്കൂ; നേരെ നീണ്ടു വളർന്നു വന്ന മരങ്ങളെ വെട്ടി നിലത്തിരിക്കുന്നതു കാണാം. തെറ്റിയും വളഞ്ഞും വളർന്നു പോയവയാകട്ടെ, പോറലൊന്നു മേൽക്കാതെ തലയുയർത്തി നിൽക്കുന്നു. - *(ചാണക്യനീതി)*

ശതാവരി എക്സ്പ്രസ്സ്. ഒൻപത് ഇരുപത്, സൗത്ത് സെൻട്രൽ സ്റ്റേഷനിൽ അതു കൃത്യസമയം പാലിച്ചു.

ഓടി വന്നു കയറിക്കൂടുമ്പോൾ ട്രെയിൻ ചലിച്ചു തുടങ്ങിയിരുന്നു. വഴിയിലൂടനീളമുണ്ടായിരുന്ന ട്രാഫിക് ബ്ളോക്കുകളെ ഒട്ടൊരു പേടിയോടെ ഓർമ്മിച്ചു. കാലത്തേതന്നെ റോഡുകളിൽ വാഹനങ്ങളുടെ നീണ്ട നിരകൾ കാണപ്പെട്ടു. കെണിയിൽനിന്നും കുതറി മാറാൻ ശ്രമിക്കുന്ന മൃഗത്തെപ്പോലെയായിരുന്നു ടാക്സി. മുരണ്ടും മൂളിയും അതു സ്റ്റേഷനിലെത്തിയപ്പോൾ തീവണ്ടി പുറപ്പെടുന്നതിനു മുമ്പേയുള്ള വിലാപസ്വരം പുറപ്പെടുവിച്ചിരുന്നു. സ്റ്റേഷനു മുന്നിൽ, പാർക്കിങ് ഏരിയായിൽനിന്നും കുറേ മുന്നോട്ടായി കാർ നിർത്തിച്ച് പെട്ടിയുമെടുത്ത് ഓടി വരികയായിരുന്നു. ഒരു സെക്കന്റു മാറിയിരുന്നെങ്കിൽ വണ്ടി വിട്ടു പോയേനെ.

ഓട്ടത്തിന്റെ കിതപ്പ് ഇനിയും വിട്ടുമാറിയിട്ടില്ല.

ആ ധൃതിയുടെ ബാക്കിയെന്നോണം സകലതും പാളി. കയറിയ കംപാർട്ട്മെന്റ് തെറ്റായിരുന്നു. നമ്പർ നോക്കി വന്നിരുന്ന സീറ്റിൽനിന്നും എക്സാമിനർ എഴുന്നേല്പിച്ചു. ശരിയാണ്, മുപ്പത്തിയാറാം നമ്പർ ബെർത്തുതന്നെ, പക്ഷേ, എസ്.5 ആണ് ഇത്. നിങ്ങൾ അടുത്ത കംപാർട്ട്മെന്റിലേക്കു പോകൂ. പെട്ടിയും തൂക്കി വീണ്ടും കംപാർട്ട്മെന്റുകൾക്കിടയിലെ ഉലയുന്ന പാലം കടന്നുകൊണ്ട് അടുത്ത മുറിയിലേക്ക്. എസ് 6, മുപ്പത്തിയാറാം നമ്പർ അപ്പർബെർത്ത്. അവിടെയെത്തുമ്പോൾ ആ ഒരു സീറ്റു മാത്രം ഒഴിവുണ്ട്. സീറ്റുകൾക്കു കീഴെ ലഗ്ഗേജ് നിറഞ്ഞിരിക്കുന്നു. പെട്ടിയെടുത്ത് മുകളിൽ വയ്ക്കാൻ തുനിഞ്ഞു. കൈ തെറ്റി, അതു താഴെ ഇരിക്കുന്ന ഒരാളുടെ മേലേക്കു തെന്നി വീണു. അയാൾ അലോസരപ്പെടുത്തുന്ന രീതിയിൽ നോക്കിയെങ്കിലും ഒന്നും പറഞ്ഞില്ല.

സീറ്റിൽ വന്നിരുന്ന് കണ്ണുകളടച്ച് അന്നു കാലത്തു മുതലുള്ള തിടുക്കങ്ങളെക്കുറിച്ച് ആലോചിച്ചു. പെട്ടെന്നു തീരുമാനിച്ച യാത്രയായിരുന്നു. ഇന്നലെ വൈകുന്നേരമാണ് അറിയിപ്പു കിട്ടിയത്. ട്രാവലിങ് ഏജൻസിയിലെ ഒരു പരിചയക്കാരൻ ടിക്കറ്റ് ഏർപ്പാടാക്കിത്തന്നു. കാലത്ത് നേരത്തേ എഴുന്നേറ്റ് ഒരുങ്ങിയതാണ്. പെട്ടിയിൽ എല്ലാ രേഖകളും എടുത്തുവച്ചിട്ടില്ലേ? ഇനി വല്ലതും മറന്നു കാണുമോ? രേഖകളില്ലാതെ അവിടെ ചെന്നിട്ടും എന്താണ് പ്രയോജനം എന്നോർത്തപ്പോൾ ധൃതി വച്ചത് വിഫലമാണെന്നു തോന്നി. മനസ്സ് എപ്പോഴും അസ്വസ്ഥമാകുന്നു. എല്ലാം ശരിയാവും എന്ന് ആശ്വസിക്കാൻ ശ്രമിച്ചുകൊണ്ട് കണ്ണുകൾ തുറന്നു.

അപ്പോൾ മുന്നിലെ സീറ്റിൽ ഇരുന്നിരുന്ന ഒരു യുവാവ് എന്റെ നേർക്കു നോക്കി പുഞ്ചിരിക്കുന്നതു കണ്ടു. ആരാണത്? മുമ്പെവിടെയെങ്കിലും കണ്ടുമുട്ടിയിട്ടുണ്ടോ? ഓർമ്മ വരുന്നില്ല. ശുഭ്രമായ വസ്ത്രങ്ങളാണ് അയാൾ ധരിച്ചിരിക്കുന്നത്. കഴുത്തില്ലാത്ത കൈയിറക്കമുള്ള ഒരു ജുബ്ബ, പുഴക്കമുള്ള കാൽ ശരായികൾ, വിസ്താരമുള്ള പരന്ന നെറ്റി, തിളക്കമുള്ള കണ്ണുകൾ. ഏതാണ്ട് പറ്റേ വെട്ടിയിരിക്കുന്ന മുടി. ബുദ്ധന്റേതു പോലെ വീതിയുള്ള കാതുകൾ. കാതുകൾ തുളച്ച് വെള്ളികൊണ്ടുള്ള വളയങ്ങൾ കോർത്തു ധരിച്ചിരിക്കുന്നു. ഇളം കറുപ്പുള്ള ശരീരമായിരുന്നു അയാളുടേത്. യോഗികളുടേതു പോലെ ഉറച്ച പേശികൾ. ഒരു മുപ്പത്തഞ്ചു വയസ്സു പ്രായം കാണണം. കാന്തികമായൊരു ആകർഷകത്വം അയാളുടെ നോട്ടത്തിലുണ്ടെന്നു തോന്നി.

“വലിയ ധൃതിയിലാണെന്നു തോന്നുന്നുണ്ടല്ലോ. എവിടേക്കാണ് യാത്ര?”അയാൾ ചോദിച്ചു.

ഞാൻ എനിക്കിറങ്ങേണ്ട സ്റ്റേഷന്റെ പേരു പറഞ്ഞു.

“നന്നായി. ഞാനും അവിടേക്കുതന്നെയാണ്.” അയാൾ പുഞ്ചിരിച്ചുകൊണ്ടു പറഞ്ഞു.

സമയം പാലിക്കുകയാണെങ്കിൽ വണ്ടി നാളെ വൈകുന്നേരത്തോടെ അവിടെയെത്തും. അവിടെവരെ സംസാരിച്ചിരിക്കാൻ ഒരാളായല്ലോ എന്നു വിചാരിച്ചു.

“എന്താ പേര്?” ഞാൻ തിരക്കി.

“കുമാർ. കുമാർ സാധു എന്നാണ് മുഴുവൻ പേര്.”

“സന്ന്യാസിയാണോ?” സാധു എന്ന പേരു കേട്ടതുകൊണ്ട് ഞാൻ ചോദിച്ചു.

“പേരിൽ മാത്രം.” ആ മുഖം കൂടുതൽ പ്രസന്നമായി: “ഇനി ചിലപ്പോൾ ഭാവിയിൽ ആവുമോ എന്നറിയില്ല. സന്ന്യാസം, വാനപ്രസ്ഥം എന്നൊക്കെ സാദ്ധ്യതകൾ പറയുമല്ലോ.”

എന്നാലും അയാൾ തിരിച്ച് എന്റെ പേരു ചോദിക്കുകയോ ഞാൻ പറയുകയോ ചെയ്തില്ല.

"വല്ലാതെ പ്രയാസപ്പെട്ടെന്നു തോന്നുന്നു." അയാൾ ചിരിച്ചു.

"ഉവ്വ്, ഭാഗ്യത്തിനു കിട്ടിയെന്നു പറയണം. വന്നു കയറുമ്പോൾ വണ്ടി ഇളകിത്തുടങ്ങിയിരുന്നു." ഞാൻ പറഞ്ഞു.

"ട്രാഫിക് ബ്ലോക്കിൽ പെട്ടു പോയിക്കാണും അല്ലേ?" സാധു ശരിയായി ഊഹിച്ചു: "വിചിത്രംതന്നെ. പാതകൾ വലുതാകുംതോറും വേഗം കുറഞ്ഞുവരുന്നു."

അയാളുടെ വാക്കുകൾ അത്രയും സൗമ്യമായിരുന്നുവെന്നു ഞാൻ ശ്രദ്ധിച്ചു. എനിക്കു കേൾക്കാൻ മാത്രം പോന്ന താഴ്ന്ന ശബ്ദത്തിലാണ് സംസാരിക്കുന്നത്. എല്ലായ്പോഴും അപാരമായൊരു ശാന്തത ആ മുഖത്തു പ്രതിഫലിച്ചു.

"ഈ ട്രെയിൻ കിട്ടിയിരുന്നില്ലെങ്കിൽ കുറച്ചു ബുദ്ധിമുട്ടായേനെ അല്ലേ?" സാധു എന്തോ ആലോചിക്കുന്ന മട്ടിൽ ചോദിച്ചു.

ഞാൻ തലയാട്ടി. തീർച്ചയായും, ഒരുപാടു കഷ്ടപ്പെടേണ്ടി വരുമായിരുന്നു.

"നോക്കൂ, ചില കാര്യങ്ങളിൽ നാം സ്വയം ഇടപെടേണ്ടതുണ്ട്. എല്ലാം അതാതിന്റെ വഴിക്കു വിടുന്നതാണ് കുഴപ്പമാവുന്നത്." ഒരല്പനേരം ആലോചിച്ചതിനു ശേഷം അയാൾ തുടർന്നു: "ഉദാഹരണത്തിന് ഇവിടെയെത്തുന്നതിന് നിങ്ങൾ കുറച്ചുകൂടി ശ്രദ്ധ പുലർത്തേണ്ടതായിരുന്നു."

എനിക്കെന്തു ചെയ്യാൻ കഴിയും? ഞാൻ ആലോചിച്ചു. വളരെ നേരത്തേ തന്നെ വീട്ടിൽനിന്നും പുറത്തിറങ്ങിയതല്ലേ? ബസ്സിൽ വരാനുള്ള വഴിയേ ഉണ്ടായിരുന്നുള്ളുവെങ്കിലും സമയം ലാഭിക്കാനായി ടാക്സിതന്നെ വിളിച്ചു.

"ട്രാഫിക് ബ്ലോക്കുകൾ തടയാൻ നിങ്ങളെക്കൊണ്ടാവില്ലെന്നത് ശരിതന്നെ." എന്റെ ചിന്തകളെ അറിയുന്നതുപോലെ സാധു പറഞ്ഞു: "പക്ഷേ, ഈ തീവണ്ടിയെ ആവശ്യമുള്ളത്രയും നേരം തടയാനെങ്കിലും നിങ്ങൾക്കു സാധിക്കുമായിരുന്നു."

"തീവണ്ടി തടയാനോ?" ഞാൻ അമ്പരന്നു.

"എന്തുകൊണ്ടു പാടില്ല? യാത്രയ്ക്കുവേണ്ടി നിങ്ങൾ എല്ലാ മുൻകരുതലും എടുത്തതാണ്. നേരത്തേതന്നെ ടിക്കറ്റ് റിസർവ്വ് ചെയ്തു. സമയത്തിന് ഒരുങ്ങുകയും ഇറങ്ങുകയും ചെയ്തു. എന്നിട്ടും നിങ്ങൾ വാഹനക്കുരുക്കിൽപ്പെട്ടു. അതാകട്ടെ, നിങ്ങളുടെ സൃഷ്ടിയുമല്ല. അപ്പോൾപ്പിന്നെ തീവണ്ടി തടയുകയല്ലാതെ എന്തു ചെയ്യും?"

"പക്ഷേ, തീവണ്ടി പുറപ്പെടാനുള്ള സിഗ്നൽ കൊടുത്ത സമയത്ത് സ്റ്റേഷനിൽ എത്തിച്ചേർന്ന ഒരു യാത്രക്കാരൻ അതു തടയാൻ നിൽക്കുമോ, അതോ അതിൽ കയറിക്കൂടാൻ ശ്രമിക്കുമോ? ഈ ചങ്ങാതി എന്താണ് പറഞ്ഞുകൊണ്ടു വരുന്നത്?"

"അതിന് സ്റ്റേഷനിൽ എത്തും മുമ്പാണ് പ്രവർത്തിക്കേണ്ടത്." ഒട്ടൊരു നിസ്സംഗഭാവത്തിൽ അയാൾ തുടർന്നു: "സ്റ്റേഷനിൽ എത്തി

ക്കഴിയുമ്പോഴേക്കും വൈകിപ്പോയെന്നിരിക്കും. പിന്നെ അതിന്റെ ആവശ്യവുമില്ലല്ലോ."

എന്തു പ്രവർത്തിക്കുന്നതിനെക്കുറിച്ചാണ് ഇയാൾ പറയുന്നത്?

"ഒന്നുമില്ല, തിരക്കുള്ള ഒരു ടെലഫോൺ ബൂത്തിൽ കയറി ഒരു ലോക്കൽ കോൾ ചെയ്യുക. അത്രയേ ആവശ്യമുള്ളൂ."

"ആരെയാണ് വിളിക്കേണ്ടത്?"

"പൊലീസിനെ, അതാണ് എളുപ്പം. റെയിൽവേക്കു വിളിച്ചാൽ പിന്നെ അവർ പൊലീസിൽ വിളിച്ച്... അതു വളഞ്ഞ വഴിയാണ്."

എനിക്കു മനസ്സിലായില്ല.

"ഞാൻ പറഞ്ഞില്ലേ? എന്താണ് നിങ്ങളുടെ ആവശ്യം? ട്രെയിൻ സ്റ്റേഷൻ വിടുന്നതിന് കുറച്ചു സമയമെടുക്കണം. സ്വന്തം ആവശ്യമാണ്. സ്വന്തമല്ലാത്ത ഒരു തെറ്റുകൊണ്ടുണ്ടായ തടസ്സം. അതു നീക്കണം, അതല്ലേ?"

"അപ്പോൾ...?"

"ഇതു ചെറിയ കാര്യമല്ലേ, ഇക്കാലത്ത് കുട്ടികൾക്കുപോലും മനസ്സിലാകുമല്ലോ? ഈ തീവണ്ടിയിൽ ഒരു ബോംബു വച്ചിട്ടുണ്ടെന്നു വിളിച്ചു പറയുക. എത്രയെളുപ്പം! പൊലീസും അവരുടെ നായ്ക്കളുമൊക്കെ വന്നു പരിശോധിച്ച് തീരുമ്പോഴേക്കും ആശ്വാസത്തോടെ നിങ്ങൾക്ക് എത്തിച്ചേരാം. പക്ഷേ, ശ്രദ്ധിക്കണം. ഓർക്കണം, തിരക്കുള്ള ഒരു ടെലഫോൺ ബൂത്ത്, അതു പ്രധാനമാണ്. അതായത് ആരും നിങ്ങളെ ശ്രദ്ധിച്ചുകൂടാ. മറ്റൊന്ന്, ഇനി സ്റ്റേഷനിലെത്തുമ്പോഴും തിടുക്കം പാടില്ല. തിരക്കില്ലാത്ത, ആകസ്മികമായി കിട്ടിയ വണ്ടിയിൽ വന്നു കയറുന്ന ഒരാളുടെ രീതികളായിരിക്കണം നിങ്ങൾക്ക്. ഒരു മുൻകരുതൽ എന്ന നിലയ്ക്ക് മുമ്പു റിസർവ്വു ചെയ്ത സീറ്റിൽ കയറി വരാതിരിക്കുകയാണ് നല്ലത്. അത്രയൊക്കെയേ വേണ്ടൂ."

പൊതുവിൽ ശാന്തസ്വഭാവിയെന്നു തോന്നിക്കുന്ന ഈ മനുഷ്യൻ കുഴപ്പം പിടിച്ച കാര്യങ്ങളാണല്ലോ പറഞ്ഞുകൊണ്ടു വരുന്നതെന്ന് ആലോചിച്ചു. അതേസമയം, താൻ പറഞ്ഞ കാര്യങ്ങൾ ആരെങ്കിലും കേട്ടുവോയെന്ന ഉൽക്കണ്ഠയൊന്നും കൂടാതെ അയാൾ പുറത്തെ ചലിക്കുന്ന കാഴ്ചകളിലേക്കു കണ്ണുപായിച്ചുകൊണ്ടിരിക്കുന്നത് ഞാൻ കണ്ടു.

നല്ല വേഗതയുള്ള തീവണ്ടിയായിരുന്നു അത്. മാത്രവുമല്ല, വളരെ അപൂർവ്വം സ്റ്റേഷനുകളിൽ മാത്രമേ അതു നിർത്തിയിരുന്നുമുള്ളൂ. കൂടെയുള്ള യാത്രക്കാരിൽ ഈ മനുഷ്യനൊഴികെയുള്ള എല്ലാവരും ഉറക്കം പിടിച്ചു കഴിഞ്ഞിരിക്കുന്നു. സീറ്റിൽ ചാരിയിരുന്ന് ഞാനും കുറച്ചു നേരം മയങ്ങി.

ഉണർന്നപ്പോൾ ഏതോ വലിയ സ്റ്റേഷനിൽ ചെന്നു നിൽക്കുകയാണ് തീവണ്ടി. ഏതാണ് സ്റ്റേഷൻ? യാത്രക്കാരിൽ പലരും പുറത്തേക്കിറങ്ങിപ്പോകുന്നുണ്ട്. ചിലർ സെൽഫോണുകളിൽ സംസാരിച്ചുകൊണ്ട്

കംപാർട്ടുമെന്റിന്റെ പരിമിതമായ ചുറ്റളവിൽ നടക്കുന്നു. ചായയും പഴവും വെള്ളവുമെല്ലാം വില്ക്കുന്നവർ തീവണ്ടിക്കുള്ളിലേക്കു കയറുന്നു. അടുത്ത മുറിയിലേക്കാവണം, വയസ്സു ചെന്ന ഒരു മനുഷ്യനെ ചക്രങ്ങളുള്ള കസേരയിലിരുത്തി ഒരു സ്ത്രീയും പുരുഷനും തള്ളിക്കൊണ്ടു പോകുന്നതു കണ്ടു.

അടുത്ത ട്രാക്കുകളിൽനിന്നും മറ്റു തീവണ്ടികൾ പുറപ്പെടുന്നതിന്റെയും വന്നു നിൽക്കുന്നതിന്റെയും സ്വരം.

മുന്നിലെ സീറ്റിൽ സാധുവിനെ കണ്ടില്ല. അയാളും പുറത്തിറങ്ങിക്കാണും. ഒന്നു പുറത്തിറങ്ങി നിന്നാലോ എന്നോർത്തുകൊണ്ട് എഴുന്നേറ്റപ്പോൾ പുസ്തകങ്ങൾ വില്ക്കുന്ന ഒരു പയ്യൻ വലിയൊരു കെട്ടു പുസ്തകങ്ങളുമായി വന്നു സീറ്റിനു നേരെ എതിർവശത്ത് നിരത്തി. ചിത്രകഥകളും കാർട്ടൂണുകളും പാഠാവലികളും സ്ത്രീകളുടെ മാസികകളും പഴയ ചില നോവലുകളുമൊക്കെയായിരുന്നു അയാളുടെ വിഭവങ്ങൾ. അവയെല്ലാം ഒന്നു മറിച്ചു നോക്കാമെന്ന കൗതുകം തോന്നി. പുറത്തിറങ്ങാതെ ഞാൻ അവിടെത്തന്നെയിരുന്നു.

അയാളിൽനിന്നും പഴയൊരു പുസ്തകമാണ് വാങ്ങിച്ചത്. ഗാന്ധിജിയുടെ സത്യാന്വേഷണപരീക്ഷകളുടെ ഒരിംഗ്ലീഷ് പതിപ്പ്. വില കുറവായിരുന്നതുകൊണ്ടും കുട്ടികൾ വായിച്ചാൽ നല്ലതാണല്ലോ എന്ന് ഓർത്തതു കൊണ്ടുമാണ് അതു വാങ്ങിയത്. ആദ്യത്തെ ഒരു പേജു വായിക്കുമ്പോഴേക്കും തീവണ്ടി ഇളകിത്തുടങ്ങി. വണ്ടി പോകുന്നതു ശ്രദ്ധിക്കാതെ വായനയിൽത്തന്നെ മുഴുകി.

ആമുഖമായെഴുതിയിരുന്ന നാലഞ്ചു പേജുകൾ കഴിഞ്ഞപ്പോൾ മടക്കി വച്ചു. തല വേദനിക്കുന്നു. എതിർവശത്തെ സീറ്റിൽ ചമ്രം പടിഞ്ഞ്, പുറത്തെ കാഴ്ചകളിൽ ലയിച്ചുകൊണ്ട് സാധു ഇരിക്കുന്നതു കണ്ടു. ഓ, പുസ്തകം വായിക്കുന്നതിന്റെ തിരക്കിൽ അയാളെ മറന്നു പോയിരിക്കുകയായിരുന്നു.

"സത്യാന്വേഷണ പരീക്ഷകളാണ്. വേണോ?" ഞാൻ പുസ്തകം നീട്ടിക്കൊണ്ടു ചോദിച്ചു.

"ഞാൻ കണ്ടു." അയാൾ തിരിച്ചു കൈ നീട്ടിയില്ല: "കുട്ടികൾക്കു വേണ്ടി വാങ്ങിയതാവും അല്ലേ?"

ഞാൻ തലയാട്ടി. പക്ഷേ, മുതിർന്നവർക്കും വായിക്കാവുന്ന പുസ്തകമാണല്ലോ. പലരും കേട്ടിട്ടേയുള്ളൂ, വായിച്ചു കാണില്ല. എന്നെപ്പോലെ.

കുട്ടികളുടെ ഭാവിയെപ്പറ്റി ചിന്തിക്കുകയാണെങ്കിൽ ഇത്തരം പുസ്തകങ്ങൾകൊണ്ടൊന്നും വലിയ കാര്യമില്ലെന്നു ഞാൻ പറയും. ചിരിച്ചുകൊണ്ട് സാധു തുടർന്നു: "തന്നെയുമല്ല, ഇത്തരം സന്മാർഗ കൃതികൾ വായിക്കുന്നത് അവർക്കു ഗുണത്തേക്കാളേറെ ദോഷം ചെയ്തേക്കും.

"അതെന്താണങ്ങനെ? ഞാൻ തർക്കിച്ചു. ഗാന്ധിയുടെ പുസ്തകങ്ങൾ

കുട്ടികൾക്ക് തീർച്ചയായും ഗുണമാണ് ചെയ്യുക. മറിച്ചു പറയുന്നത് കേട്ടിട്ടേയില്ല."

ഒരല്പനേരത്തെ മൗനത്തിനു ശേഷം സാധു പറഞ്ഞു: "ആ പുറം ചട്ടയിൽ എഴുതിയിരിക്കുന്നതുതന്നെ വായിക്കൂ, എന്താണത്?"

ഞാൻ പുസ്തകം തിരിച്ചു പിടിച്ച് അയാൾ സൂചിപ്പിച്ച വരികൾ വായിക്കാൻ ശ്രമിച്ചു.

"സത്യവും അഹിംസയും പണ്ടുമുതൽക്കേ ഉള്ളതാണ്. പർവ്വതങ്ങൾക്കൊപ്പം പ്രായമുള്ളതാണ്, അല്ലേ, അതല്ലേ പറഞ്ഞിരിക്കുന്നത്?" അയാൾ ചോദിച്ചു.

"ഉം. ആ പറഞ്ഞതു ശരിതന്നെയല്ലേ?" ഞാൻ തിരിച്ചു ചോദിച്ചു. സാധു അതിനു മറുപടി പറഞ്ഞില്ല.

അല്പനേരത്തെ മൗനത്തിനു ശേഷം പഴയ സംഭാഷണം തുടരുന്ന മട്ടിൽ സാധു പറഞ്ഞു.

"കൊള്ളാം, കുട്ടികളോടു പറയാവുന്ന കാര്യം! പക്ഷേ, നോക്കൂ, ഏതു ലോകത്തിലേക്കാണ് നിങ്ങൾ നിങ്ങളുടെ കുഞ്ഞുങ്ങളെ അയയ്ക്കുന്നത്? അവർ അവിടെ പരസ്പരം ആദരിക്കുകയും സഹവർത്തിക്കുകയും ചെയ്യും എന്നാണോ പ്രതീക്ഷിക്കുന്നത്? അങ്ങനെയാണെങ്കിൽ തീർച്ചയായും സന്മാർഗവും ഗുണപാഠവുമൊക്കെ നല്ലതുതന്നെ. പക്ഷേ, വാസ്തവത്തിൽ എന്താണ് സംഭവിക്കാൻ പോകുന്നത്?"

സാധു എന്താണ് പറയാൻ ശ്രമിക്കുന്നതെന്ന് എനിക്കു പിടികിട്ടിയില്ല.

"നേരേ മറിച്ച്, അത്തരമൊരു കാലമാണോ അവരെ കാത്തിരിക്കുന്നത്? അവരുടെ ലോകത്ത് കടുത്ത മത്സരമാണ്. ഭാവിയിൽ അതു പലമടങ്ങു വർദ്ധിക്കാനാണിട. അവിടെ അന്യന്റെ തോൽവിയാണ് ഒരാളുടെ ഉന്നം. യഥാർത്ഥത്തിൽ, ഹിംസ്രജന്തുക്കളുടെ കൂട്ടിലേക്കല്ലേ നിങ്ങൾ അവരെ വലിച്ചെറിയുന്നത്? ഒരാൾക്കു കാലുറപ്പിക്കണമെങ്കിൽ മറ്റൊരാൾ വീണേ തീരൂ. സത്യവും നീതിയും പുലർത്തിയിട്ടാണോ ഈ ലോകം മുന്നോട്ടു പോകുന്നത്? നമ്മുടെ സമൂഹം അത്തരം ദർശനങ്ങളെയാണോ പിന്തുടരുന്നത്? അല്ലെങ്കിൽ എപ്പോഴെങ്കിലും പിന്തുടർന്നിരുന്നത്? അപ്പോൾപ്പിന്നെ ഇത്തരം പുസ്തകങ്ങൾകൊണ്ടും സാരോപദേശങ്ങൾകൊണ്ടും എന്തു പ്രയോജനം?"

"പിന്നെ ഏതു പുസ്തകങ്ങൾ കൊടുക്കണമെന്നാണ് താങ്കൾ പറയുന്നത്?" എനിക്ക് അയാളോട് നീരസം തോന്നി. ചില മനുഷ്യർ എന്തിനെയും ഏതിനെയും എതിർക്കും. സാധു അങ്ങനെയുള്ള ഒരാളായിരിക്കണം...

"നിങ്ങൾക്ക് ഞാൻ പറഞ്ഞത് വിഷമമായോ?" അയാൾ പുഞ്ചിരിയോടെ ചോദിച്ചു. "പുസ്തകം വായിക്കുന്നത് തുടർന്നു കൊള്ളൂ.

മുമ്പെപ്പോഴോ ഞാനും അതു വായിച്ചിട്ടുണ്ട്. ഇപ്പോൾ പൊതുവിൽ ചില കാര്യങ്ങൾ പറഞ്ഞെന്നേയുള്ളൂ."

എന്നാൽ പുസ്തകം വായിക്കാതെ പുറംകാഴ്ചകളുമായി ഞാൻ തുടർന്നു. കൂടെയുണ്ടായിരുന്ന യാത്രക്കാരിൽ ചിലർ പൊതിഞ്ഞു കൊണ്ടുവന്ന ഭക്ഷണം കഴിക്കുന്നതു കണ്ടു. ഞാൻ ഭക്ഷണം കൊണ്ടു വന്നിട്ടുണ്ടായിരുന്നില്ല. ഉച്ചഭക്ഷണത്തിന് ഓർഡറെടുക്കാൻ ആരും വന്നി ല്ലല്ലോയെന്ന് ഓർത്തിരിക്കുമ്പോൾ ഭക്ഷണപ്പൊതികളുമായി കാറ്ററിങ് ജീവനക്കാർ വന്നു. അവരിലൊരാളോടു പറഞ്ഞപ്പോൾ ഒരു ഊണ് അയാൾ തന്നു.

സാധു ഭക്ഷണം വാങ്ങുന്നതു കണ്ടില്ല. കൈ കഴുകി വന്ന് ഊണ് കഴിക്കാനിരിക്കുമ്പോൾ ഉപചാരം ചോദിച്ചു.

"ഭക്ഷണം കഴിക്കുന്നില്ലേ?"

"ഇല്ല. അങ്ങനെ പുറത്തുനിന്നും ഒന്നും കഴിക്കുക പതിവില്ല. അയാൾ തന്റെ തോൾസഞ്ചിയിൽനിന്നും ഒരു ചെറിയ പഴമെടുത്തു കഴിച്ചു. ഒരു കുപ്പിയിൽനിന്നും കുറച്ചു വെള്ളം കുടിച്ചു.

"ഇതു മതിയോ?" ഊണു കഴിക്കുമ്പോൾ കൗതുകത്തോടെ ഞാൻ തിരക്കി.

"ധാരാളം. വിശപ്പ് ഒരു മാനസികാവസ്ഥയല്ലേ?" അയാൾ ചിരിയോടെ ചോദിച്ചു.

എനിക്കു തമാശ തോന്നി.

വിജനമായ പ്രദേശങ്ങൾ പിന്നിട്ട് തീവണ്ടി സഞ്ചരിച്ചുകൊണ്ടിരുന്നു. സ്റ്റേഷനുകൾ തമ്മിലുള്ള അകലം കൂടുതലായിരുന്നു. തരിശിട്ടിരിക്കുന്ന വയലുകളിൽ മുൾച്ചെടികൾ വളർന്നു നിൽക്കുന്നു. അവ ഏകതാനമാ യൊരു ദൃശ്യമായി ഒട്ടുദൂരം നീണ്ടു നിന്നു. മനുഷ്യരെ എങ്ങും കാണാ നില്ലായിരുന്നു. ഇടയ്ക്കിടെ ചെറിയ പാലങ്ങൾക്കു മുകളിലൂടെ തീവണ്ടി കടന്നു പോയി. പാലങ്ങൾക്കു താഴെ നദികൾ വരണ്ടു കിടക്കുന്നു. സാധു പറഞ്ഞതുകൊണ്ടോ എന്തോ, അയാളുടെ മുന്നിലിരുന്ന് പിന്നീട് സത്യാ ന്വേഷണ പരീക്ഷകൾ വായിക്കാൻ ഞാൻ മടിച്ചു. എന്തുതന്നെയായാലും അയാളുടെ വാക്കുകൾ എന്റെ മനസ്സിൽ ചെറിയ ചലനങ്ങളുണ്ടാക്കിയി രുന്നു. ഒരു നിലയ്ക്ക് അയാൾ പറഞ്ഞതിലും കാര്യമുണ്ട്. മനുഷ്യരെല്ലാം എങ്ങോട്ടെന്നില്ലാതെ പാഞ്ഞുകൊണ്ടിരിക്കുന്നു. ആർക്കും മറ്റാരേയും നോക്കാനോ പരിഗണിക്കാനോ സമയമില്ല. അതിനിടയിൽ ഗുണപാഠകഥ കളും സാരോപദേശവുംകൊണ്ട് എന്തു കാര്യം? എന്നാൽ അതല്ലാതെ എന്തു ചെയ്യും എന്നും വാദിക്കാം. തിടുക്കവും മത്സരവും നിറഞ്ഞ ഒരു ഭാവിയിൽ ആളുകളെ സഹായിക്കാൻ പോന്ന പുസ്തകങ്ങൾ വേണ മല്ലോ? അത്തരമൊരു ഗ്രന്ഥം ഏതാണ്? എവിടെ നിന്നാണ് അതു ലഭിക്കുക?

“അത്തരം ഒരു പുസ്തകം ഉണ്ടായിരിക്കും എന്നാണ് തോന്നുന്നത്. എവിടേയോ ഉണ്ട് അത്. ഇനി ഇല്ലെങ്കിൽ അധികം വൈകാതെതന്നെ ഉണ്ടാകും.” എന്റെ ചിന്തകളെ പിടിച്ചെടുത്തിട്ടെന്നവണ്ണം സാധു പറഞ്ഞു. അദ്ഭുതം തന്നെ, അയാൾക്കു മനസ്സു വായിക്കാനുള്ള സിദ്ധിയുണ്ടോ? അമ്പരപ്പോടെ അയാളെ നോക്കുമ്പോൾ തികച്ചും ശാന്തനായി അയാൾ പുഞ്ചിരിച്ചു. പിന്നെ എന്തോ ഓർമ്മിക്കുന്നതുപോലെ പുറത്തേക്കു നോക്കി. തീവണ്ടിയുടെ വേഗം ഒരല്പം കുറഞ്ഞിരുന്നു. ഏതോ സ്റ്റേഷ നടുക്കുകയാവുമെന്ന് ഞാൻ ഊഹിച്ചു.

“ചതിയുടെ വേദപുസ്തകം ഉണ്ടായിരിക്കും. അതിനുള്ള സാദ്ധ്യത കളാണ് കൂടുതൽ.” സാധു പറഞ്ഞു.

“ചതിയുടെ വേദമോ?”

“അല്ലെങ്കിൽ അതിനു സമാനമായ പേരുള്ള ഒന്ന്. ഈ ലോകത്തെ ഭാവിയിലേക്കു നയിക്കാൻ കെല്പുള്ള അത്തരമൊരു പുസ്തകം തീർച്ച യായും കാണും. ശരിക്കും ചിന്തിച്ചാൽ അതിന് ചതിയുടെ വേദമെന്ന ല്ലാതെ മറ്റെന്തൊരു പേരാണ് കൊടുക്കാൻ സാധിക്കുക?”

അയാൾ എന്റെ ഉത്തരം പ്രതീക്ഷിക്കുന്നുണ്ടായിരുന്നില്ലെന്നത് തീർച്ച യായിരുന്നു.

ഒരല്പം കഴിഞ്ഞപ്പോൾ ഒരു ഇടത്തരം സ്റ്റേഷനിലേക്ക് തീവണ്ടി എത്തിച്ചേർന്നു. പക്ഷേ, അതിന് അവിടെ സ്റ്റോപ്പുണ്ടായിരുന്നില്ല. വേഗം തീരെ കുറച്ച്, സ്റ്റേഷനെ ഒന്നു വീക്ഷിച്ച ശേഷം അത് അവിടം കടന്നു പോയി. സ്റ്റേഷനിലെ ആളുകൾ ദൂരയാത്രികരോടുള്ള ആദരത്തോടു കൂടി തീവണ്ടിയെ നോക്കി നിൽക്കുന്നതു കണ്ടു.

“കുറച്ചു കാലമായി ഞാൻ അതുതന്നെയാണ് അന്വേഷിച്ചുകൊണ്ടി രിക്കുന്നത്.” സാധു തന്റെ സംഭാഷണത്തിന്റെ തുടർച്ചയെന്നോണം പറഞ്ഞു. “ചതിയുടെ വേദം. പക്ഷേ, ഇതുവരേക്കും അതു കൈയിൽ വന്നു ചേർന്നിട്ടില്ല.”

“നിങ്ങൾ എവിടെയാണ് അന്വേഷിക്കുന്നത്?” ഒരു കൗതുകംകൊണ്ട് ഞാൻ തിരക്കി.

“അങ്ങനെയല്ല, എന്നാലും എനിക്കു ചില ഊഹങ്ങളുണ്ട്. ചില വ്യക്തികൾ, പ്രസ്ഥാനങ്ങൾ, ചില സമൂഹങ്ങൾപോലും...തീർച്ചയായും അവരുടെ കൈവശം അതു കാണുമെന്ന് ഉറപ്പാണ്. അവരുടെ പ്രവർത്ത നങ്ങളും രീതികളും അതാണ് സൂചിപ്പിക്കുന്നത്. അതല്ലെങ്കിൽ ഇത്രയും കണിശമായി, വഴി തെറ്റാതെ, അവരെങ്ങനെ സഞ്ചരിക്കുന്നു? അവരെ പഠിക്കാൻ കുറച്ചൊക്കെ ശ്രമിച്ചിട്ടുള്ളതുകൊണ്ടാണ് ആ ഗ്രന്ഥം ഉണ്ട് എന്ന് എനിക്ക് ഉറപ്പു പറയാൻ സാധിക്കുന്നത്. പക്ഷേ, അതു കൈയിൽ കിട്ടുന്നില്ല. അതുകൊണ്ട് ഈയിടെയായി...” അയാൾ നിർത്തിയ ശേഷം തന്റെ തോൾസഞ്ചിയിൽനിന്നും കുപ്പി പുറത്തെടുത്ത് ഒരു കവിൾ വെള്ളം കുടിച്ചു.

"ഈയിടെയായി...?" ഞാൻ ഉത്സാഹം കാണിച്ചിട്ടും സാധു സംഭാഷണത്തിന്റെ വേഗം കൂട്ടുകയോ കുറയ്ക്കുകയോ ചെയ്തില്ല. അയാൾ സ്വന്തമായ വഴിയിലൂടെ സഞ്ചരിക്കുന്ന ഒരു ഏകാകിയെപ്പോലെ സാവകാശമെടുത്തു.

ഈയിടെയായി, അത്തരമൊരു പുസ്തകത്തിന്റെ ഉള്ളടക്കത്തെക്കുറിച്ച് ഞാൻ ആലോചിക്കുന്നുണ്ട്. എന്തെല്ലാം വിഷയങ്ങൾ അതിൽ കാണും? ഏതൊക്കെ അനുഭവങ്ങൾ അതിൽ എടുത്തു പറഞ്ഞിരിക്കും? അല്ലെങ്കിൽ ഏതു രീതിയിൽ, ഏതു മാതൃകയിലാണ് അത് എഴുതപ്പെട്ടിരിക്കുക? മൊത്തത്തിൽ അതിനെക്കുറിച്ച് ഞാൻ ചിന്തിച്ചുകൊണ്ടിരിക്കുകയാണ്. ഇത്രയും നാളത്തെ ആലോചനയും അനുഭവവും വച്ചു നോക്കുമ്പോൾ എന്റെ ഊഹം വളരെ കണിശമാവാനാണ് സാദ്ധ്യത."

"എന്നു വച്ചാൽ..."

"അതുതന്നെ. ഇനി, ജീവിതത്തിന്റെ ഒരു ഘട്ടത്തിൽവച്ച്, തികച്ചും ആകസ്മികമായി ആ പുസ്തകം എന്റെ കൺമുന്നിൽ വന്നു പെട്ടു എന്നിരിക്കട്ടെ. മിക്കവാറും അതിലുള്ളതെല്ലാം ഞാൻ മുമ്പേ ആലോചിച്ചു വച്ചതു തന്നെയായിരിക്കും. കാരണം ചതിയുടെ വേദം മറ്റൊരു വിധത്തിൽ എഴുതുക അസാധ്യമാണ്."

അയാൾ പറയുന്നത് എനിക്കു മുഴുവനായും മനസ്സിലാകുന്നുണ്ടായിരുന്നില്ല. മിക്കവാറും ഊഹം വച്ച് ഒരു പുസ്തകത്തെക്കുറിച്ചു പറയുക. അതിനെക്കുറിച്ചു സങ്കല്പിക്കുക. സങ്കല്പത്തിലെ പുസ്തകം ഭാവിയിൽ കൃത്യമായി തന്റെ മുന്നിലെത്തുമെന്ന് പ്രവചിക്കുക. ഉള്ളടക്കത്തെക്കുറിച്ച് കണിശമായ ധാരണകൾ പുലർത്തുക, എന്നെ സംബന്ധിച്ച് അസാധാരണമായ കാര്യങ്ങളായിരുന്നു അവയെല്ലാം.

"ചിലപ്പോൾ തോന്നും, അതിന്റെ ക്രമീകരണത്തെയും ഉള്ളടക്കത്തെയുമൊക്കെ ചിന്തിച്ചു ചിന്തിച്ച് ഒടുവിൽ അത്തരമൊരു ഗ്രന്ഥം ഞാൻതന്നെ എഴുതിക്കളഞ്ഞേക്കുമെന്ന്..."

അങ്ങനെ പറഞ്ഞുകൊണ്ട് സാധു ദീർഘമായി ചിരിച്ചു. അയാൾ ആദ്യമായിട്ടാണ് അങ്ങനെ കൂടുതൽ ചിരിക്കുന്നതെന്ന് ഞാനോർത്തു. എങ്കിലും ഒരരുവിയുടെ നേർത്ത ചലനംപോലെ തീർത്തും സൗമ്യമായിരുന്നു അത്. ചിരിക്കു ശേഷം അയാൾ കൂടുതൽ ശാന്തനായി കാണപ്പെട്ടു. ആ വീതിയിലുള്ള നെറ്റിയിൽനിന്നും ചിന്തയുടെ ഉഴവുചാലുകൾ മാഞ്ഞുപോയി.

അന്നു രാത്രി, ഭക്ഷണത്തിനു മുമ്പ് മുകളിലെ ബെർത്തിൽ നിന്നും ഞാൻ പെട്ടിയെടുത്തു നിലത്തു വച്ചു. പിന്നെ അതു സാവകാശം തുറന്ന് കരുതിയിരുന്ന വോഡ്ക മിക്സു ചെയ്തു വച്ച മിനറൽ വാട്ടറിന്റെ കുപ്പിയിൽനിന്നും കുറച്ചെടുത്തു കഴിച്ചു. ആ സമയമത്രയും ഞാൻ സാധുവിന്റെ ദിശയിലേക്കു നോക്കിയതേയില്ല. ദീർഘയാത്രകളിൽ മടുപ്പൊഴിവാക്കാൻ ഒരല്പം മദ്യം കൂടെ കരുതുന്ന ശീലമുണ്ടായിരുന്നു. വോഡ്കയാവുമ്പോൾ അത് ആരും തിരിച്ചറിയുകയില്ലെന്ന ഗുണവുമുണ്ട്.

പെട്ടി പൂട്ടി ചെയിൻകൊണ്ട് കെട്ടിയിടണം. കിടക്കുന്നതിനു മുമ്പ് സാധു എന്നെ ഓർമ്മിപ്പിച്ചു: "തീവണ്ടിമുറിയല്ലേ? നിങ്ങൾ ഉറങ്ങുമ്പോൾ ആരൊക്കെയാണ് മുറിയിൽ വന്നു പോകുന്നതെന്ന് പറയാനാവില്ല."

"ഓ, ചങ്ങല ഇല്ല. മറന്നു." ഞാൻ പറഞ്ഞു.

"അതു കുഴപ്പമാണ്. പണവും പ്രമാണങ്ങളുമൊക്കെ കാണില്ലേ? സൂക്ഷിക്കണം." അങ്ങനെ പറഞ്ഞുകൊണ്ട് അയാൾ തന്റെ തോൾ ബാഗിൽനിന്നും ഒരു ചങ്ങലയും പൂട്ടും എടുത്തു തന്നു. പിന്നെ പെട്ടി പൂട്ടി താഴത്തെ കൊളുത്തുമായി ബന്ധിപ്പിക്കാൻ സഹായിച്ചു. എല്ലാം ലോക്കു ചെയ്ത ശേഷം താക്കോലെടുത്ത് എന്റെ നേർക്കു നീട്ടി. സാധുവിന്റെ ചങ്ങല, പൂട്ട്, അയാൾ തന്നെ നീട്ടുന്ന താക്കോൽ... ഞാനത് വാങ്ങിക്കണോയെന്നു സംശയിച്ചു.

"തീർച്ചയായും ഇതു നിങ്ങൾതന്നെ വയ്ക്കണം. ഒരപരിചിതനെ അങ്ങനെ വിശ്വസിക്കുന്നതു ശരിയല്ല." അയാൾ പറഞ്ഞു.

താക്കോൽ വാങ്ങുമ്പോൾ ഞാൻ ചിരിച്ചു.

"അതാണ് ഒരു പാഠം." സാധു എന്റെ ചിരിയിൽ പങ്കുചേർന്നുകൊണ്ടു പറഞ്ഞു: "ചതിയുടെ വേദപുസ്തകത്തിലെ വളരെ പ്രധാനപ്പെട്ട പാഠമാണത്. ആരേയും വിശ്വസിക്കരുത്. ഒരുപക്ഷേ, ഒന്നാമത്തെ അദ്ധ്യായംതന്നെ അതാവണം."

പിന്നെ തീരെ താഴ്ന്ന ശബ്ദത്തിൽ അയാൾ പറഞ്ഞു: "മറ്റൊന്ന് ഒരിക്കലും ഇത്തരമൊരു അന്യസ്ഥലത്തു വച്ച് മദ്യപിക്കരുത് എന്നുള്ളതാണ്. കാരണം മദ്യം നമ്മുടെ ബോധത്തെ താല്ക്കാലികമായി തടയും."

ഞാൻ അമ്പരന്നു. ഈ മനുഷ്യൻ എന്തെല്ലാം ശ്രദ്ധിക്കുന്നു!

"അതിന്റെയർത്ഥം മദ്യത്തിന് എതിരാവണം എന്നല്ല. ഞാൻ സൂചിപ്പിച്ച വേദപുസ്തകത്തിൽ മദ്യത്തിനും ലഹരിക്കുമൊക്കെ നിർണായകമായ ചില സാദ്ധ്യതകളുണ്ട്. ചില ഘട്ടങ്ങളിൽ അതും ഒരു ഉപകരണമെന്ന നിലയ്ക്ക് നിങ്ങളെ സഹായിച്ചേക്കും." അയാൾ തുടർന്നു: "മദ്യത്തെ ശരിക്കു മനസ്സിലാക്കിയിട്ടുള്ളവർ കഴിക്കുകയല്ല, കഴിപ്പിക്കുകയാണ് കൂടുതൽ ചെയ്യുക. അവർ സ്വയം കഴിക്കുന്നത് അപരനെ പ്രലോഭിപ്പിച്ച് കെണിയിലാക്കാൻ വേണ്ടി മാത്രമായിരിക്കും."

അയാൾ പറഞ്ഞതെല്ലാം ആലോചിച്ചുകൊണ്ടു ഞാൻ കിടന്നു. തീവണ്ടിയുടെ കുലുക്കം ചിലപ്പോഴെങ്കിലും അസഹനീയമായിരുന്നു. മുറിയിലെ ഇരുട്ടിലേക്ക് ഇടയ്ക്കിടെ സ്റ്റേഷനിലെ വെളിച്ചങ്ങൾ എത്തിനോക്കി. ഉറക്കം ഇടവിട്ടിടവിട്ട് വന്നും പോയുമിരുന്നു. ചിലപ്പോഴെല്ലാം കുറെ സമയം തീവണ്ടി നിശ്ചലമായി നിൽക്കുകയാണെന്നു തോന്നിച്ചു. അപ്പർ ബെർത്തായിരുന്നതുകൊണ്ട് മറ്റു അലോസരങ്ങളൊന്നുമുണ്ടായിരുന്നില്ല. പതിയെ ഉറക്കത്തിലേക്കു വീണുപോയി.

ഉണർന്നു നോക്കുമ്പോൾ നല്ല വെളിച്ചമായിരിക്കുന്നു. തീവണ്ടി

വളരെ വേഗത്തിൽ സഞ്ചരിച്ചുകൊണ്ടിരിക്കുകയാണെന്നു മനസ്സിലായി. ഞാൻ ബെർത്തിൽനിന്നും താഴെയിറങ്ങി.

യാത്രക്കാരിൽ തലേന്നു കണ്ട ആളുകളിൽ പലരും മാറിയിരുന്നു. പുറത്തെ ഭൂമിയിലും പ്രകടമായ വ്യത്യാസങ്ങൾ കണ്ടു. പച്ചപ്പു തീരെ ഇല്ലാതായിരിക്കുന്നു. തരിശുവയലുകൾതന്നെയായിരുന്നു അപ്പോഴും. എന്നിട്ടും ഇടയ്ക്കിടെ ഉഴവു കാളകളുമായി നീങ്ങുന്ന ഗ്രാമീണരുടെ ദൃശ്യങ്ങൾ കണ്ടു. സൈക്കിളുകളുടെ നിരകൾ കൂടിയിരിക്കുന്ന ചെറിയ സ്റ്റേഷൻ പരിസരങ്ങൾ. കുറച്ചു ദൂരത്തോളം കുടിലുകൾ. ദരിദ്രവും പ്രാചീനവുമായ ചുറ്റുപാടുകളായിരുന്നു എവിടേയും.

പെട്ടിയിൽനിന്നും ബ്രഷും പേസ്റ്റും എടുക്കണം. പക്ഷേ, പെട്ടിയെവിടെ? ഒന്നു ഞെട്ടിപ്പോയി. ഇന്നലെ ലോക്കു ചെയ്തിരിക്കുന്നിടത്തു കാണുന്നില്ലല്ലോ. മുന്നിലെ സീറ്റിൽ കുമാർ സാധുവും ഇല്ല. അയാൾ എനിക്കിറങ്ങേണ്ടുന്ന സ്റ്റേഷനിലേക്കാണെന്നല്ലേ പറഞ്ഞത്? പെട്ടിയില്ലാതെ എന്തു ചെയ്യും? പണവും പ്രമാണങ്ങളും നഷ്ടപ്പെട്ടാൽ ആരോടു പറയും? മനസ്സ് വല്ലാതെ അസ്വസ്ഥമാവാൻ തുടങ്ങി.

“പെട്ടി ഞാൻ താഴേക്കു നീക്കി. രാത്രി നമ്മൾ കുത്തനെ വച്ചതുകൊണ്ട് അതു വല്ലാതെ കുലുങ്ങുന്നുണ്ടായിരുന്നു.” സാധുവിന്റെ ശബ്ദം കേട്ടുകൊണ്ട് ഞാൻ തിരിഞ്ഞു നോക്കി. അയാൾ കുളിച്ച് വൃത്തിയായി പുതിയ ഇന്നലെ ധരിച്ചതുപോലെതന്നെ വെളുത്ത വസ്ത്രങ്ങൾ ധരിച്ചുകൊണ്ട് മുന്നിൽ നിൽക്കുന്നു. ശാന്തവും സൗമ്യവുമായ അതേ ചിരി അപ്പോഴും മുഖത്തുണ്ടായിരുന്നു. അയാളെ സംശയിച്ചതിൽ ചെറിയൊരു വിഷമം എനിക്കു തോന്നി.

ഞാൻ പോയി വാഷ്ബേസിന്റെയടുത്തു നിന്ന് പല്ലു തേച്ചുകൊണ്ടു നിൽക്കുമ്പോൾ തീവണ്ടി മൂന്നുനാലു മണിക്കൂറുകൾ വൈകിയാണ് ഓടുന്നതെന്ന് മറ്റു ചില യാത്രക്കാരുടെ സംഭാഷണങ്ങളിൽനിന്നും മനസ്സിലാക്കി. അതുമാത്രമല്ല, പകൽ മറ്റു തീവണ്ടികളുടെ സമയം ക്രമീകരിക്കുന്നതുകൊണ്ട് ഇതു പിന്നേയും കുറേക്കൂടി വൈകാനാണ് സാദ്ധ്യത. രാത്രി ബെർത്തിൽ കിടക്കുമ്പോൾ പലപ്പോഴും തീവണ്ടി നിർത്തിയിട്ടിരിക്കുകയാണെന്നു സംശയിച്ചതു ശരിയാണെന്നു വന്നു.

“വഴിക്കെവിടേയോ ഒരു കലാപം നടന്നുവത്രേ, ആ നിർത്തിയിട്ട സ്റ്റേഷന് അടുത്തുള്ള പട്ടണത്തിലാവണം. ലഹളക്കാർ തീവണ്ടിയെ ആക്രമിക്കുമോയെന്നു ഭയന്ന് അവിടെ പിടിച്ചിട്ടിരിക്കുകയായിരുന്നു.” തിരിച്ചു വന്നപ്പോൾ സാധു വിശദീകരിച്ചു.

“നമ്മൾ വല്ലാതെ വൈകും.” ഞാൻ പറഞ്ഞു.

“വേറെ വഴിയില്ലല്ലോ.” അയാളുടെ മുഖത്ത് അത്തരം ഉത്കണ്ഠകളൊന്നും ഉണ്ടായിരുന്നില്ലെന്നു കണ്ടു.

“ഇതേതാണ് കഴിഞ്ഞുപോയ സ്റ്റേഷൻ?” മുകളിൽ എന്റെ ബെർത്തിനു നേരെ എതിർഭാഗത്തു കിടന്നിരുന്ന ഒരാൾ പൊടുന്നനെ

താഴേക്കു നോക്കിക്കൊണ്ടു ചോദിച്ചു. സാധു അയാളുടെ നേരെ നോക്കി തൊട്ടു മുന്നിൽ വണ്ടി നിർത്തിയ സ്റ്റേഷന്റെ പേരു പറഞ്ഞു.

"അയ്യോ, ചതിച്ചു." അയാൾ അലറി വിളിച്ചുകൊണ്ട് താഴേക്കു ചാടി. പിന്നെ തലയ്ക്കടിച്ചുകൊണ്ട് പുറത്തേക്കു നോക്കി.

"അവിടെയായിരുന്നോ നിങ്ങൾക്കിറങ്ങേണ്ടിയിരുന്നത്?" ഞാൻ ചോദിച്ചു.

"അതു തന്നെ. ശരിക്കും നാലു മണിക്ക് എത്തേണ്ടതായിരുന്നു, വൈകിയപ്പോൾ ഇനി ഏഴു മണിയെങ്കിലുമാവും എന്ന് ആ എക്സാമിനർ തന്നെയാണ് പറഞ്ഞത്. ഛേ, എന്തൊരു കഷ്ടകാലം!" അയാൾ ഏതാണ്ടു കരയുന്ന മട്ടായി.

"അടുത്ത സ്റ്റേഷനിൽ ഇറങ്ങരുതോ?" ഞാൻ അയാളെ ആശ്വസിപ്പിക്കാൻ പറഞ്ഞു.

"പറ്റില്ല. എനിക്ക് ഒമ്പതു മണിക്കുതന്നെ എത്തിയേ തീരൂ. ഈ നശിച്ച വണ്ടി ഇനി പത്തു നൂറു നാഴിക പോയിട്ടേ നിൽക്കൂ. ഞാനെന്തു ചെയ്യും ഭഗവാനേ?" അയാളെ പിന്നെ എന്തു പറഞ്ഞു സഹായിക്കണമെന്ന് എനിക്കു മനസ്സിലായില്ല.

അപ്പോൾ സാധു എഴുന്നേറ്റു കൊണ്ടു പറഞ്ഞു: "സാരമില്ല. ഏറി വന്നാൽ ഒരു അഞ്ചു നാഴിക കടന്നു പോന്നിട്ടുണ്ടാവും. ഇവിടെയിറങ്ങിയാലും ഏതെങ്കിലും വാഹനം പിടിച്ച് നിങ്ങൾക്ക് ഒമ്പതു മണിക്കുതന്നെ എത്താം.

അത്രയും പറഞ്ഞുകൊണ്ട് അയാൾ പെട്ടെന്ന് അപായച്ചങ്ങല പിടിച്ചു വലിച്ചു. പിന്നെ സീറ്റിൽ വന്ന് നിർവ്വികാരതയോടെ ഇരുന്നു.

വണ്ടി വേഗം കുറച്ച് പതുക്കെ നിന്നു. ചെറിയൊരു ഗ്രാമമായിരുന്നു അത്. പശുക്കളെ മേച്ചു നടക്കുന്ന കുട്ടികൾ അവിടെ നിർത്തിയ തീവണ്ടിയെ നോക്കി അദ്ഭുതം വിടർന്ന കണ്ണുകളോടെ നിന്നു. സാധാരണയായി തീവണ്ടികളൊന്നും നിർത്താറില്ലാത്ത പ്രദേശമായിരിക്കും അതെന്ന് ഞാൻ ഊഹിച്ചു.

"ഇറങ്ങിപ്പോകൂ സ്നേഹിതാ." സാധു ആ യാത്രക്കാരനോടു പറഞ്ഞു: "ജീവനക്കാർ എത്തും മുൻപ് നിങ്ങൾ പൊയ്ക്കൊള്ളണം."

യാത്രക്കാരൻ തന്റെ സഞ്ചികളുമെടുത്ത് പെട്ടെന്നുതന്നെ ഇറങ്ങി, പിന്നെ ആരോ തന്നെ പിന്തുടരുന്നുണ്ടെന്ന ഭയം തീണ്ടിയവനെപ്പോലെ ഗ്രാമത്തിന്റെ ചെറിയ വഴിയിലൂടെ വളരെ വേഗത്തിൽ ഓടിപ്പോയി.

അല്പം കഴിഞ്ഞപ്പോൾ തീവണ്ടിയിലെ രണ്ടു ഗാർഡുമാർ അന്വേഷിച്ചു വന്നു. അവർ വല്ലാതെ അക്ഷമരായി കാണപ്പെട്ടു.

"അല്ലെങ്കിൽത്തന്നെ വൈകി. എന്താണുണ്ടായത്?" അവർ പൊതുവിൽ ചോദിച്ചു. ആരും ഒന്നും പറഞ്ഞില്ല.

“ആരാണ് ചങ്ങല വലിച്ചത്?” ഇത്തവണ ഗാർഡിന്റെ സ്വരം ഉയർന്നിരുന്നു. യാത്രക്കാർ പരസ്പരം നോക്കിയതല്ലാതെ ഒന്നും പറഞ്ഞില്ല.

“ഇവിടെയുണ്ടായിരുന്ന ഒരു മനുഷ്യൻ.” അപ്പോൾ സാധു ഗാർഡുമാരുടെ നേർക്കു നോക്കിക്കൊണ്ട് ഉറപ്പോടുകൂടി പറഞ്ഞു: “അയാളാണെങ്കിൽ, ഇപ്പോൾത്തന്നെ ഇറങ്ങിപ്പോവുകയും ചെയ്തു.”

“നാശങ്ങൾ! വീട്ടുപടിക്കൽത്തന്നെ എക്സ്പ്രസ്സ് വണ്ടികൾ നിർത്തിക്കിട്ടണമെന്നു വച്ചാൽ!” പിറുപിറുത്തുകൊണ്ട് അവർ പോയി. മുറിയിലെ മറ്റു യാത്രക്കാരൊന്നും സംസാരിച്ചിരുന്നില്ലെന്നത് അദ്ഭുതമായിരുന്നു.

“കലാപവും ലഹളയുമൊന്നും അയാളുടെ കുറ്റമായിരുന്നില്ല.” വണ്ടി ചലിച്ചു തുടങ്ങിയപ്പോൾ സാധു ചിരിച്ചുകൊണ്ട് എന്നോടു പറഞ്ഞു.

കരുതിയതുപോലെതന്നെ വണ്ടി പിന്നേയും വൈകുകയായിരുന്നു. മറ്റു പല തീവണ്ടികളുടെയും സമയം കൃത്യമാക്കാൻ വേണ്ടി പലപ്പോഴും അതിന്റെ വേഗം കുറച്ചു, ചിലയിടത്തെങ്കിലും നിർത്തിയിടുകയും ചെയ്തു.

കാത്തിരിപ്പിന്റെ വിരസത, മുറിയിലെ മറ്റു യാത്രക്കാരുമായി പരിചയപ്പെടാൻ ഇടയാക്കി. അവരിലൊരാൾ കൊണ്ടുവന്ന ചീട്ടുകൾ ഒരു പെട്ടിമേൽ വച്ചുകൊണ്ടു ഞങ്ങൾ കളിച്ചു. ഇടയ്ക്കുവച്ച് ഒരാളുടെ കുറവു വന്നപ്പോൾ യാത്രക്കാരിലൊരാൾ സാധുവിനെക്കൂടി ക്ഷണിച്ചു. സാധുവിനെപ്പോലുള്ള ഒരാൾ ചീട്ടു കളിക്കാൻ വരുമെന്ന് ഞാൻ പ്രതീക്ഷിച്ചിരുന്നില്ല. എന്നാൽ അദ്ഭുപ്പെടുത്തിക്കൊണ്ട്, അയാൾ യാതൊരു മടിയും കൂടാതെ വന്നു കളിക്കാൻ തയ്യാറായി.

അസാധാരണമായിരുന്നു അയാളുടെ നീക്കങ്ങൾ. വിചാരിക്കാത്തത്രയും വേഗത്തിൽ ചീട്ടുകളിറക്കിക്കൊണ്ട് സാധു ഞങ്ങളെ അമ്പരപ്പിച്ചു. അയാൾ തന്റെ ചീട്ടുകളിയിൽ ബദ്ധശ്രദ്ധനായിരുന്നുവെങ്കിലും മറ്റു കളിക്കാരുടെ ചീട്ടുകൾകൂടി കാണുന്നുണ്ടെന്നു തോന്നിക്കുന്ന വിധത്തിലായിരുന്നു കളി. വിജയം മിക്കപ്പോഴും അയാൾക്കായിരുന്നു. പക്ഷേ, അതിനേക്കുറിച്ച് തീരെ നിസ്സംഗമായ രീതിയിൽ പ്രതികരിച്ചുകൊണ്ട് അയാൾ അടുത്ത കളികളിലേക്കു തുടർന്നു പോയി.

കൂടെ കളിച്ചിരുന്ന ഒരാൾ തന്റെ ബാഗിൽനിന്നും ഒരു ഫ്രൂട്ടിയെടുത്തു കുടിച്ചു. പിന്നെ കളിക്കുന്ന മറ്റുള്ളവർക്ക് ഓരോന്നെടുത്തു നീട്ടി.

“ഞാൻ കഴിക്കാറില്ല.” സാധു നിഷേധിച്ചുകൊണ്ടു പറഞ്ഞു: “മറ്റുള്ളവരും അങ്ങനെ പാനീയങ്ങൾ സഹയാത്രികരിൽനിന്നും വാങ്ങിക്കഴിക്കരുതെന്നാണ് എന്റെ പക്ഷം.”

അയാൾ എന്നെ ഉദ്ദേശിച്ചാണ് അതു പറഞ്ഞതെന്നു മനസ്സിലായി. അതെന്തോ ആ യാത്രക്കാരൻ നീട്ടിയ പാനീയം ഞാൻ വേണ്ടെന്നു പറഞ്ഞപ്പോൾ സാധു ഒരു തമാശയെന്ന മട്ടിൽ ചിരിച്ചുകൊണ്ട് സന്ദർഭത്തെ ലഘൂകരിച്ചു. അയാൾ തലേന്നു സൂചിപ്പിച്ച ചതിയുടെ വേദത്തിലെ രണ്ടാമത്തെ പാഠമായിരിക്കണം അത്.

ഒരാളിൽനിന്നും ഒന്നും സ്വീകരിക്കരുത്.

കുറച്ചു നേരംകൂടി ഞങ്ങൾ കളി തുടർന്നു പോയി.

പിന്നേയും വിരസമായി ഇഴഞ്ഞ പകൽ. കുറച്ചു നേരം ഉറങ്ങിയും ഇടയ്ക്കിടെ ചായ കഴിച്ചും സൂര്യനു താഴെയുള്ള സകല കാര്യങ്ങളെക്കുറിച്ചു സംസാരിച്ചും സമയം കളയാൻ ശ്രമിച്ചു. ഒടുവിൽ തീവണ്ടി ഞങ്ങൾക്കിറങ്ങേണ്ട സ്റ്റേഷനിലെത്തുമ്പോൾ രാത്രി പതിനൊന്നു മണി കഴിഞ്ഞു. ഏതാണ്ട് ഏഴു മണിക്കൂർ വൈകിയിരിക്കുന്നു. ഉറക്കച്ചടവുള്ള മുഖങ്ങളുമായി യാത്രക്കാർ പുറത്തെ തിരക്കുകളിലേക്ക് ഇറങ്ങിപ്പോയി.

കംപാർട്ട്മെന്റ് മിക്കവാറും ഒഴിഞ്ഞിരുന്നു. തിരക്കു കൂട്ടാതെ ഞങ്ങൾ ഇറങ്ങി.

എവിടേക്കാണ് നിങ്ങൾക്കു പോകേണ്ടത്? സാധു എന്റെ പെട്ടിയെടുക്കാൻ സഹായിച്ചുകൊണ്ടു ചോദിച്ചു.

“ലാശ് പുരി, അവിടെ ഗിരിനഗറിൽ.” ഞാൻ പറഞ്ഞു.

“ഓ, അവിടേക്ക് പത്തിരുപതു കിലോമീറ്റർ കാണും. ഇന്നിനി വണ്ടി കിട്ടുമോ?”

“കലാശ്പുരി വരെ ചിലപ്പോൾ...” ഞാൻ പറഞ്ഞു. ദൂരെനിന്നു വരുന്ന ഏതെങ്കിലും ബസ്സുകൾ കിട്ടിയാലായി.

തലേന്നു കണ്ട വയസ്സനെ ചക്രങ്ങളുള്ള കസേരയിലിരുത്തി അതേ സ്ത്രീയും പുരുഷനും സ്റ്റേഷന്റെ പുറത്തുനിൽക്കുന്ന ടാക്സിയിലേക്ക് തള്ളിക്കൊണ്ടു പോകുന്നുണ്ടായിരുന്നു.

സാധു എന്റെ കൂടെ ബസ്സ്സ്റ്റാന്റു വരെ വന്നു. സ്റ്റേഷനിൽനിന്നും ഏതാണ്ട് ഒരു കിലോമീറ്റർ കാണണം. ഇടയ്ക്കിടെ പെട്ടി ചുമക്കാൻ അയാൾ സഹായിച്ചിരുന്നു. യാത്രയുടെ ക്ഷീണംകൊണ്ടോ എന്തോ, പെട്ടിക്ക് കൂടുതൽ കനമുള്ളതുപോലെ തോന്നി.

ബസ്സ്സ്റ്റാന്റും പരിസരവും തീർത്തും വിജനമായിരുന്നു. നിർത്തിയിട്ടിരിക്കുന്ന ബസ്സുകളിലൊന്നും വെളിച്ചമില്ല. ചുറ്റുപാടുമുള്ള കടകളെല്ലാം അടച്ചിരിക്കുന്നു. ദൂരെനിന്നുള്ള വാഹനങ്ങളൊന്നും വരാനുള്ള യാതൊരു ലക്ഷണവും കാണുന്നില്ല.

“ടാക്സിയോ റിക്ഷയോ എന്തെങ്കിലും കിട്ടുമോ എന്നു നോക്കിയാലോ? ഞാൻ ചോദിച്ചു.

ഈ നേരത്ത് അവരാരും കൂടെ വരുമെന്നു തോന്നുന്നില്ല. സാധു ആലോചിച്ചുകൊണ്ടു പറഞ്ഞു: “ഇനി വരാൻ തയ്യാറായാലും നിങ്ങൾ പോകരുതെന്നാണ് എന്റെ അഭിപ്രായം.”

“അതെന്തേ?”

“ഒഴിഞ്ഞ പ്രദേശത്തുകൂടെയാണ് നിങ്ങൾക്കു പോകേണ്ടത്. അപകടമാണത്. കാലം നല്ലതല്ല. പലപ്പോഴും നല്ല വാർത്തകളല്ല കേൾക്കുന്നത്.

കരുതിയിരിക്കുന്നതാണ് നമുക്കു നല്ലത്." പിന്നെ ഒരല്പം മടിയോടെ അയാൾ ചോദിച്ചു: "ഇത്രയും പറഞ്ഞതിനു ശേഷം എന്നെ വിശ്വസിക്കണം എന്നു പറയാൻ എനിക്കു വിഷമമുണ്ട്. എന്നാലും, ഇന്നു രാത്രി എന്റെ താമസസ്ഥലത്തു കൂടുന്നതല്ലേ നല്ലത്?"

ഞാൻ സാധുവിന്റെ മുഖത്തേക്കു നോക്കി. ആ പഴയ ശാന്തത തന്നെ. വേറൊരു വഴിയുമില്ലല്ലോയെന്നോർത്തു.

ഞങ്ങൾ വന്ന വഴിക്കുതന്നെ തിരിച്ചു നടന്നു. റെയിൽവേ സ്റ്റേഷൻ പരിസരത്ത് കുറച്ച് ആളുകൾ അപ്പോഴുമുണ്ടായിരുന്നു. അതു കഴിഞ്ഞപ്പോൾ പിന്നെയും ആ ഏകാന്തതയും വിജനതയും തിരിച്ചു വന്നു. നല്ല മഴക്കാറുള്ള ദിവസമായിരുന്നു അത്. പല കാലുകളിലും തെരുവു വിളക്കുകൾ കത്തുന്നതുമില്ല. അപ്പോഴെല്ലാം നിഴലുകൾ മാത്രമുള്ള ഒരു പ്രദേശത്തുകൂടെ നടന്നു പോകുന്നതുപോലെ തോന്നിച്ചു.

സാധുവിന് അവിടമെല്ലാം അത്രയും പരിചിതമായിരുന്നു. അയാൾ വെളിച്ചത്തിലൂടെ പോകുന്നതുപോലെതന്നെ, അത്രയും കൃത്യമായി വേഗത്തിൽ നടന്നുകൊണ്ടിരുന്നു. സാധുവിന്റെ കൂടെയെത്താൻ, പലപ്പോഴും എനിക്കു ക്ലേശിക്കേണ്ടി വന്നു. കുറച്ചു കഴിഞ്ഞപ്പോൾ തീരെ ഇടുങ്ങിയ വഴികളായി. സാധു എന്റെ പെട്ടി കൈയിലെടുത്തു.

വലിയൊരു കെട്ടിടസമുച്ചയത്തിന്റെ അരികിലൂടെയുള്ള ഒറ്റയടിപ്പാതയിലൂടെ നീങ്ങുമ്പോൾ തിരിഞ്ഞു നിന്നുകൊണ്ട് അയാൾ പറഞ്ഞു: "സൂക്ഷിക്കണം കേട്ടോ. ഒന്നു തെറ്റിയാൽ വീഴും. ഈ കെട്ടിത്തിൽ നിന്നുള്ള അഴുക്കുചാലാണ്. ആഴം കാണും.

ഞാൻ ഒപ്പമെത്തുന്നതു വരെ അയാൾ നിന്നു. പിന്നെ പതുക്കെ കൈപിടിച്ചു സഹായിച്ചുകൊണ്ട് വീണ്ടും നടന്നു.

ഈ ഇടുങ്ങിയ കാനയ്ക്കു മുകളിലൂടെ നടന്ന് എവിടേക്കാണ് ഈ മനുഷ്യൻ എന്നെ കൊണ്ടുപോകുന്നത്? യാത്രയ്ക്കിടയിൽ അയാൾ തന്ന സൂചനകളും ചതിയുടെ വേദപുസ്തകത്തെക്കുറിച്ചുള്ള പരാമർശവും എന്റെ മനസ്സിലേക്ക് കടന്നു വന്നു. ഭയം തോന്നി.

കാന തീർന്നിട്ടും വഴിയുടെ വിസ്താരം കൂടിയില്ല. ഒരിടത്തുവച്ച് കുറച്ചു തെരുവുനായ്ക്കൾ കുരച്ചുകൊണ്ട് ഞങ്ങളുടെ നേർക്കു വന്നു. അപ്പോൾ സാധു നടത്തം നിർത്തി നായ്ക്കൾക്കു നേരെ കൈയുയർത്തി വിലക്കി. നായ്ക്കളുടെ കുര നിലച്ചു. അടി കിട്ടിയതുപോലെ മോങ്ങിക്കൊണ്ട് അവ പിന്നിലേക്കു നീങ്ങി. അസാധാരണമായിരുന്നു അതെല്ലാം.

കുറച്ചു ദൂരം കൂടി നടന്നപ്പോൾ ഒരു ചെറിയ പാലം കണ്ടു. കാനയുടെ വിസ്തൃതമായ പ്രദേശത്തെ മറുഭാഗത്തെ ഭൂമിയുമായി ഇണക്കുകയാണ്. പാലം കടക്കുമ്പോൾ കാനയിൽനിന്നും വല്ലാതെ കെട്ട ഗന്ധം അനുഭവപ്പെട്ടു. അതു കുറച്ചു നേരത്തേക്കു തുടർന്നുപോയി. കുറച്ചുകൂടി ചെന്നപ്പോൾ നിരനിരയായി ലൈൻ മുറികൾ. തകരം മേഞ്ഞ മേൽക്കൂരകളായിരുന്നു അവയ്ക്കെല്ലാം. വാതിലുകൾ എല്ലാം അകത്തു

നിന്നും ബന്ധിച്ചിരുന്നു. എവിടെയും വെളിച്ചമുണ്ടായിരുന്നില്ല. ലൈൻ മുറികളുടെ പുറത്തുള്ള ഇടുങ്ങിയ വരാന്തയിലെ ഇരുട്ടിൽ ആരൊക്കെയോ മൂടിപ്പുതച്ച് ഉറങ്ങുന്നു.

സാധു പെട്ടി താഴെ വച്ചു. തോൾസഞ്ചിയിൽനിന്നും താക്കോലെടുത്ത് ഒരറ്റത്തുള്ള മുറിയുടെ പൂട്ടു തുറന്നു. അയാൾക്ക് ഇരുട്ടിൽ കാണാമോ? അദ്ഭുതംതന്നെ.

അയാൾ ഓടാമ്പൽ നീക്കി. അതു നീക്കുമ്പോൾ വാതിൽപ്പാളിയിൽ ഇരുമ്പുരയുന്ന ശബ്ദമുണ്ടായി. രാത്രിയുടെ നിശ്ശബ്ദതയിൽ അതു വല്ലാത്തൊരു ഒച്ചപോലെ അനുഭവപ്പെട്ടു.

മൂടിപ്പുതച്ച് ഉറങ്ങിയിരുന്ന രൂപങ്ങളിൽ ഒരാൾ തട്ടിപ്പിടഞ്ഞ് എഴുന്നേറ്റു. സാധുവിനെ കണ്ടപ്പോൾ അയാൾ ഓരത്തേക്കു മാറിനിന്ന് തല കുനിച്ചു. പിഞ്ഞിയ വേഷം, കാടുപിടിച്ച താടിയും മുടിയും. അയാൾ ഒരു യാചകനാണെന്നു തോന്നി.

“ഉറങ്ങിക്കോളൂ, ഉറങ്ങിക്കോളൂ. ഞാനൊരല്പം വൈകി.” അകത്തേക്കു കടക്കുമ്പോൾ സാധു പറഞ്ഞു.

ആ മനുഷ്യൻ ഒന്നു ചുമച്ചു.

മുറിയിലെ വൈദ്യുതവിളക്കു തെളിയിച്ച ശേഷം അവിടെയുണ്ടായിരുന്ന കയറ്റു കട്ടിലിൽ ഇരിക്കാൻ സാധു എന്നോടാവശ്യപ്പെട്ടു. അതൊരു ചെറിയ മുറിയായിരുന്നു. ഒരറ്റത്ത് അടഞ്ഞ ജനാലയ്ക്കരികിലായി ചെറിയൊരു മേശയും കസേരയും. കയറ്റുകട്ടിലിനു താഴെ ഒരു പായ് മടക്കി വച്ചിരിക്കുന്നു. മുറിയുടെ ഒരു മൂലയ്ക്കലായി കുറച്ചു പാത്രങ്ങളും ആണിയിൽ കൊളുത്തിയിട്ട ഉറികളിൽ കലങ്ങളും കണ്ടു. മേശയുടെ മുകളിലും താഴെയും മറ്റു സാധനങ്ങളൊന്നുമില്ലാത്ത മുറിയുടെ എല്ലാ ഭാഗങ്ങളിലും പുസ്തകങ്ങൾ നിറച്ചുമുണ്ടായിരുന്നു. പഴയതും പുതിയതുമായ അനേകം പുസ്തകങ്ങൾ., മാസികകൾ, ഡയറികൾ, എഴുതി വച്ച കുറിപ്പുകൾ...

“രാവിലെ കുളിച്ചാൽ പോരേ?” സാധു ചോദിച്ചു: “ക്ഷീണമുണ്ടെന്നറിയാം. കുളിച്ചാൽ നല്ലതാണ്. പക്ഷേ, ഇപ്പോൾ വെള്ളം കുറച്ചേ കിട്ടൂ. അതുകൊണ്ട് നമുക്ക് അല്പം ഭക്ഷണമുണ്ടാക്കാം.” അതു പറഞ്ഞ ശേഷം എന്റെ മറുപടിക്കു കാത്തുനിൽക്കാതെ അയാൾ ഒരു ചെറിയ പാത്രവുമെടുത്ത് പുറത്തേക്കുപോയി. പാത്രം കഴുകുന്നതിന്റെയും വെള്ളം പിടിക്കുന്നതിന്റെയും ദുർബ്ബലമായ ഒച്ചകൾ കേട്ടു. ഞാൻ അയാളുടെ പുസ്തകങ്ങളിലേക്ക് അദ്ഭുതത്തോടു കൂടെ നോക്കിക്കൊണ്ടിരുന്നു. എനിക്കു മനസ്സിലാക്കാൻ പ്രയാസമായൊരു കൈപ്പടയിൽ അയാൾ എന്തെല്ലാമോ കുറിച്ചു വച്ചിട്ടുമുണ്ട്.

“അതു പലർക്കും വേണ്ടി എഴുതിയ പരാതികളും നിവേദനങ്ങളുമാണ്.” സാധു പറഞ്ഞു. അയാൾ ഞാൻ കുറിപ്പുകൾ നോക്കുന്നതു കണ്ടിരിക്കുന്നു. പക്ഷേ, അതിനേക്കുറിച്ച് എതിർപ്പോ പ്രയാസമോ പറഞ്ഞില്ല. എന്നാലും ഒരാളുടെ സ്വകാര്യ എഴുത്തുകൾ വായിച്ചു നോക്കാൻ

ശ്രമിക്കുന്നതിലുള്ള, അത് അയാൾതന്നെ കാണുന്നു എന്നതിലുള്ള ഒരു ജാള്യം എനിക്കു തോന്നാതിരുന്നില്ല.

സാധു സ്റ്റൗ കത്തിച്ച് വെള്ളം ചൂടാക്കി. മണ്ണെണ്ണയുടെ നേർത്ത ഗന്ധം പരന്നു. വെള്ളം ചൂടായിക്കൊണ്ടിരിക്കുമ്പോൾ അയാൾ നിലത്തു ചമ്രം പടിഞ്ഞിരുന്ന് ചപ്പാത്തിക്കായി മാവു കുഴച്ചു. ഉരുളക്കിഴങ്ങു നുറുക്കി കറിയുണ്ടാക്കി. കുറഞ്ഞ നേരംകൊണ്ടുതന്നെ ഭക്ഷണം തയ്യാറായി. കട്ടിലിന്നടിയിലുണ്ടായിരുന്ന പുൽപ്പായ നിലത്ത് വിരിച്ച് ഞങ്ങൾ കഴിക്കാനിരുന്നു.

ഇത്രയധികം പുസ്തകങ്ങളും കടലാസ്സുകളും..."സത്യത്തിൽ നിങ്ങൾക്കെന്താണ് ജോലി?" ഞാൻ ചോദിച്ചു.

"അങ്ങനെ പ്രത്യേകിച്ച് ഒരു ജോലി എന്നു പറഞ്ഞുകൂടാ. എന്തെങ്കിലുമൊക്കെ ചെയ്യുന്നു." ചിരിച്ചുകൊണ്ട് സാധു ഒഴിഞ്ഞു. വെറുമൊരു തൊഴിലന്വേഷകനാണെന്നാണ് അയാൾ തീവണ്ടിയിൽ വച്ചുള്ള സംഭാഷണത്തിനിടയ്ക്കു ചീട്ടുകളിക്കാരിലൊരാളോടു പറഞ്ഞതെന്ന് ഞാനോർത്തു.

ക്ഷണം കഴിഞ്ഞപ്പോൾ അലക്കിയ ഒരു വിരിപ്പെടുത്ത് കട്ടിലിൽ വിരിച്ചുകൊണ്ട് സാധു പറഞ്ഞു: "നിങ്ങൾ ഇവിടെ കിടന്നോളൂ. എനിക്കൊരല്പം പണികൂടിയുണ്ട്. വണ്ടി വൈകിയതുകൊണ്ട് വിചാരിച്ചതുപോലെ കാര്യങ്ങൾ നടന്നില്ല. ഇനി നാളെ കാലത്ത് സമയം കിട്ടുമോ എന്നറിഞ്ഞുകൂടാ."

അയാൾ മുറിയിലെ മൂലയിലിരുന്ന മേശയ്ക്കു മുകളിൽനിന്നും പറ്റാവുന്നത്രയും പുസ്തകങ്ങൾ വാരിയെടുത്ത് നിലത്ത് അടുക്കി വച്ചു. ജനാലയുടെ രണ്ടു പാളികളും തുറന്നു. പിന്നെ അല്പം കട്ടി കൂടിയ എഴുത്തുചട്ടയെടുത്തു മേശമേൽവച്ചു. കുറച്ചു കടലാസ്സുകളെടുത്ത് എഴുതാൻ തുടങ്ങി.

"ആ പറഞ്ഞ പുസ്തകം എഴുതുകയാവും അല്ലേ?" തീവണ്ടി മുറിയിലെ സംഭാഷണങ്ങൾ ഓർമ്മിച്ചുകൊണ്ട് ഞാൻ ചോദിച്ചു.

സാധു മനസ്സിലാവാത്ത മട്ടിൽ എന്റെ നേരെ നോക്കി.

"ആ പുസ്തകം. ചതിയുടെ വേദപുസ്തകം..."

സാധു ഒരല്പം ഉറക്കെ ചിരിച്ചു. ഉത്തരമൊന്നും പറഞ്ഞില്ല.

"വിളക്കു കെടുത്തിക്കോളൂ, ആ കലണ്ടറിനു തൊട്ടു താഴെയാണ് സ്വിച്ച്. ഇവിടെ എനിക്കൊരു മേശവിളക്കുണ്ട്." അയാൾ പറഞ്ഞു.

ഞാൻ എഴുന്നേറ്റ് അയാൾ ചൂണ്ടിയ ദിശയിലേക്കു നടന്ന് സ്വിച്ച് ഓഫാക്കാനാക്കി നോക്കിയപ്പോൾ ആദ്യം കണ്ടില്ല. കലണ്ടറിന്റെ താഴെയായിരിക്കും. കലണ്ടറിൽ നോക്കിയപ്പോൾ തിയ്യതികൾക്ക് അരികിൽ പേനകൊണ്ട് കുനുകുനെ എഴുതിയിരിക്കുന്നു. ഓരോ തിയ്യതിക്കും ഓരോ കുറിപ്പുകൾ, സമയങ്ങൾ, സ്ഥലങ്ങൾ. സാധു ഓരോരോ

ദിവസങ്ങൾക്കുമുള്ള പരിപാടികൾ എഴുതിവച്ചിരിക്കുകയാണെന്നു തോന്നി. കലണ്ടർ ഉയർത്തിയപ്പോൾ ഫ്രെയിം ചെയ്തു വച്ചിരിക്കുന്ന ഒരു ഫോട്ടോ കണ്ടു. കറുപ്പിലും വെളുപ്പിലുമുള്ള കുറച്ചൊക്കെ മങ്ങിത്തുടങ്ങിയ ആ ചിത്രത്തിൽ തികച്ചും ഗ്രാമീണരെന്നു തോന്നിപ്പിച്ച ഒരു സ്ത്രീയും പുരുഷനുമായിരുന്നു. പ്രായമുള്ള മനുഷ്യർ. സൂക്ഷിച്ചു നോക്കിയപ്പോൾ സാധുവിന്റെ ഛായ പുരുഷന്റെ മുഖത്തു തെളിയുന്നത് ഞാൻ കണ്ടു.

"ഇത് അച്ഛനും അമ്മയുമാണോ?" ഞാൻ തിരക്കി. മേശയ്ക്കരികിൽ കുനിഞ്ഞിരുന്ന് എഴുത്തു തുടങ്ങിയിരുന്ന സാധു പെട്ടെന്നു തിരിഞ്ഞു നോക്കി, പിന്നെ അതേയെന്നു സമ്മതിച്ചു തലയാട്ടിക്കൊണ്ട് വീണ്ടും എഴുത്തു തുടർന്നു.

"അവരെല്ലാം എവിടെയുണ്ട്?" ഞാൻ ചോദിച്ചു.

"എവിടെയുമില്ല. രണ്ടു പേരും മരിച്ചുപോയി." ഇത്തവണ മുഖമുയർത്താതെ അയാൾ പറഞ്ഞു. "മരിച്ചതിനു ശേഷം എടുത്ത ഫോട്ടോയാണ് അത്. ശ്രദ്ധിച്ചു നോക്കിയാൽ മനസ്സിലാവും."

മരിച്ചതിനു ശേഷം മാത്രമെടുത്ത ചിത്രം, അതു ചുമരിൽ തൂക്കി സൂക്ഷിക്കുന്നതു വിചിത്രമായി തോന്നി.

"അതിനു മുമ്പുള്ള ഫോട്ടോയൊന്നും ഇല്ലായിരുന്നു." സംശയം അകറ്റാനെന്നോണം സാധു പറഞ്ഞു.

"രണ്ടു പേരും ഒരുമിച്ചാണോ മരിച്ചത്?" ഞാൻ തിരക്കി.

അതെങ്ങനെ സംഭവിച്ചു കാണും? ഞാൻ ചിന്തിച്ചു, ആത്മഹത്യയായിരിക്കുമോ?

"വെടിവച്ചു കൊന്നതാണ്." സാധു പറഞ്ഞു. അയാൾ എഴുത്തിൽനിന്നും മുഖമുയർത്തിയില്ല.

"ആര്? ഞാൻ ഉദ്വേഗത്തോടെ ചോദിച്ചു.

"പൊലിസ്. അന്ന് നഗരത്തിൽ ഒരു കലാപം നടക്കുകയായിരുന്നു." സാധുവിന്റെ സ്വരത്തിൽ നിസ്സംഗതയായിരുന്നു അപ്പോഴും.

ഞാൻ വെളിച്ചം അണച്ചു.

മേശവിളക്കിന്റെ വൃത്താകൃതിയുള്ള വെളിച്ചത്തിൽ ഒരു ചിത്രത്തിലെന്നപോലെ കുനിഞ്ഞിരിക്കുന്ന സാധുവിന്റെ രൂപം ബാക്കിയായി.

തീവണ്ടിയിലെ മടുപ്പിക്കുന്ന യാത്രയും ക്ഷീണവും എന്നെ എളുപ്പത്തിൽ ഉറക്കത്തിലേക്കു കൊണ്ടുപോയി. ഒരു ഉറക്കം കഴിഞ്ഞ് ഉണർന്നു നോക്കുമ്പോൾ മേശയ്ക്കരികിൽ പിന്നേയും വെളിച്ചമുണ്ടെന്നു കണ്ടു. മറ്റൊന്നും ശ്രദ്ധിക്കാതെ സാധു തന്റെ ജോലിയിൽ മുഴുകിയിരിക്കുകയായിരുന്നു അപ്പോഴും. സമയം ഒരുപാടായിക്കാണുമല്ലോ എന്നോർത്തു. ഞാൻ തിരിഞ്ഞുകിടന്ന് വീണ്ടും ഉറങ്ങി.

കുറേ സമയം കഴിഞ്ഞ് വീണ്ടും ഉണർന്നു. സമയമെത്രയായി എന്നറിയാൻ കഴിയുന്നില്ല. ചുറ്റും നോക്കിയപ്പോൾ മേശയ്ക്കരികിലെ വെളിച്ചം അണഞ്ഞിരിക്കുന്നുവെന്നു കണ്ടു. ഇരുട്ടിൽ കണ്ണു തുറന്നു കുറച്ചു നേരം കിടന്നു.

പിന്നെ, അല്പം കഴിഞ്ഞ് അതിനകം പരിചിതമായ ഇരുട്ടിലൂടെ നോക്കി. മേശയ്ക്കരികിൽ ആരുമില്ല. സാധു എവിടെപ്പോയി? ഞാൻ മുറിയുടെ ചുറ്റുപാടും കണ്ണോടിച്ചു. എവിടേയും ഇല്ല. ഞാൻ കട്ടിലിൽനിന്നും എഴുന്നേറ്റു.

പെട്ടെന്ന് കാലിലെന്തോ തടഞ്ഞതുപോലെ തോന്നി. കുനിഞ്ഞു.

താഴെ നിലത്തു വിരിച്ച പായിൽ അയാൾ മലർന്നു കിടന്ന് ഉറങ്ങുന്നുണ്ടായിരുന്നു. ഇരുട്ടിൽ സൂക്ഷിച്ചു നോക്കിയാൽ കാണാം, ഇടതുകൈ തലയണപോലെ ചേർത്തു തലയ്ക്കു പിന്നിൽ പിടിച്ചിരുന്നു. യോഗിയുടേതുപോലെ ശാന്തമായിരുന്നു ആ മുഖം.

ഞാൻ ഒച്ചയുണ്ടാക്കാതെ നടന്ന് മേശയ്ക്കരികിലേക്കു ചെന്നു. എഴുത്തു ബോർഡിൽ കുറേ താളുകൾ എഴുതി നിറച്ചു വച്ചിരിക്കുന്നു. ഒന്നും വ്യക്തമല്ല.

മേശയ്ക്കരികിലെ ചെറിയ ജനാലയിലൂടെ പുറത്തേക്കു നോക്കി. മുനിഞ്ഞുകത്തുന്ന ഒരു തെരുവുവിളക്കിന്റെ വെളിച്ചത്തിൽ ഞങ്ങൾ കടന്നുവന്ന ഇടുങ്ങിയ വഴികൾ കാണാമായിരുന്നു. അതിനപ്പുറത്തായി ഉയർന്നു നിൽക്കുന്ന കൂറ്റൻ കെട്ടിടസമുച്ചയങ്ങൾ, കാന, കാനയെ ഇണക്കുന്ന പാലം. നിരനിരയായി പീടികകൾ, തെരുവിന്റെ അരികിൽ നിർത്തിയിട്ടിരിക്കുന്ന റിക്ഷകൾ, ചെറിയ വാഹനങ്ങൾ. നഗരത്തിന്റെ ഒരരികു പ്രദേശംപോലെ തോന്നിച്ചു, അവിടം.

എല്ലാം നിശ്ശബ്ദമായിരുന്നു.

വ്യാകുലമായ ആ നിശ്ശബ്ദതയിൽ, ആകാശത്തിലെ മ്ലാനമായ വെളിച്ചത്തിനു കീഴെ, ലോകം ഒരു പിഞ്ഞിയ പുസ്തകംപോലെ ഉറങ്ങുന്നത് ഞാൻ കണ്ടു. ∎

www.ingramcontent.com/pod-product-compliance
Lightning Source LLC
LaVergne TN
LVHW041852070526
838199LV00045BB/1560
9789386440907